सावित्रीबाई फुले पुणे विद्यापीठ-तृतीय वर्ष कला शाखेच्या (T. Y. B. A.)
२०१५-१६च्या सुधारित अभ्यासक्रमानुसार लिहिलेले क्रमिक पुस्तक
तसेच महाराष्ट्रातील इतर सर्व विद्यापीठांना उपयुक्त.

गुन्हा आणि समाज

Crime and Society

I0638116

डॉ. नीलम ताटके

डायमंड पब्लिकेशन्स

गुन्हा आणि समाज
डॉ. नीलम ताटके

Gunha Ani Samaj
Dr. Neelam Tatake

प्रथम आवृत्ती : जुलै २०१५

ISBN : 978-81-8483-636-3

© डायमंड पब्लिकेशन्स

मुखपृष्ठ
शाम भालेकर

प्रकाशक
डायमंड पब्लिकेशन्स
२६४/३ शनिवार पेठ, ३०२ अनुग्रह अपार्टमेंट
ओंकारेश्वर मंदिराजवळ, पुणे–४११ ०३०
☎ ०२०–२४४५२३८७, २४४६६६४२
info@diamondbookspune.com

ऑनलाईन पुस्तक खरेदीसाठी भेट द्या
www.diamondbookspune.com

प्रमुख वितरक
डायमंड बुक डेपो
६६१ नारायण पेठ, अप्पा बळवंत चौक
पुणे–४११ ०३० ☎ ०२०–२४४८०६७७

मनोगत

'गुन्हा आणि समाज' हे पुस्तक विद्यार्थ्यांच्या हाती देताना आनंद होत आहे. यात गुन्ह्यांचा सखोल अभ्यास केला आहे. या पेपरची रचना ही गुन्ह्यांमागची कारणे, गुन्ह्यांविषयीचे सिद्धान्त, शिक्षा, कैद्यांचे पुनर्वसन अशा सर्व अंगांनी गुन्ह्यांचा, गुन्हेगारांचा अभ्यास व्हावा अशा तऱ्हेने केली आहे. समाजशास्त्राचा पेपर लिहिताना वाचनात येणाऱ्या घटना, प्रसंग याविषयी तज्ज्ञांच्या मतांचा उल्लेखही जरूर करावा.

या पुस्तकासाठी डायमंड पब्लिकेशन्सच्या सर्व कर्मचाऱ्यांचे सहकार्य मिळाले त्याबद्दल त्यांचे आभार; तसेच डायमंड पब्लिकेशन्सचे सर्वेसर्वा श्री. दत्तात्रेय पाष्टे यांचे आभार.

विद्यार्थ्यांना हे पुस्तक नक्कीच उपयुक्त वाटेल अशी आशा आहे. विद्यार्थ्यांना शुभेच्छा!

– डॉ. नीलम ताटके

लेखक–परिचय

डॉ. नीलम ताटके

एम.ए., एम.फील., पीएच.डी. (समाजशास्त्र)

- संशोधन क्षेत्रात गेली १८ वर्षे कार्यरत. यशदा, मिटकॉन, आघारकर संशोधन संस्था व कन्सल्टन्सीबरोबर संशोधन कार्य.

- व्यक्तिमत्त्वविकासाचे प्रशिक्षण कार्यक्रम.

- सर्व प्रमुख वृत्तपत्रांमध्ये ३०० हून अधिक लेख प्रसिद्ध.

- दूरचित्रवाणी वाहिन्यांसाठी संहिता लेखन.

- ग्रंथ : कला संभाषणाची, संशोधन करताना, समाजशास्त्र (डायमंड पब्लिकेशन्स).

अनुक्रम

मनोगत
लेखक-परिचय

१ गुन्ह्यांची संकल्पना

Concept of Crime

अ) गुन्ह्याचे स्वरूप व व्याख्या (Crime : Nature and Definition)
ब) आधुनिक समाजात घडणाऱ्या गुन्ह्याची वैशिष्ट्ये (Characteristics of Crime in Modern Society)
क) गुन्ह्याची कारणे (Causes of Crime)

अ) गुन्ह्याचे स्वरूप व व्याख्या (Crime : Nature and Definition)

समाजातील सर्वच व्यक्ती या प्रस्थापित पद्धतीनुसार वर्तन करणाऱ्या नसतात. समाजातील अनेक व्यक्तींची प्रस्थापित चाकोरी सोडून वर्तन करण्याची इच्छा असते; परंतु प्रत्यक्षात असे वर्तन करण्यास बहुसंख्य व्यक्ती धजावत नाहीत. ज्या व्यक्ती प्रस्थापित रूढी, नियमने आणि कायदे यांना सोडून वर्तन करणाऱ्या असतात, अशांचा उल्लेख विकृत स्वरूपाचे वर्तन करणाऱ्या व्यक्ती म्हणून केला जातो. ज्या अनैतिक आणि बेकायदेशीर वर्तनाला शासनाकडून शिक्षा केली जाते, त्या वर्तनास 'गुन्हेगारी वर्तन' असे म्हणता येईल. गुन्हेगारांना प्रत्येक समाजात शिक्षा केली जाते; कारण त्यांचे वर्तन हे सामाजिक स्वास्थ्याला धोकादायक असते; तसेच त्यांच्यामुळे व्यक्तीच्या मालमत्तेच्या हक्कांवर व स्वातंत्र्यावर गदा येते. काही समाजशास्त्रज्ञांनी गुन्हा आणि गुन्हेगार यांचे वर्णन आपापल्या मतानुसार केलेले आहे.

व्याख्या

१) **इलियट व मेरील यांच्या मते :** 'गुन्हा म्हणजे कायद्याच्या विरुद्ध झालेले वर्तन, जे केल्यास मृत्युदंड, तुरुंगात किंवा तत्सम ठिकाणी डांबून ठेवण्याची शिक्षा दिली जाते.'

(A crime is an act for bidden by law which may be punished by death or by fine or by imprisonment is fail, work house, reformatory or prison- Elliot and Merrill)

२) **डॉ. सेठना यांच्या मते :** 'कायद्याच्यादृष्टीने कोणतीही व्यक्ती जिचे वय सात वर्षांपेक्षा जास्त असून त्या देशातील कायद्याने ठरविल्याप्रमाणे ती सज्ञान अपराधी होऊ शकते आणि तिने गुन्हा किंवा अपराध केल्यास ती गुन्हेगार होऊ शकते. फक्त ती व्यक्ती वेडी नसावी.'

(In the eye of the Law any person, who is seven years of old or of such age as by the Law of the land concerned is deemed to be an age of sufficiently mature understanding, capable of committing a crime and if he committed a crime he is termed a criminal except is case of insanity; And a crime means any act of omission which under the law for the time being is force in the country concerned, is made punishable- Dr. Sethana)

३) **हर्टन आणि लेस्ली यांच्या मते :** 'गुन्हा म्हणजे कायद्याचे केलेले उल्लंघन होय.'

(Crime is any violation of the Law- Hurten and Lesly)

४) **गिलीन व गिलीन यांच्या मते :** 'कायद्याच्या दृष्टिकोनातून गुन्हा म्हणजे त्या देशातील कायद्याचे उल्लंघन होय.'

(From the legal point of view, crime is an offence against the law of the land - Gillin and Gillin).

गिलीन यांनी गुन्हेगारीबद्दल अजून स्पष्टपणे अशी व्याख्या केलेली आहे, की, 'गुन्हा ही वस्तुत: समाजविघातक अशी कृती असते अथवा ती कृती समाजविघातक आहे, असे दर्शविले जाते अथवा ती कृती समाजविघातक आहे, असा समाजातील एका लोकसमूहाचा विश्वास असतो. इतकेच नव्हे तर लोकसमूह संबंधित व्यक्तीला अशा कृत्याबद्दल निश्चितपणे शिक्षा करू शकतो.'

(Crime is an act that has been shown to be actually harmful to society or that is believed to be socially harmful by a group of people that has the power to enforce its beliefs and that places such act under the ban of positives penalties- Gillin)

थोडक्यात, सर्व विचारवंतांचे याबाबतीत एकमत आहे, की गुन्हा ही समाजविघातक कृती आहे; त्यामुळे समाजाचे संघटन धोक्यात येते. सामान्य व्यक्ती असुरक्षित बनतात व लोकांमध्ये गुन्ह्यांमुळे दहशतीची परिस्थिती निर्माण होते.

गुन्हेगारीविषयक महत्त्वाच्या संकल्पना

बेकायदेशीरता (Illegality)

मानवी समाजाच्या सुरुवातीपासून मानवाने सामाजिक नियंत्रणासाठी प्रथा, रूढी, परंपरा, लोकाचार, नैतिक आणि धार्मिक अधिष्ठान असलेली बंधने लादून घेतलेली होती. जेव्हा समाजातील लोकसंख्या वाढून समाज गुंतागुंतीचा होत गेला, ही छोट्या समूहांना बंधनात ठेवणारी साधने अपुरी पडली, तेव्हा या साधनांची जागा कायद्यांनी घेतली. कायदा प्रत्येक नियमाच्या मागे असतो पण तो काहींना भावत नाही. काहींच्या इच्छा-आकांक्षा कायदा पूर्ण करू शकत नाही; अशा व्यक्ती नियम न पाळता वाटेल तसे वागतात. कायदा पाळला नाही तर एकाचे वर्तन दुसऱ्याला त्रासदायक होते. दुसऱ्या व्यक्तीवर जबरदस्ती होते, अन्याय होतो, सार्वजनिक ठिकाणी गोंधळ माजतो, मालमत्तेचे नुकसान होते, तणाव वाढतात, संघर्ष विकोपाला गेले की गुंडगिरी, हिंसा, लुटालूट, जाळपोळ, खून, मारामाऱ्या होतात; तसेच व्यक्ती, पैसा व अब्रू या तीनही बाबतीत समाजाने कायदेशीरता ठरवलेले व्यवहार पार पाडले गेले नाहीत तर भ्रष्टाचार बोकाळतो. भेसळयुक्त मालाचा व्यापार चालतो. सुरक्षितता धोक्यात येते. इ. प्रकारालाच आपण बेकायदेशीरता बोकाळली असे म्हणतो.

तसेच कित्येक गुन्ह्यांची व बेकायदेशीर व्यवहारांची नोंद होत नाही. निरनिराळ्या खात्यांमध्ये भ्रष्टाचार, वशिलेबाजी, अपहार आणि पैशांचा गैरवापर, अफरातफर आणि पक्षपातीपणा चालू असल्यामुळे बेकायदेशीरता वाढली हेच कारण सर्वसामान्यांमध्येही सर्रास बेकायदेशीरपणे वागण्यासाठी प्रेरक ठरते; अशा प्रकारे माणसे कायदे पाळत नाहीत. कायद्याच्या रक्षकांनाही घाबरत नाहीत; त्यामुळे कायदा मोडण्यात वाढ होते आणि यातूनच गुन्हेगारी जन्म घेते.

गुन्हेगारी (Crime)

गुन्हेगारी म्हणजे व्यक्तिविरुद्ध, मालमत्तेविरुद्ध आणि नैतिकतेविरुद्ध केलेले वर्तन होय. गुन्हेगारी म्हणजे 'गुन्हा करणे' होय. बेकायदेशीर व समाजविरोधी वर्तन ग्रामीण आणि सरल समाजात पारंपरिक पद्धतीचे खून, सूड घेणे, दरोडा घालणे, घराण्यांमधील वैमनस्यातून खून, मारामारी, जाळपोळ करणे, पिकांची नासधूस करणे, बदनामी करणे, खोटा आळ घेऊन कुभांड रचणे इ. आहे. तसेच नागरी आणि जटिल समाजात काळाबाजार, भेसळयुक्त खरेदी-विक्री, छेडछाड, अब्रू नुकसानी, बदनामी करणे, चारित्र्यहनन, चोरटा व्यापार, खोट्या नोटा छापून वापरात आणणे, मुले पळविणे (अपहरण), खंडणी वसूल करणे, बँका आणि सोन्या चांदीची दुकाने लुटणे, खिसे कापणे, बलात्कार करणे, मुलांना भीक मागण्यासाठी अपंग करणे इ. गुन्ह्यांचे प्रकार समजले जातात.

गुन्हेगारी ही विशेषतः गरिबीमुळे किंवा जन्मानेच गुन्हेगार असल्याने घडते. समाजात अलीकडे व्यक्तिस्वातंत्र्य आणि परिवर्तनाची नीतिशीलता यामुळे गुन्हेगारी वाढली आहे.

परंतु, वास्तविकत: हे सर्व अपुऱ्या अनुभवांवरून सांगितलेले युक्तिवाद आहेत. खरे सत्य हे आहे, की गुन्हेगारी सर्वत्र आणि कोणत्याही ऋतूमध्ये व हवामानामध्ये आढळते. गुन्हेगार जन्मतःच गुन्हेगार नसतो; तर गुन्हा करण्यासाठी अनुकूल परिस्थिती निर्माण झाल्यामुळे गुन्हा घडतो. व्यक्तिस्वातंत्र्य आहे म्हणून गुन्हे घडत नाहीत तर लोकसंख्यावाढ, गर्दी, प्राथमिक नियंत्रणाचा अभाव यामुळे काही व्यक्ती नियमबाह्य वर्तन करतात व त्यातूनच गुन्हे घडतात. गुन्हेगार हुशार व चलाख असतात.

गुन्हेगारी उपजत येत नाही. ती पाहून, ऐकून, प्रलोभनांनी मोहित होऊन व त्याचे अनुकरण करून येत असते. वर्तमानपत्रे, चित्रपट आणि उत्तान जाहिरातींचा प्रभाव व्यक्तीवर पडला आणि त्याप्रमाणे वागून पाहण्याचे मनात आल्यानंतर जर जवळच्या कुटुंबीय, मित्र-सवंगडी यांच्यापासून प्रोत्साहन मिळाले तरच गुन्हा घडतो. त्यासाठी गुन्हा कसा करावा, केव्हा व कोणते साधन वापरून पाहावे हे शिकावे लागते. आधीपासूनच गुन्ह्यांची सवय लागलेल्या व्यक्तीचा सहवास असेल तरच हे घडते. म्हणून गुन्हेगारीमध्ये निर्भय व बेरड असावे लागते; जर शिक्षा झाली तरी पुन्हा गुन्हा करण्याची बेरडवृत्ती जोपासावी लागते; अशाच व्यक्ती खून, दरोडेखोरी असे गुन्हे करू शकतात. समाजविरोधी वर्तनाशी, व्यवहारांशी आणि व्यक्तीशी गुन्हेगारी करण्याचा संपर्क जितका अधिक तितकी गुन्हेगारी अधिक असते.

तसेच गुन्हेगारी बहुमितीय घटना किंवा वर्तन असते; त्यामुळे एकापेक्षा अधिक कारणे त्यामागे असतात.जेथे जेथे समाज आहे, समाज नियंत्रणाची साधने आहेत,

सामाजिक मूल्ये व प्रमाणके आहेत, तेथे तेथे व्यक्तींना ती डावलून त्याविरोधी कृत्य करण्याची वेळ कधी ना कधी येते, तेव्हा व्यक्ती गुन्हा करतात.

गुन्हेगार (A Criminal)

गुन्हेगार म्हणजे विविध प्रकारचे गुन्हे करणाऱ्या व्यक्ती. गुन्हेगार मंद बुद्धीचा नसतो तर तो हुशार असतो; कारण गुन्हा करताना तो इतरांच्या लक्षात येणार नाही आणि गुन्हा करताना किंवा केल्यावर तो पकडला जाणार नाही याची खबरदारी घेण्यासाठी खूप सावधगिरी आणि तत्परता दाखवावी लागते. गुन्हा कसा, कोठे व केव्हा करायचा हे नियोजन करूनच करावे लागते.

गुन्हेगारांचे विविध प्रकार असतात. काही प्रथमच गुन्हा करणारे असतात तर काहींना वारंवार गुन्हे करण्याची सवय जडलेली असते; अशांना सराईत गुन्हेगार म्हणतात. काही एकेकटे, स्वतःच गुन्हा करतात तर काही आपापल्या साथीदारांबरोबर मिळून गुन्हा करतात. काहींच्या टोळ्या असतात; अशा गुन्हेगारांचे स्वतःचे असे जग असते. त्याला 'अंडरवर्ल्ड' म्हणतात; तसेच ज्यांच्यापासून धोका नाही अशा व्यक्ती त्यात सामील होतात. गुन्ह्यांची योजना, यशस्वी अंमलबजावणी, पकडले गेल्यावर बचाव कसा करायचा इ.ची तयारी त्यांचे टोळी प्रमुख व अन्य साथीदार करतात. गुन्ह्यातून मिळालेली लूट आणखी नवे गुन्हे करण्यासाठी खर्च करतात; अशा गुन्हेगारांनी महत्त्वाच्या राजकीय नेत्यांशी, व्यापाऱ्यांशी आणि सरकारी अधिकाऱ्यांशी मैत्री करून ठेवलेली असते. त्यांना पैसे देऊन खूश केलेले असते; त्यामुळे त्यांच्याकडून गुन्हेगारांना मदत होते; तसेच पोलीस व गुन्हेगार यांची एकमेकांविरुद्ध सतत स्पर्धा चालू असते. शास्त्रीय स्पर्धा व प्रगती यांचा उपयोग गुन्हेगार करतात; त्यामुळे गुन्हेगारी करण्यामध्ये नवीन तंत्रे, नवीन साधने आणि नवीन फॅशनचा वापर केला जातो. उदा: पोलीस यंत्रणा संगणकाचा आणि बिनतारी संदेश साधनांचा वापर करू लागली तर गुन्हेगारही या नवीन पद्धतीचा जाणीवपूर्वक उपयोग करतात. गुन्हेगारांमध्ये संघभावना तीव्र असल्यामुळे विपथगामी वाटचाल करणाऱ्या गुन्हेगारांना स्वतःचे सगेसोयरे, आप्तसंबंध यांना सोडून लपतछपत जगावे लागते. खोटे वागावे लागते; व चांगले संस्कार विसरून समाजविरोधी वर्तनासाठी वेगळ्याच प्रकारचे गैर संस्कार शिकावे लागतात.

बालगुन्हेगार (A Juvenile Delinquent)

बालगुन्हेगाराच्या वयाची मर्यादा १६ वर्षे असते. सात ते आठ वर्षे वयापर्यंत बालकाची बुद्धी परिपक्व नसते. त्याला गुन्हा म्हणजे काय आणि त्याचे दुष्परिणाम कसे होतात याबद्दलचे ज्ञान असण्याची शक्यता कमी असते; त्यामुळे या वयापर्यंतच्या मुलांना गुन्हेगार समजणे शास्त्रशुद्ध होत नाही. शिक्षेस अपात्र ठरविण्यासाठी किमान

वयोमर्यादा सात वर्षे आणि कमाल मर्यादा सोळा वर्षे कायदेशीर समजण्यात येते. अपरिपक्व मुलांनी केलेल्या गुन्ह्यासंबंधीची आधुनिक संकल्पना विसाव्या शतकात रूढ झाली; त्यामुळे तोपर्यंत मुलांना त्यांचे वय पाहून शिक्षा दिली जात असे. मात्र, आधुनिक काळात अशा गुन्हेगार मुलांना सुधारण्याचे प्रयत्न केले जात आहेत. १९८६ साली मंजूर झालेल्या कायदेशीर तरतुदीनुसार मुलींचे वय १४ अज्ञान (किशोरवय) समजण्यात येते; कारण मुलींना गुन्हेगारीमध्ये किशोरवयात गोवले जाण्याची शक्यता असते व त्यांच्या स्त्रीत्वामुळे त्यांना स्वतःचे संरक्षण करता येत नाही; अशावेळी त्यांना कायदेशीर संरक्षण दिले जाते. तसेच सात वर्षे ते सोळा वर्षे (आणि एकोणीस वर्षांच्या मुलांसाठी) या मर्यादेत जी मुले-मुली गुन्हेगारी कृत्य करतात, समाजविरोधी किंवा अनैतिक वर्तन करतात त्यांना बालगुन्हेगार समजण्यात येते.

गुन्हेगारी अनुवंशिक नसून घरातील विचित्र वातावरण, पालकांच्या प्रेमाचा अभाव, त्यांचे आपापसातील संबंध, अति कडक शिस्त किंवा अति मोकळेपणा, फाजील लाड इत्यादींमुळे मुले-मुली गुन्हेगार होतात; तसेच मोठी माणसे स्वतःच्या गुन्हेगारी कृत्यांमध्ये लहान मुला-मुलींचा वापर करतात. झोपडपट्टया, गलिच्छवस्त्या, गर्दीची ठिकाणे, चोरबाजार, सिनेमागृहे येथे काळाबाजार, मटका, जुगार आणि खिसे कापणे यासारख्या गोष्टी चालू असतात. लहान मुले-मुली या वातावरणात हे सर्व वाईट आणि बेकायदेशीर व्यवहार पाहतात, आकर्षित होतात आणि त्यात ओढले जातात व त्यांच्या हातून मोठ्या गुन्ह्यांना पूरक असे वर्तन घडू लागते. गुन्हेगारी शिकण्याची परिस्थिती त्यांना गुन्हेगारी शिकवते, करायला लावते आणि ती मुले स्वतःच गुन्हेगार बनतात. मुली फसविल्या जातात आणि वेश्या व्यवसायापर्यंत त्यांची मजल पोहोचते म्हणून बाल गुन्हेगारीला वेळीच आळा घालण्यासाठी बालकांचे आणि पालकांचे संरक्षण करणे हे महत्त्वाचे कार्य पोलीस, समाजसेवी संस्था, सामाजिक कार्यकर्ते, वकील, न्यायाधीश यांनी केले पाहिजे.

अशा प्रकारे, बालगुन्हेगारी हा समाजावरील कलंक आहे, असे समजून तिला पूरक वातावरण असणाऱ्या समाजातच तिचे परिवर्तन झाले पाहिजे.

विपथगमन

समाजाचे स्वास्थ्य नीट राहावे, सर्व व्यक्ती आणि समूह यांना आपले हक्क आणि कर्तव्ये नीट पार पाडता यावीत म्हणून नियम आणि कायदे केलेले असतात. परंतु, हेच नियम आणि कायदे सर्वांना आवडतातच असे नाही. त्यांचे बंधन व्यक्तींना पाळणे अवघड जाते. मोह, अनैतिक लाभ आणि गैर मार्गाने इच्छांची पूर्तता करण्याची काही व्यक्तींची मानसिक तयारी होते; काही जण आपले दोष लपवण्यासाठी दुसऱ्यांना

फसवतात. बेकारीमुळे व्यक्ती निराश आणि स्वाभिमानशून्य होतात. पती-पत्नींमधील भांडणे, व्यसनाधीनता आणि विवाहबाह्य संबंध यांच्या आहारी जाऊन ज्या व्यक्ती वर्तन करतात, त्यांच्या कुटुंबावर आणि आसपासच्या समाजावर विपरीत परिणाम करतात. हे वर्तन विपथगमनाचे आहे. ज्या वेळी व्यक्ती समाजाला अपेक्षित वर्तन करून जीवन जगू शकत नाही आणि समाजाचे नियम डावलून वेगळ्याच वाटेने व दिशेने वागू लागतात; त्या वेळी त्यांच्याकडून विचलन होते.

तसेच विपथगमन या संकल्पनेला दुसरीही बाजू असते. कधी कधी समाजातील कायदे व कायद्यानुसार चालणारी व्यवस्था जाचक होत असेल; गुन्हेगारीला, गुलामगिरीला आणि विषमतेला पूरक होत असेल अशा वेळी ते कायदे आणि ती गुलामी व्यवस्था बदलणे गरजेचे असते. अशा वेळी काही दूरदर्शी समाजसुधारक, नेते, विचारवंत आणि संत महात्मे वेगळ्या वाटेने जाणे पसंत करतात, क्रांतिकारक बदल घडवून आणवतात. क्रांतीमुळे जुन्या राजवटीची उलथापालथ होते आणि नव्या विचारांवर आधारित व्यवस्था अस्तित्वात येते; अशा स्वरूपाचे विपथगमन समाजाला उपकारक ठरते.

आरोपी (The Accused)

'कायदा मोडून वर्तन केले व गुन्हा केला.' असा आरोप ठेवता येण्याजोगी परिस्थिती ज्या व्यक्तींच्या वा व्यक्तींच्या गटाबाबत घडली असे जर पोलिसांना वाटले तर अशांना 'आरोपी' म्हणतात; तर कधी कधी कायद्याविरुद्ध वर्तन त्याच व्यक्तीकडून झाले आहे किंवा नाही असा संशय आला तरी त्याला 'आरोपी' म्हणतात. केवळ वाटल्याने आरोपी होत नाही, तर त्या व्यक्तीला अटक करावी लागते. अटक केलेल्याला 'आरोपी' म्हणता येते. अटक केल्यानंतर आरोपींना न्यायधीशांसमोर चोवीस तासांच्या आत हजर करावे लागते; कारण समाजात, रस्त्यावर, बाजारात सार्वजनिक ठिकाणी शांतता आणि सुव्यवस्था ठेवणारी जी पोलीस यंत्रणा असते, तिला गर्दीच्या ठिकाणी आरोपी शोधणे आणि पकडणे फार अवघड असते. तरीही आरोपी पोलिसांच्याही हातावर चकमा देऊन गर्दीत दिसेनासे होतात. लोकच बघ्याची भूमिका घेतात आणि आरोपीला पळून जाण्यासाठी मदत करतात. गुन्हा करताना जागीच पाहिले तर पोलिसांनी तातडीने अटक करावे.

परंतु, अटक करण्यामध्ये आणि आरोप ठेवण्यामध्ये पोलिसांकडून खूपदा कायद्याचा अति गैरवापर होऊ शकतो. कधी कधी लोकांकडून, राजकारणी लोकांकडून किंवा अधिकाऱ्यांकडून दबाव आल्यामुळे अटक केली जाते; तर कधी कधी निष्पाप, निरपराध व्यक्तींवर आरोप लादून अटक केली जाते. आरोप ठेवण्यासारखा पुरावा

गोळा करण्यासाठी पोलीस कोठडीत किंवा न्यायालयीन कोठडीत ठेवण्यात येते; म्हणून आरोप ठरविणे, आरोप तयार करणे आणि न्यायालयात आरोप सिद्ध होण्यासाठी पुरेसा पुरावा तयार करून योग्य साक्ष देणारे साक्षीदार हजर करणे, ही सर्व पोलिसयंत्रणेची आरोपीबाबतची महत्त्वाची कामे आहेत.

ब) आधुनिक समाजात घडणाऱ्या गुन्ह्याची वैशिष्ट्ये (Characteristics of Crime in Modern Society)

समाजात गुन्हेही वेगवेगळ्या प्रकारचे घडत असतात परंतु सामान्यत: त्याचे वर्गीकरण तीन प्रकारात करता येईल–

१) व्यक्तित्वाविरुद्धचे गुन्हे (Against the person or personal things, character and name) :

पूर्वीपासून खुनास खून, वैरातून खून, नकोसा झाला की, काटा काढणे म्हणजेच मारून टाकणे असे भयंकर कृत्य मानवी समाजात पाप समजले जाते. आजही माणूस माणसाला नकोसा वाटणे यासारखे दुसरे पाप नाही आणि म्हणून व्यक्तीविरुद्धचा सर्वांत गंभीर आणि घातक गुन्हा म्हणजे खून, वध किंवा मारून टाकणे म्हणजेच गुन्हेगाराकडून दुसऱ्या व्यक्तीचा खून होतो. तो खून खाजगी वैरभावनेतून होतो. खून करण्याची कधी इच्छा नसते, परंतु, त्या व्यक्तीला त्रास देण्याची इच्छा असते. अशा वेळी त्या व्यक्तीला मारहाण केली जाते, भीती दाखवली जाते वा छळ केला जातो. ती मरेल अशी योजना असतेच असे नाही पण गुन्हेगाराच्या चुकीने हत्यार जिव्हारी लागते, गोळी छातीत किंवा डोक्यात घुसते आणि मृत्यू ओढवला जातो; म्हणजेच व्यक्तीचा खून करणे हा व्यक्तिविरुद्धचा गुन्हा आहे; कारण ज्या व्यक्तीचा खून होऊन त्याला मृत्यू येतो त्याला जगण्याचा हक्क नाकारला जातो. त्याचवेळेस त्याच्या मरण्यामुळे त्याच्यावर अवलंबून असणाऱ्या मुलांचा व बायकोचाही हक्क हिरावला जातो.

खून करण्याचे निरनिराळे प्रकार आहेत

उदा. मारून टाकण्यासाठी कोणतेही तीक्ष्ण हत्यार वापरले जाते. शरीराच्या वेगवेगळ्या क्रियांना इजा पोहोचवणे, श्वास रोखून ठेवण्यासाठी गळा दाबणे, नरडीला इजा करणे, डोके दगडाने वा तीक्ष्ण हत्याराने फोडणे, पोटात तीक्ष्ण हत्यार खुपसणे, याशिवाय डोळे काढणे, हात–पाय तोडणे, यासारखे क्रूर आणि दुःखदायक इजा पोहोचवणारे त्रास शरीराला दिल्याने मृत्यू ओढवतो. हेतू आणि क्रिया दोन्हींचा अतिरेक होतो. वास्तविक अशा व्यक्तींचे जीवन इतर अनेक प्रकारे चांगले व समाजोपयोगी असते. त्यांच्यावर प्रेम करणारी इतर अनेक माणसे असतात; अशा

वेळी त्यांना जगू न देण्याचा अधिकार काहींनी गाजवणे आणि तेही दुसऱ्यांकरवी त्यांचा खून करवणे हे खूप मोठे पाप आहे. पुष्कळदा खून करणारा पैसे घेऊन एखाद्याला केवळ मारून टाकण्याचे काम करतो. यामागे अन्य बलदंड परंतु भ्याड, स्वार्थी आणि अत्यंत नीच मनोवृत्तीचा माणूस असतो. कधी खून होताना खुनी पकडला गेलाच तर त्याला तर शिक्षा होतेच परंतु त्याने खुनामागच्या नीच प्रवृत्तीच्या माणसाचे नाव सांगितले तरी कायद्याने त्याला शिक्षा होत नाही कारण त्याच्याविरुद्ध पुरावा नसतो. हा कायद्यामधील फार मोठा आंतर्विरोध आहे. त्याविरुद्ध न्यायसंस्थाही काही करू शकत नाही आणि म्हणून अनेक निरपराधी आणि प्रत्यक्ष गुन्हेगारीशी संबंध नसलेल्यांना मरण येते.

अशा प्रकारे राजकीय आणि आंतरराष्ट्रीय राजकारणाचे डावपेच म्हणून आज दररोज कोठे ना कोठे बॉम्ब ठेवणे, गाड्या उडविणे आणि विमानांची अपहरणे करून त्यातील प्रवाशांना ठार मारणे हेही मानवी हत्यांचे क्रूर प्रकार आहेत. हे व्यक्तित्व नाकारण्याच्या हेतूने झालेले गुन्हे अत्यंत गंभीर स्वरूपाचे आणि अमानवी प्रवृत्तीचे प्रदर्शन करतात.

आत्महत्या (Suicide)

आत्महत्या हाही स्वतःच्याच शरीरावर अन्याय करणारा गुन्हा आहे. समाजाचा कंटाळा आल्यामुळे किंवा समाजात जगण्याची लायकी नाही, असे वाटू लागल्यामुळे किंवा समाजाविरुद्ध काही घोर अपराध केला आहे, अशी भावना वाटू लागल्यामुळे व्यक्ती कोणत्याही प्रमाणकांना न भीता किंवा न घाबरता स्वतःचा जीव संपवितात, याला आत्महत्या म्हणतात. उदा. गळफास लावून घेणे, रक्तवाहिनी कापून रक्तस्राव होऊ देणे, विषप्राशन करणे इत्यादी पद्धतींनी जीवन संपवतात.

याशिवाय, राजहत्या, समाजातील उच्च पदस्थांची हत्या आणि कोणत्याही मनुष्याची हत्या हे व्यक्तिविरुद्धचे गुन्हे आहेत. हुंड्यातून मिळणाऱ्या पैशांसाठी आणि आर्थिक लाभासाठी पत्नीचा छळ करून खून करणे हाही मनुष्य हानीचाच गुन्हा आहे. यामध्येच पत्नीला रॉकेल ओतून जाळणे, विषबाधा किंवा हात-पाय बांधून विहिरीत फेकून देणे, अशा अमानुष प्रकारांनी हत्या केली जाते.

अशा प्रकारे व्यक्तिविरुद्धचे गुन्हे हे गुन्ह्यांमधील सर्वांत गंभीर स्वरूपाचे गुन्हे आहेत आणि हा गुन्हा एकट्या व्यक्तीने केलेला किंवा संघटितरीत्या केलेला गुन्हा आहे आणि यामध्ये बळी जाणाऱ्यांवर फार अन्याय होतो; त्यामुळे बळीला न्याय मिळण्याची मुभा या गुन्ह्यामध्ये नसते; कारण यामध्ये व्यक्तीचा जीवच नष्ट होत असतो.

खुनाशिवाय इतर गुन्हे

व्यक्तिविरुद्धचे इतर गुन्हे म्हणजे स्त्रीचे सौंदर्य विद्रूप करणे, तिला अपंग बनवणे आणि मूकबधिर वा आंधळी बनवणे इत्यादी गुन्हे व्यक्तित्वाविरुद्धचे आहेत. त्यातही व्यक्तीला जगण्यासाठी आवश्यक असलेली स्थिती नाहीशी करणे, हा अन्यायकारक गुन्हा आहे; तसेच व्यक्तित्वाविरुद्धचा गुन्हा बलात्कार, विनयभंग आणि कौटुंबिक छळ आणि कामाच्या ठिकाणी होणारा वैयक्तिक त्रास हे असतात. यातही दुसऱ्या व्यक्तीचा शारीरिक छळ तर होतोच, परंतु मानसिक व नैतिक छळही होतो. याबद्दलचे विवेचन पुढेही लैंगिकछळ या गुन्ह्याच्यावेळी येईल; तसेच समाजात वावरताना बलात्कार झालेल्या स्त्रीला अनेक लोकांच्या टीकेला तोंड द्यावे लागते. तिला अनैतिक समजले जाते, लग्न होत नाही, मूल झाले तर ते ही पित्याविना लहानाचे मोठे करावे लागते; कारण या गुन्ह्यात पुराव्याअभावी गुन्हेगाराला क्वचितच शिक्षा होते आणि बळीला मात्र अनेक प्रकारे अन्यायकारक परिस्थितीला तोंड द्यावे लागते; कधी कधी अशा गुन्ह्यांमध्ये बळींच्या मनावर आघात होतात आणि त्यातून अशा व्यक्ती जीवनभर सावरत नाही; त्यांना मुले असली तरी त्यांच्या वाढीवरही विपरीत परिणाम होतो.

व्यक्तित्वाविरुद्धचे इतर गुन्हे शारीरिक इजा नसली तरी जीवनातून उठवणारे ठरतात. उदा. भ्रष्टाचार, अपहार आणि फसवणूक यांसारखी प्रकरणे कायमची बदनामी करतात. हे गुन्हे बहुमितीय आहेत. यामध्ये मोहात सापडलेल्या व्यक्तीच असे कृत्य करतात आणि इतर व्यक्तींना व त्यांच्या कुटुंबीयांनाही मोहात पाडतात. काही दिवस मिळालेल्या भरमसाट पैशांवर मौजमजा करू देतात; परंतु, जर या गुन्ह्यांमध्ये पकडले गेले तर स्वतः तुरुंगात जातात व कुटुंबीयांना अडचणीत आणतात.

२) मालमत्तेविरुद्धचे गुन्हे

सर्वसामान्यपणे चोरी अणि खिसा कापून पाकीट लांबवणे हा गुन्हा सर्रास दिसतो. लहान मुलेदेखील सहजपणे चोरी करतात. खिसा कापून पाकीट पळवणे यासाठी कौशल्य लागते. परंतु, उचलेगिरी ही सर्वत्र शक्य असते. बळी गाफील असतात; आपल्या मौल्यवान वस्तू, पैसे, प्रवासात सामानाकडे दुर्लक्ष करून किंवा तसेच सोडून इतर कामांकडे लक्ष देतात; अशा वेळी गुन्हेगारी करणाऱ्या व्यक्तींना मोह होतो आणि समोर दिसणारी वस्तू ते पळवितात. याचेच गंभीर स्वरूप चोरी व घराचे कुलूप तोडून, बँकांमधील तिजोरी फोडून मोठ्या रकमा लांबवणे या प्रकारांमध्ये दिसते.

मालमत्तेविरुद्धचे इतर गुन्हे म्हणून आर्थिक व्यवहारांमध्ये फसवणे, लुबाडणे यांचा समावेश होतो. जमिनींच्या व दुकानांच्या खरेदी-विक्रीच्या व्यवहारांमधील

फसवणूक सर्वसामान्यतः ग्रामीण भागात चालते व दोन्ही पक्षांची मंडळी न्यायमंदिरात वर्षानुवर्षे भांडत राहतात. मालमत्तेच्या वाटपातही अन्याय करतात आणि त्यावरून भांडणे व मारामाऱ्या होतात.

शहरांमध्ये व्यापारी कंपन्या बनावट पत्रव्यवहार करून, खोट्या जाहिराती देऊन, माल देण्यात कपात करून फसवणूक करतात. जमिनी, बांधलेली घरे, उंची किमतीचे दुकानांचे गाळे आणि घरे यांच्याही खरेदी-विक्रीत लबाडी करतात. शहरात घरफोडी आणि मोटारीची यंत्रे इत्यादी मोठ्या वस्तू चोरणे हे आर्थिक फायद्याच्या उद्देशाने होणारे गुन्हे दिसतात.

याशिवाय खोट्या नोटा छापणे व सर्रासपणे वापरात आणणे हा लाखो रुपयांची आर्थिक उलाढाल करणारा गुन्हा आहे. अलीकडे तर परीक्षेच्या प्रश्नपत्रिका छापून विकणे आणि विद्यापीठांची परीक्षा उत्तीर्ण झाल्याबद्दलची प्रमाणपत्रे हुबेहूब छापून विकणे आणि लाखो रुपये कमावणे हा नवीन आर्थिक गुन्हा झाला आहे.

त्या व्यतिरिक्त घोड्यांच्या शर्यती, सट्टा, मटका, जुगार आणि लॉटरी यामध्ये जी यंत्रे वापरली जातात किंवा पद्धती वापरल्या जातात, त्यामध्ये फसवणूक करून लाखो रुपयांची जादा कमाई करणे इ. आर्थिक गुन्ह्यांना १९५० च्या आसपास सामाजिक मनोरंजनातून सुरुवात झाली असली तरी आज त्यांचे जगभर पसरलेल्या कोट्यवधी रुपयांच्या उलाढालींमध्ये आणि त्या उलाढालींचे नियंत्रण करणाऱ्या टोळ्यांमध्ये रूपांतर झाले आहे. आर्थिक संपत्तीच्या मोहाबरोबरच दारूचे अड्डे, अनैतिक संबंध वाढवणारे नृत्याचे क्लब्ज, वेश्या व्यवसाय, मुलींची खरेदी-विक्री आणि आंतरराष्ट्रीय गुन्ह्यांसाठी यातील मुला-मुलींचा वापर करणे यासारखे गुन्हे रूढ झाले आहेत.

३) अनैतिक संबंध निर्माण करणारे गुन्हे

हे गुन्हे बळीच्या नैतिक व्यक्तिमत्त्वाला हानी पोचवणारे असतात. यामध्ये बलात्कार, रस्त्यावर छेडछाड काढणे, कुचेष्टा करून नवीन येणाऱ्यांना कमी लेखणे व तसे जाणवून देणे, बदनामी करणारा मजकूर छापून, प्रसिद्ध करून नाव खराब करणे, अब्रू नुकसानी करणे, खोटा प्रचार करून चारित्र्यहनन करणे, मुलींना गैर मार्गाला लावणे आणि पळवून नेऊन त्यांची खरेदी-विक्री करणे, विवाहाची बंधने झुगारून पहिल्या पत्नीचा त्याग करणे तिला फसवून दुसरे लग्न करणे, विवाहबाह्य संबंध ठेवणे. विवाहापूर्वी शरीरसंबंध ठेवून मुले होऊ देणे व त्यांना सांभाळण्याऐवजी रस्त्यावर फेकून देणे हे सर्व समाजात मान्य असलेल्या नीतीच्या कल्पनांना आणि नियमांना झुगारून देणारे गुन्हे समजले जातात; तसेच वेश्यांचे नृत्य आणि गिऱ्हाइकांना

रिझवणे हे काही देशांमध्ये हॉटेलमध्ये रीतसर जेवणाबरोबर आणि मद्यपानाबरोबर करमणुकीचे कार्यक्रम म्हणून समजले जातात. परंतु, अलीकडे मात्र, चंगळवादाच्या विस्ताराबरोबर करमणुकीचे प्रकार, उत्तान संगीत, नृत्य आणि त्यासोबत तरुण स्त्री-पुरुषांमधील स्वैर लैंगिक खेळ व संबंध यांनाही शहरांमध्ये मान्यता मिळू लागली आहे; त्यामुळे पालकांनी करावयाच्या सभ्यतेच्या संस्कारांऐवजी कुटुंबाबाहेरील अशा ठिकाणी चाललेल्या अनैतिकतेला वाव देणाऱ्या वर्तनालाच महत्त्व आले आहे.

क) गुन्ह्याची कारणे (Causes of Crime)

देशात अनेक कारणांनी गुन्हे घडत असतात. त्यांचे वेगवेगळ्या प्रकारात वर्गीकरण करता येईल. जसे-आर्थिक, सांस्कृतिक, राजकीय, सामाजिक इत्यादी.

आर्थिक (Economic)

- भारताच्या लोकसंख्येपैकी दारिद्र्यरेषेखाली रहाणाऱ्या लोकांचे प्रमाण आजही लक्षणीय आहे. माणसाच्या मूलभूत गरजा अन्न, वस्त्र, निवारा याची पूर्तता झाली नाहीत तर त्या गरजा पूर्ण करण्यासाठी व्यक्ती गुन्ह्याकडे वळण्याची शक्यता असते.

- नियमबाह्य काम करण्यासाठी किंवा काम वेळेत पूर्ण करून देण्यासाठी विशेषतः शासकीय अधिकारी लाच घेतात.

- अनेक पतसंस्था, शिक्षणसंस्था, धार्मिक संस्था इ. ठिकाणी तेथील संबंधित व्यक्ती पैशांची अफरातफर करणे, पैसा हडप करणे असे गुन्हे करतात.

- शासनाच्या काही योजना स्वयंसेवी संस्थांमार्फत राबविल्या जातात. अशा वेळी लाभार्थींना पुरेसे पैसे न देता स्वतःचाच लाभ करून घेतात.

- व्यसनाधीन व्यक्ती स्वतःच्या व्यसनासाठी लागणारा पैसा मिळविण्यासाठी चोरी, पाकिटमारी यांसारखे गुन्हे करतो.

- केवळ भरपूर पैसा मिळविणे या हेतूने काही स्त्रिया वेश्याव्यवसायासारखा अनैतिक मार्ग निवडतात.

कारणे

- आदर्श, मूल्ये यांच्यावरील विश्वास डळमळीत होऊ लागला आहे. पूर्वी मूल्ये, आदर्श यांचे समाजावर अदृश्य नियंत्रण असायचे व व्यक्तीच्या वर्तनावरही नियंत्रण असायचे. आधुनिक समाजात मूल्यांना विशेष महत्त्व दिले जात नाही.

- पैसा, श्रीमंती, भौतिक सुखे यांना अधिक महत्त्व आल्याने अधिकाधिक पैसा मिळविण्याकडे लोकांचा कल आहे व हा पैसा कोणत्याही मार्गाने मिळविण्याची तयारी असते; यातूनच गुन्हे जन्म घेतात.
- समाजात नीतिमत्तेला पूर्वीसारखे महत्त्व उरले नाही. व्यक्तींवर समाजाचे नियंत्रण न राहिल्याने व्यक्ती गुन्हा करायला धजावतात.
- शासकीय कर्मचारी भ्रष्टाचार करतात, कारण देशातील भ्रष्टाचारविरोधी यंत्रणा तितक्याशा प्रभावी राहिलेल्या नाहीत.
- माध्यमांमधून उद्योजक, पुढारी, चित्रपटक्षेत्रातील व्यक्ती यांच्या चैनीच्या राहणीचे सतत लोकांपुढे प्रदर्शन मांडले जाते. लोकांचा कल अनुकरणाकडे असल्यामुळे भ्रष्टाचार, अफरातफर अशा वाटेल त्या मार्गाने लोक पैसा मिळवितात, अनैतिक कृत्ये करतात.
- काही व्यक्तींच्या जीवनावश्यक गरजा पूर्ण होत नसल्याने त्यांना चोरी, फसवणूक या मार्गाने पैसा मिळवावा लागतो.
- आर्थिक गुन्हे करणाऱ्या व्यक्तींना शिक्षा होत नाही; त्यामुळे आर्थिक गुन्हे करणाऱ्यांचा इतर व्यक्तींवर वचक राहत नाही.
- समाजात योग्य 'आदर्श' नसल्याने श्रीमंत व भरपूर पैसे असलेल्या व्यक्तीला समाजात मान मिळत असल्याने चुकीची मूल्ये रुजतात.
- देशाची अर्थव्यवस्था खिळखिळी करण्यासाठी खोट्या नोटा बाजारात आणून नुकसान करणे, इत्यादी प्रवृत्ती बळावतात.

सांस्कृतिक (Cultural)

- लोकांच्या मनावर आजही जाति-धर्मांचा प्रभाव मोठ्या प्रमाणात आहे. भारतात अनेक धर्म, जाती, संप्रदायाच्या व्यक्ती वास्तव्य करीत आहेत आणि लोकांची आपल्या धर्मावर, समुदायावर, पंथावर त्यातील विचारसरणीशी त्यांची असलेली निष्ठा, तसेच त्या-त्या जाती, धर्मांतील व्यक्तींचे समान हितसंबंध असतात त्यांचे ऐक्य असते.
- प्रत्येक जाती-धर्मातील व्यक्ती स्वतःच्या धर्मानुसार वर्तन करीत असते. त्यानुसार आचार-विचार करीत असतात. प्रत्येक समाजाचे उत्सव, धार्मिक विधी वेगवेगळ्या प्रकारच्या असतात. यात सार्वजनिक रीतीने साजऱ्या होणाऱ्या उत्सव, समारंभाच्याप्रसंगी परस्परांमध्ये तेढ निर्माण होते. क्वचित प्रसंगी प्रत्यक्ष संघर्षही होतात.

- राजकीय नेते, पुढारी निवडणुकांमध्ये मते मिळविण्यासाठी विशिष्ट जाति-धर्मांच्या लोकांना आश्वासने देतात व ती त्यांनी पूर्ण केली नाही, की असंतोष निर्माण होऊन नियम, कायदेबाह्य वर्तन केले जाते.

- समाजातील उच्च जातींच्या प्रभावामुळे इतर जातींवर अन्याय होतो व प्रस्थापित व्यवस्था उलथवून टाकण्यासाठी ते दंगे, तोडफोड करणे असे मार्ग निवडतात.

- समाजात काही जण जाणूनबुजून इतर धर्मांतील व्यक्तींच्या भावना दुखावतील अशी विधाने करतात, कृत्ये करतात, वर्तन करतात; त्यामुळे समाजातील शांतता भंग पावते आणि यातून टोकाचे परिणाम होतात, हिंसासुद्धा होतात.

- एखाद्या समुदायाला स्वतःचे वर्चस्व, प्रभाव वाढवायचा असेल तर ते समाजविघातक कृत्ये करतात, इतरांच्या भावना भडकवण्याचा प्रयत्न करतात, याचे पर्यवसान संघर्षात होते.

- आजही काही राज्यांमध्ये खाप पंचायतींचे वर्चस्व आहे. समाजात आपले महत्त्व टिकावे यासाठी आंतरजातीय विवाहांना व स्वजातीय विवाहांनासुद्धा जुने दाखले देऊन विरोध करतात व यातून खून, स्त्रियांवर अत्याचार, वरिष्ठ जातींकडून कनिष्ठ जातींवर अन्याय असे गुन्हे घडतात.

- जाति-धर्मांमध्ये परस्पर सहकार्य न राहिल्याने समाजात अस्थैर्य, असुरक्षितता राहते, लोकांच्या मनात भीतीची भावना असते.

राजकीय (Political)

- राजकारणात सत्तेची हाव, सत्ता न मिळाल्यास वाटेल त्या मार्गाने ती मिळविणे या प्रवृत्ती दिसतात. राजकारणी व्यक्ती स्वतःच्या फायद्यासाठी जातींची मुळे अधिकाधिक खोलवर कशी रुजतील हे पहात असतात व याचा उपयोग निवडणुकींसाठी करतात. परंतू याचा परिणाम म्हणजे समाजात जातीय सलोखा राहत नाही.

- गुन्हेगारी क्षेत्रातील व्यक्ती राजकीय पक्षाच्या आश्रयाने गुन्हे करतात व त्यांना समाजात प्रतिष्ठा मिळत असल्याने त्यांचे गुन्हे उघडकीला येत नाहीत.

- राजकीय पक्षातील काही व्यक्ती पक्षाच्या नावाखाली लोकांकडून खंडणी उकळणे, वर्गणी व पक्षाला देणगीच्या नावाखाली भरमसाठ पैसे काढणे असे गुन्हे करतात. प्रसंगी वर्गणी न देणाऱ्याला धमकावणे, त्याच्या मालाची नासधूस करणे, हे प्रकार करतात.

- निवडणुकांच्यावेळी मतपेट्या पळवणे, विरोधी उमेदवाराला व मतदारांना धमकावणे, विरोधी उमेदवाराला पळवणे, संबंधित कर्मचाऱ्यांवर दबाव टाकणे, दहशतीने मतदान करायला लावणे, असे गुन्हे घडत असतात.

कारणे

- राजकारणात प्रवेश करायचा तो सत्ता, संपत्ती मिळविण्यासाठी हा हेतू, उद्देश ठेवल्याने समाजकारणाकडे दुर्लक्ष केले जाते व सत्ता, संपत्ती, गुन्हेगारी मार्गाने मिळविली जाते.

- मतदारांना योग्य उमेदवाराला मत द्यायचे असले तरी धमक्या, पैसे देऊ करणे यातून नको त्या उमेदवाराला मत द्यावे लागते यातून लोकशाही मार्गाने मतदान होत नाही व अशा प्रवृत्ती बळावतात, प्रस्थापित होतात.

- कायदा आणि न्यायव्यवस्था पाहिजे तेवढी सक्षम नाही. राजकारणी, पुढारी, नेते न्यायालयावर दबाव टाकून आपल्या बाजूने कायदा वळवून घेतात व त्यांना शिक्षा होत नाही.

- लोकशाही राज्यव्यवस्था म्हणजे नेमके काय, याविषयी पुरेशी जागरूकता नागरिकांमध्ये नाही.

- राजकारण्यांच्या भ्रष्टाचाराचा नागरिक मोठ्या प्रमाणात निषेध करत नाहीत, त्यांना सत्तेवरून पाय उतार करत नाहीत त्यामुळे राजकारणी निर्ढावतात.

- नागरिकांना स्वतःच्या हक्कांविषयी पुरेशी जागरूकता आलेली नाही.

सामाजिक (Social)

स्त्री-पुरुष असमानता

समाजात स्त्री-पुरुष समानता नसल्याने व स्त्रियांचे स्थान दुय्यम असल्याने स्त्रियांविषयीचे बलात्कार, सक्तीने वेश्याव्यवसाय करायला लावणे, विनयभंग करणे, बालिकांवर अत्याचार करणे, कौटुंबिक अत्याचार करणे असे अनेक प्रकारचे गुन्हे घडत असतात. या असमानतेमुळे स्त्री-भ्रूणहत्या घडून येतात; कारण मुलगा मुलीपेक्षा श्रेष्ठ मानला जातो. स्त्रियांकडे बघण्याचा दृष्टिकोन अतिशय दूषित असल्याने त्यांची छेडछाड करणे, त्यांना सक्तीने विवाह करण्यास भाग पाडणे, त्यांना विवाहाचे वचन देऊन अनैतिक संबंध ठेवणे अशा प्रकारातून मुली आत्महत्येस प्रवृत्त होतात. एकतर्फी प्रेमातून मुलींना त्रास देणे, त्यांनी प्रतिसाद दिला नाही तर खून करणे, ॲसिड फेकून त्यांना विद्रूप केले जाते.

पुरुषी मानसिकतेमुळे स्त्रीला स्वातंत्र्य नको, ती पुरुषाची दासी आहे. तिला पती निवडायचा अधिकार नाही हे विचार आजही अनेक पुरुषांचे व युवकांचे आहेत. यातूनच हुंडा घेण्याची प्रथा आली ती अजूनही आहे व हुंड्यामुळे बळी जात आहेत.

व्यसनाधीनता

व्यसनाधीनता सर्व वयोगटातील विशेषतः पुरुषांमध्ये जास्त आढळते व या व्यसनासाठी पैसे न मिळाल्यास चोरी, खून, दरोडे घातले जातात.

अंधश्रद्धा

अंधश्रद्धा मोठ्या प्रमाणात असल्याने जादूटोणा करणे, गुप्तधनासाठी नरबळी दिले जातात, चेटकीण, करणी करणारी म्हणून स्त्रियांना ठार मारले जाते. मुलगा होणे (वंशाला दिवा मिळणे), गुप्तधन मिळणे या नावाखाली लोकांकडून भरमसाठ पैसे उकळले जातात.

देवदासी, जोगतीण या नावाखाली मुलींना वेश्याव्यवसायासाठी भाग पाडले जाते.

कुटुंबविघटन

कुटुंबविघटनाचे प्रमाण वाढल्यामुळे अशा कुटुंबातील बालकांना गुंडांच्या टोळ्या, पाकिटमारी, तिकिटांचा काळा बाजार या गोष्टी करायला लावतात. अशा कुटुंबातील मुलींना, स्त्रियांना अनैतिक मार्गाला लावले जाते.

जातींचे प्राबल्य

समाजात उच्च-नीचता पाळली जाते; त्यामुळे त्याविषयीचे गुन्हेही घडत आहेत. अस्पृश्यता पाळणे, मंदिर प्रवेश नाकारणे, विशिष्ट भागात वास्तव्य करण्यास भाग पाडणे. वास्तविक या गोष्टी कायद्याने गुन्हा ठरवल्या आहेत. परंतु तरीही समाजात असमानता दिसून येते.

अनैतिक संबंध

कुटुंबविघटन, घटस्फोट यांमुळे अनैतिक संबंध, विवाह्यबाह्य संबंधांचे प्रमाण वाढले आहे.

स्त्रीचे विकृत दर्शन

माध्यमांमधून, चित्रपट, जाहिरात, दूरचित्रवाणीच्या विविध वाहिन्या इत्यादींद्वारे स्त्रीचे विकृत चित्रण केले जाते. देहप्रदर्शन करायला लावले जाते. आवश्यक नसतानाही असे चित्रण केले जाते. मुळातच स्त्रीचे विकृत चित्रण करणे हा गुन्हा

आहे व अशा चित्रीकरणातून चुकीचे संदेश पोहोचल्याने युवकांकडून, पुरुषांकडून बलात्कार, विनयभंग यांसारखे गुन्हे घडतात. स्त्रीची नाहक बदनामी करणे, स्त्रीला लज्जा उत्पन्न होईल असे वर्तन केले जाते; कारण स्त्रीची प्रतिमा ही भोगवस्तू म्हणून उभी केली आहे. मोबाईल, संगणक यावरून स्त्रीला अश्लील मजकूर पाठवणे किंवा तिचे विकृत चित्रण करून पाठवणे या प्रकारचे गुन्हे सर्रास होत असतात; कारण अशा गुन्ह्यांसाठी कडक शिक्षा होत नाही. मुळात ते लवकर उघडकीलाच येत नाहीत तसेच आणले जात नाही.

शोषण

दुर्बल आर्थिक परिस्थिती असलेल्या व्यक्तींचा फायदा घेऊन त्यांना भरमसाठ व्याजाने पैसे देऊन त्यांचे शोषण करणे.

बालमजुरी कायद्याने गुन्हा असूनही बालकांना कामाला ठेवून त्यांचे शोषण केले जाते.

मजुरी करणाऱ्या व्यक्तींच्या अशिक्षितपणाचा फायदा घेऊन त्यांना योग्य तो मोबदला दिला जात नाही.

फसवणूक

वृद्धांच्या शारीरिक दुर्बलता, एकाकीपण, असहाय्यता याचा फायदा घेऊन त्यांची फसवणूक केली जाते. यात आर्थिक फसवणूक, मारहाण, खून करणे हे गुन्हे घडत असतात; वृद्धांना पुरेसे संरक्षण दिले जात नाही. यात अनेकदा नातेवाइकांकडूनही वृद्धांच्या जागेचे परस्पर व्यवहार करून पैसे हडप केले जातात.

पैसे कमी असलेल्या मध्यमवर्गीय व्यक्तींना पैसे दुप्पट करून द्यायच्या आमिषाने फसवणूक केली जाते.

आधुनिक तंत्रज्ञान

सर्वांनाच आधुनिक तंत्रज्ञानाचा वापर जमत नसल्याने क्रेडीट कार्डद्वारे अफरातफर करणे, खात्याचा पासवर्ड जाणून घेऊन त्याद्वारे रक्कम हडप करणे यातून गुन्हे होतात.

बांधकाम व्यावसायिक लोकांच्या बांधकाम क्षेत्रातील अज्ञानाचा फायदा घेऊन अवाच्या सवा पैसे उकळतात, अनेकदा ग्राहकांची फसवणूक करतात.

आत्महत्या

हुंड्यासाठी छळ, अपयश, आर्थिक नुकसान, अनैतिक संबंध अशा अनेकविध कारणातून येणाऱ्या मानसिक तणावामुळे आत्महत्यचे प्रमाण वाढले आहे.

सराव प्रश्न

१) गुन्ह्याचे स्वरूप व व्याख्या सांगा.

२) गुन्ह्यांची कारणे सांगा.

३) आधुनिक काळातील गुन्ह्यांचे स्वरूप सांगा.

टिपा लिहा.

अ) गुन्ह्याची सामाजिक कारणे.

ब) आधुनिक काळातील व्यक्तित्वाविरुद्धचे गुन्हे.

क) आधुनिक काळातील मालमत्तेविरुद्धचे गुन्हे.

२ गुन्हेगारी सिद्धान्त

Theories of Crime

अ) **प्रकार्यवादी दृष्टिकोन (A Functionalist Perspective)**
ब) **आंतरराष्ट्रीय दृष्टिकोन (An International Perspective)**
क) **मार्क्सवादी दृष्टिकोन (Marxist Perspective)**
ड) **नव-मार्क्सवादी दृष्टिकोन (Neo-Marxist Perspective)**

गुन्हा समाजशास्त्र तथा गुन्हेगारी समाजशास्त्र हे गुन्हाकृत्य, गुन्हा करणारी व्यक्ती (गुन्हेगार), त्याची आर्थिक, सामाजिक परिस्थिती, गुन्हा करणे, गुन्ह्याच्या कारणांचा तपशील, विश्लेषण नि उपाय यासंबंधीची माहिती गुन्हा समाजशास्त्र तथा गुन्हेगारी समाजशास्त्राच्या अध्ययनातून प्राप्त होत असते; कारण कोणत्याही शास्त्रासंबंधीचा तपशील सिद्धान्ताद्वारे प्रकट केला जातो व कोणत्याही शास्त्राची उभारणी ही त्या शास्त्रासंबंधीच्या सिद्धान्तावर आधारित असते.

तसेच अभ्यासक तथा विषयतज्ज्ञ जेव्हा एखाद्या घटना वा प्रसंगाची मीमांसा करीत असतो तेव्हा त्याला विविध घटकांच्या परस्पर संबंधाविषयीचे प्रतिपादन करावे लागते. येथेच त्याच्या कार्यपद्धतीला सिद्धान्ताचे स्वरूप प्राप्त होत असते. या सिद्धान्तांना वैज्ञानिक अधिष्ठान असते. शास्त्रीय बैठक असल्याशिवाय सिद्धान्ताला महत्त्व प्राप्त होत नसते; कारण सिद्धान्त म्हणजे नुसता अंदाज नसतो. अंदाजात काहीही खपवून घेतले जात असते त्यामुळे त्याला कसल्याही प्रकारची कसोटी लागत नसते वा त्यावर फारशी साधकबाधक चर्चाही होत नसते; परंतु सिद्धान्ताचे तसे नसते. सिद्धान्तात विज्ञानाचे नियम व तत्त्वे असतात; कारण विशिष्ट परिस्थितीत या नियमांचे अस्तित्व कायम स्वरूपात दिसून येत असते. तसेच समाज जीवनात काही क्रिया अशा असतात की, त्या सदासर्वदा कायम स्वरूपात दिसून येत असतात; म्हणूनच गुड आणि हॅट

यांच्या मते 'सिद्धान्त आणि तथ्य यांच्या सततच्या क्रिया व प्रतिक्रिया यातूनच विज्ञानाचा विकास होत असतो'. तसेच सिद्धान्ताचे स्वरूप स्पष्ट करताना ते म्हणतात, 'तथ्यांमधील आंतरसंबंधातून किंवा तथ्यांच्या अर्थपूर्ण मांडणीतून सिद्धान्त व्यक्त होतो'. म्हणजेच सिद्धान्तासाठी तथ्यांची आवश्यकता असते. तेव्हा अशा तथ्यांची गुन्हेगारी समाजशास्त्रात कमी नसते; त्यामुळे या शास्त्रात आधार घेऊनच काही सिद्धान्त आकारले गेले आहेत. तसेच गुन्हा का, कसा आणि केव्हा घडतो, तो कोणामुळे घडतो, या सर्वांची वेगवेगळ्या पद्धतीने वेगवेगळ्या सिद्धान्ताची उभारणी केली आहेत. अपराध किंवा गुन्हा हा मानवाच्या आदिकालीन समाजजीवनापासून ते आजपर्यंत टिकून आहे; कारण याही काळात काही लोक समाजसंघटन नि विकास संबंधित कार्य करीत असत; तर काही जण याउलट वर्तन करून गुन्हासदृश कृती करण्यात आघाडीवर असत. त्यामुळे मानवी समाजात ही समस्या किंवा प्रश्न कायमस्वरूपी टिकून आहे. अर्थात, या बाबतीत मागच्या दोन शतकांपासून विद्वान, नीतिज्ञ सुधारक, पत्रकार/विधायक तथा न्यायशाखा इ.नी आपापल्या परीने विवेचन केले आहे; त्यावरून असे दिसून येते की, गुन्हा तथा निवारण संबंधी व्याख्यांना 'अपराधशास्त्र तथा गुन्हा व गुन्हेगारीशास्त्राचे संप्रदाय' या नावाने संबोधले जाते.

१) पूर्वशास्त्रीय सिद्धान्त (Pre-Classical Theory)

गुन्हाविषयक वर्तनाच्या पाठीमागे कोणत्या तरी प्रकारचे कारण असते, कारण गुन्हेगार व्यक्ती तत्काळ गुन्हा करीत नसते, परंतु गुन्हा करण्याची प्रक्रिया ही अनादिकाळापासून चालत आलेली आहे, म्हणून प्राचीन काळात जे गुन्हे घडत होते, त्यामागे असलेल्या कारणाला प्राचीनतम सिद्धान्त म्हणजे पूर्वशास्त्रीय सिद्धान्त असे म्हटले जाते. या सिद्धान्तानुसार मनुष्य 'पैशाचिक अभिप्रेरणा' या कारणामुळे गुन्हा करीत असतो; म्हणजे व्यक्तीच्या शरीरात प्रेतात्मा प्रवेश करीत असतो. या प्रेतात्म्याच्या प्रभावाखाली आल्याने मनुष्य गुन्हा करतो; म्हणून या कल्पनेला प्रेतशास्त्रीय संप्रदाय (Demonological School) असेही म्हटले जाते.

म्हणून गुन्हा कृत्य जर थांबायचे असेल तर त्यासाठी प्रेतात्म्याला व्यक्तीपासून अलग केले पाहिजे, नाही तर प्रेतात्म्याची म्हणजे भुताची बाधा झालेल्या व्यक्तीला ठार मारायला पाहिजे; अशी या सिद्धान्तामागची धारणा आहे.

या विचारधारेचा बोलबाला प्राचीन तथा मध्यकालीन समाजात खूपच लोकप्रिय होता. या विचारधारेच्या समर्थकांचे असे मत होते की, प्रेतात्मा अन् भुतापासून समाजाला जर मुक्त करायचे असेल, तर ज्या व्यक्तींना भूतबाधा झालेली असेल त्यांना ठार मारून टाकले पाहिजे; म्हणून ज्यांना प्रेतात्म्याची बाधा झालेली असे त्यांना लोक ठार मारून टाकीत असत. या विचारधारेच्या प्रभावाखाली वावरणारे

लोक गुन्हेगार व्यक्तींना भूतबाधेच्या सबबीखाली ठार मारीत असत. याचा परिणाम असा झाला की, युरोपखंडात १४ व्या शतकापासून तर १७ व्या शतकाच्या अखेरपर्यंत जवळपास तीन लाख लोकांची हत्या केली गेली; तसेच लोकांचे असे मत होते की, ज्या स्त्रिया प्रेत किंवा भूतबाधेने प्रभावित झालेल्या असतील, त्यांना मृत्यूदंड दिलाच पाहिजे म्हणजे एखाद्या व्यक्तीला ठार मारायचे असेल तर, त्या व्यक्तीवर खोटा आरोप लावूनसुद्धा तिला कायमचे नष्ट केले जात असे.

अंधविश्वास तथा अंधश्रद्धेवर आधारित असलेला हा संप्रदाय पुढे टिकून राहिला नाही तसेच वर्तमानयुगात यांत्रिक प्रगती होऊनही असंख्य लोक भूत, प्रेत, चुडेल आणि प्रेतात्म्यावर विश्वास ठेवू लागले; नंतर या सर्व बाबींतून मुक्ती मिळावी म्हणून लोक जादूटोण्याचा सहारा घेऊ लागले; त्यामुळे अपराधिक व्यवहाराच्या कारकदृष्टिकोनातून ही विचारधारा किंवा सिद्धान्त आज अपराध शास्त्र किंवा समाजशास्त्राचा विषय राहिलेला नाही.

अशा प्रकारे प्रगत समाजात या सिद्धान्ताला जरी फारसे महत्त्व दिले जात नसले तरी, आजही भूतबाधा नष्ट करण्यासाठी किमान भारतात तरी मृतात्म्याची बाधा झालेल्या लोकांना अधून मधून ठार मारण्याचे प्रकार घडतात; म्हणजेच आजही पारंपरिक जीवन पद्धतीने जगणारे लोक भूत, प्रेत, चुडेल, चेटकी या सारख्या कल्पनेला चिकटून आहेत; हेच लोक देवाला नवस करत असतात; म्हणजेच 'गुन्हा होवो न होवो' परंतु भुताच्या वा प्रेताच्या सबबीखाली आजही काही समाजातील लोक भूतबाधा झालेल्या व्यक्तीला जीवनातून कायमचे नष्ट करीत असतात.

२) शास्त्रीय सिद्धान्त (Classical Theory)

शास्त्रीय सिद्धान्ताला शास्त्रीय संप्रदाय किंवा शास्त्रीय विचारप्रणाली असेही म्हणतात. हा सिद्धान्त १९ व्या शतकाच्या उत्तरार्धात इंग्लंडमध्ये उदयाला आला. यानंतर हळुवारपणे त्याचा सबंध युरोप खंड आणि अमेरिकेतसुद्धा प्रसार होत गेला. या सिद्धान्तानुसार व्यक्ती आपल्या व्यवहार तथा वर्तनाचे परिचालन सुख आणि दुःखाच्या विचाराद्वारे करीत असते. तसेच व्यक्ती कार्याच्या प्रतिफलानुसार सुख आणि दुःखाचे परिफलन करीत असते; म्हणजेच व्यक्ती असेच कार्य करीत असते की, जिच्यामुळे तिला जास्तीत जास्त सुख मिळत असते. थोडक्यात, मुक्त इच्छा ही शास्त्रीय सिद्धान्ताचा वैचारिक केंद्रबिंदू आहे. या सिद्धान्तानुसार समान गुन्ह्यासाठी समान दंडावर जोर दिला आहे; म्हणजेच या विचारप्रणालीनुसार गुन्हा तथा अपराधाला विधान मंडळाद्वारे परिभाषित केले गेले पाहिजे. अशाप्रकारे, शास्त्रीय विचार प्रणालीच्या योगदानावर चर्चा करताना जॉर्ज बी. बिल्ड म्हणतात की, 'शास्त्रीय तथा अभिजात

विचारप्रणाली तथा सिद्धान्ताने अशा प्रक्रियांची स्थापना केली की, जिचे प्रशासन करणे सुलभ होते. या विचारप्रणालीने न्यायाधीशाला कायदा लागू करण्याचे उपकरण दाखविले आणि प्रत्येक गुन्ह्यासाठी दंड निश्चित करण्यावर भर दिला;' म्हणजेच पारंपरिक शिक्षेच्या सिद्धान्ताला कालबाह्य ठरवून नवीन शिक्षा पद्धतीचा स्वीकार करण्यावर शास्त्रीय सिद्धान्ताचे लक्ष केंद्रित झालेले आहे.

तसेच शास्त्रीय सिद्धान्त तथा विचारप्रणालीच्या अनुकूलतेबाबत इटलीचा सीझर बेकरीया आणि इंग्लडचा जर्मी बेन्थम आघाडीवर होते. या दोन विचारवंतांनीच या सिद्धान्ताला उचलून धरले. त्यातील बेकरीया यांनी 'क्राइम ॲन्ड पनिशमेंट' या पुस्तकात गुन्ह्यांची व्याख्या लिहिलेली आहे. ती पुढीलप्रमाणे -

१) **सुखवादी दर्शन :** बेकरीयाने सुखवादी दर्शनाला अपराध शास्त्रात समाविष्ट केले आहे. त्यांच्या मतानुसार व्यक्ती जेव्हा गुन्हा करते तेव्हा तिला हे असे कृत्य करताना दुःखापेक्षा आनंदच जास्त होतो. अशा प्रकारचे गुन्हाकृत्य तिला सुख मिळवून देत असते.

२) **गुन्हा कार्याचे क्षतिमापन :** बेकरीयाच्या मते, अपराधाचे मापन संबंधित समाज परिस्थितीला अनुसरून करायला पाहिजे. अपराधी व्यक्तीने समाजाप्रती कशा पद्धतीने गुन्हा केला आहे आणि समाजाला त्याच्या कृतीमुळे किती त्रास झाला आहे याचे भान ठेवून गुन्ह्याची तीव्रता ठरविली पाहिजे.

३) **कायदा स्रोत :** तसेच बेकरीयाच्या कल्पनेनुसार विधान मंडळ हे कायद्याचे उगमस्थान असते; त्यामुळे न्यायाधीशाचे काम कायद्याच्या शब्दाचे पालन करण्याचे असते; म्हणजे न्यायाधीशाला शिक्षा देताना कायद्याचा विचार करणे आवश्यक असते, म्हणजेच कायद्यानुसारच त्याने शिक्षा दिली पाहिजे; तसेच शिक्षेत कमी-जास्त करण्याचा त्याला कसल्याही प्रकारचा अधिकार असू नये.

४) **गुन्हा निवारण :** गुन्हा निवारण्यासाठी दंडाची गरज असते. गुन्ह्याचे प्रमाण कमी होण्यासाठी वा त्याचे निर्मूलन करण्यासाठी दंड आवश्यक असतो; तसेच विशेष म्हणजे दंडाचा अंगीकार एवढ्यासाठीच करायचा असतो, की ज्यामुळे गुन्हा निवारण्यास त्याची मदत होऊ शकते.

५) **विचारण शीघ्रता :** अपराधिक प्रक्रिया आणि गुप्त अभियोगाच्या परंपरेला समाप्त करून विचारण प्रक्रियेमध्ये गतिशीलता तथा शीघ्रता येणे आवश्यक असते; तसेच अभियुक्ततेबरोबरच मानवी व्यवहारांचासुद्धा विचार केला

जातो. म्हणजे जो काही गुन्हा घडतो त्यासंबंधी न्यायदानाची प्रक्रिया ही अधिक गतिशील होणे गरजेचे असते; कारण गुन्हेगार सुद्धा एक माणूस असतो. अशा प्रसंगी मानवी व्यवहार वा मानवतेचा विचार करून त्याला योग्य ती शिक्षा द्यायला पाहिजे; तसेच गुन्हा सिद्ध होत नसेल तर तत्काळ सोडले पाहिजे.

६) **निवारणात्मक दंड :** दंडाचा उद्देश निवारणात्मक पद्धतीचा असायला पाहिजे. म्हणजेच गुन्हेगाराचा गुन्हा सिद्ध झाला असेल तर त्याला शिक्षा व्हायला पाहिजे असे नाही. परंतु दंडाची प्रक्रिया गुन्हा निवारणात्मक पातळीवरची असायला पाहिजे. त्यासाठी न्यायाधीशाने अतिशय समतोल विचाराने शिक्षा देणे आवश्यक असते. तसेच दंडाचा उद्देश प्रतिशोधात्मक नसला पाहिजे. म्हणजेच संपत्तीच्या बाबतीत गुन्हा असेल तर शिक्षेचे वा दंडाचे स्वरूपसुद्धा सांपत्तिकच असायला पाहिजे आणि आर्थिक दंड भरण्याची क्षमता नसेल तर त्यासाठी कारावासाची शिक्षा दिली पाहिजे.

७) **कारावास व्यवस्था :** मृत्युदंड न देता आजीवन कारागृहात राहणे म्हणजे कारावास व्यवस्था होय. कारावास व्यवस्था ही निवारणात्मक दंड आहे. परंतु कारावासात अधिकाधिक काळासाठी राहावे लागते; म्हणून कारावास व्यवस्थेत सुधारणा घडवून आणणे महत्त्वाचे आहे.

निरनिराळ्या शास्त्रज्ञांनी आपापल्या सिद्धान्तानुसार गुन्ह्यांचेस्वरूप स्पष्ट केले आहे. शास्त्रीय सिद्धान्ताचा प्रणेता बेकरीया याने गुन्हेगाराला सहानुभूती दाखविण्याचा प्रयत्न केला आहे. गुन्हेगाराला जास्तीत जास्त शिक्षा देण्यास त्याचा विरोध नाही; परंतु यासाठी गुन्हा कृत्याचे स्वरूप लक्षात घेऊन मानवतेच्या पातळीवरून गुन्हेगाराला शिक्षा दिली पाहिजे. फक्त मृत्युदंडाला बेकरीयाचा विरोध आहे. बेकरीया प्रमाणेच जर्मी बेन्थम याचा १७४८ ते १८३२ चा काळ गृहीत धरला जातो. या दोघांचे विचार शास्त्रीय विचारप्रणालीच्या बाबतीत एकमेकांच्या समान आहेत. बेकरीयाने दंडशास्त्र आणि अपराधिक विधीपर्यंतच आपले विचार सीमित ठेवले आहेत तर बेन्थमने दंडशास्त्राच्या व्यतिरिक्त, विधायनाच्या बाबतीत सुद्धा विचार व्यक्त केले आहेत; तसेच बेन्थमने न्यायाधीशाद्वारे निर्मिती कायद्याच्या प्रती असहमती दाखवली आहे व अपराधशास्त्राच्या क्षेत्रात बेन्थमने आपल्या विचारातून सुधारणेचे वातावरण निर्माण केले आहे; त्यामुळे मृत्युदंडाची संख्या कमी झाली आणि शारीरिक दंडाला कायमचे नष्ट केले गेले.

शास्त्रीय सिद्धान्त विवेचन : शास्त्रीय सिद्धान्ताच्या बाबतीत अनेकांनी आपली अनुकूल सहमती दर्शविली असली तरी हा सिद्धान्त खऱ्या अर्थाने परिपक्व नाही असे टीकाकारांचे मत आहे.

तसेच शास्त्रीय सिद्धान्ताची उभारणी सुखवादावर आधारित असल्यामुळे याबाबतीत सुखदु:खाचे नेमके मापदंड निश्चित केले गेले नाहीत; कारण एकाच कार्याच्या बाबतीत लोकांच्या सुख-दु:खासंबंधी प्रतिक्रिया वेगवेगळ्या असतात; म्हणजेच सुखाचा नि दु:खाचा नेमका अर्थबोध या सिद्धान्तातून होत नाही; म्हणून हा संप्रदाय मुक्त विचार तथा इच्छेला महत्त्व देणारा आहे. परंतु येथे असे दिसून येते, की शास्त्रच संप्रदाय तथा सिद्धान्त हा अपराधाच्या कारणतेच्या बाबतीत सामाजिक परिवेशाला महत्त्व देत नाही.

विशेष म्हणजे शास्त्रीय सिद्धान्त हा गुन्ह्यासाठी समान दंडाचे समर्थन करणारा आहे. म्हणजेच हा सिद्धान्त वैज्ञानिक कसोटीवर उतरू शकत नाही तर मनुष्य हा सुख मिळवण्यासाठी गुन्हा करत असतो. हे या सिद्धान्ताने स्पष्ट होते.

३) नवशास्त्रीय सिद्धान्त (New Classical School)

शास्त्रीय सिद्धान्ताच्या साधक-बाधक विचारातूनच नवशास्त्रीय सिद्धान्ताचा उदय घडून आला. परंतु शास्त्रीय सिद्धान्ताचा केंद्रीय विचार मुक्त इच्छांशी संबंधित असल्याने त्यावर अनेक अपराध तथा गुन्हा शास्त्रज्ञांनी टीका करून त्यातील उणिवा स्पष्ट केल्या; तसेच नव्या विचारसरणीच्या गुन्हा शास्त्रज्ञांनी अपराधाच्या बाबतीत अपराधी व्यक्तीचे आयुष्य, सक्षमता किंवा मानसिक स्थिती लक्षात घ्यायला पाहिजे, असा विचार मांडला. शास्त्रीय संप्रदाय किंवा सिद्धान्ताप्रमाणे नवशास्त्रीय संप्रदायसुद्धा असेच मान्य करतो, की मनुष्य बुद्धीद्वारा प्रेरित एक प्राणी आहे. त्याच्यात मुक्त इच्छा असते आणि तो आपल्या कार्याप्रती उत्तरदायी असतो; म्हणून दंड तथा शिक्षेमुळे मिळणारे दु:ख गुन्हेगारी कार्यामुळे मिळणाऱ्या सुखापेक्षा अधिक असायला पाहिजे. त्यानंतर नवशास्त्रीय विचार प्रणालीच्या विचारवंतांनी शास्त्रीय सिद्धान्ताद्वारे प्रतिस्थापित 'समान अपराधासाठी समान दंड' च्या बाबतीत जे संशोधनात्मक विचार प्रकट केले ते असे, की मुले आणि पागल यांना गुन्हेगारीकार्यापासून मिळणाऱ्या सुख-दु:खाच्या भावनेवर विचार करणे शक्य नसते. ते याबाबतीत अज्ञानी असतात; म्हणजेच गुन्हा केल्याने काही कमावले नि दंड झाल्याने काही गमवले, याची त्यांना सारासार कल्पनाही नसते; म्हणून दंड विषयक समानतेच्या बाबतीत सुधारणा केली पाहिजे; असा नवशास्त्रीय विचार प्रणालीचा आग्रह होता. नवशास्त्रीय विचार प्रणालीच्या प्रणेत्यांचे असे मत होते, की न्यूनतम आणि अधिकतम सीमा निश्चित व्हायला पाहिजेत व विशेष म्हणजे

न्यायाधीशाला या सीमेच्या अंतर्गत आपल्या विवेकावर अंमल करायला संधी द्यायला पाहिजे; तर केवळ कायदे मंडळाच्या पारिभाषिक शब्दाचे अनुकरण करत त्याने शिक्षा देणे योग्य नाही; कारण कायदा आणि प्रत्यक्ष परिस्थितीचा मेळ कसा बसेल याला अनुलक्षून न्यायाधीशाने आपला विवेक जागृत ठेवून न्यायाचे काम केले पाहिजे; असा या नवविचारप्रणालीचा, अपराध आणि शिक्षा विषयक विचार होता.

तसेच गुन्हा करणारी व्यक्ती ही कोणीही असो म्हणजे ती मानसिक विकारमुक्त असो, तिला समाजापासून अंतरावर ठेवायला पहिजे.

त्यामुळे गुन्हेगारांचे यथायोग्य वर्गीकरण करून अशा सुधारणेच्या नावाखाली विविध संस्थांची निर्मिती करायला पाहिजे. अशा संस्था गुन्हेगारात सुधारणा घडवून आणतील, की ज्यामुळे आपोआपच कैद्याला स्वतःचे पुनर्वसन करणे सोपे जाईल. अशा प्रकारे नवशास्त्रीय विचारप्रणालीत सिद्धान्तांनी वैज्ञानिक गुन्हा शास्त्राचा पाया घातला. या सिद्धान्ताने गुन्हेगारी वर्तन तसेच व्यवहाराच्याबाबतीत प्राकृतिक कारण शोधण्याची प्रेरणा दिली; म्हणजेच सध्याच्या काळातील प्रोबेशन, पॅरोल, सुधारगृह, खुले कॅम्प इ.जो विकास व प्रसार झालेला दिसतो. तो नवशास्त्रीय सिद्धान्ताच्या आंदोलनामुळे घडून आला; म्हणून गुन्हेगारी शास्त्रात नवशास्त्रीय सिद्धान्ताला इतर सिद्धान्तापेक्षा बराच दर्जा प्राप्त झालेला दिसून येतो.

४) भौगोलिक विचारप्रणाली (Geographical School)

भौगोलिक विचारप्रणाली किंवा सिद्धान्तानुसार गुन्हा तथा अपराधाला सामाजिक परिस्थिती कारणीभूत असते; म्हणजे अपराधाचा संबंध सामाजिक परिस्थितीशी निगडित असतो, असे भौगोलिक सिद्धान्त प्रतिपादन करतो; तसेच या विचारप्रणालीचा विकास १८३० ते १८८० या कालखंडात घडून आला. या तिन्ही विचारवंतांनी या विचारप्रणालीसंबंधी जे विचार प्रतिपादित केले आहेत, ते पुढीलप्रमाणे–

१) **कवेटलेटने फ्रान्स**, बेल्जियम आणि हॉलंड इत्यादी देशांत नैतिक परिस्थिती व अपराध किंवा गुन्ह्यासंबंधी अभ्यास केला होता. या अनुभवातून त्यांच्या असे लक्षात आले, की समाज हा गुन्ह्याचे सृजन करतो व दोषी व्यक्ती या फक्त नाममात्र असतात, की ज्या गुन्हा करत असतात.

२) तसेच **गेरीनेसुद्धा** भौगोलिक परिस्थितीचा अभ्यास केला आहे. तो ही भौगोलिक संप्रदायाचा प्रवर्तक होता. त्याने भौगोलिक परिस्थिती, शिक्षा स्तर तथा अपराधाच्या प्रमाणातील संबंध स्थापित करण्याचा प्रयत्न केला आहे.

३) गेरीप्रमाणे **मॉन्टेस्क्यु** हा सुद्धा या विचारप्रणाली तथा सिद्धान्ताचा प्रणेता समजला जातो. त्यांच्या मते, 'भौगोलिक परिस्थिती ही मानवाच्या व्यवहारावर

अधिक प्रभाव दाखवणारी असते; म्हणजे भौगोलिक परिस्थितीनुसार मानवी वर्तन घडत असते.'

उदा. भूमध्य रेषेच्या आजूबाजूला जास्त गुन्हे घडतात. जसजसे भूमध्य रेषेकडून कर्क आणि मकर रेषेकडे गेले तर असे दिसून येते की, येथे गुन्ह्याचे प्रमाण खूप कमी असते. तसेच भूमध्य रेषेच्या आसपास गुन्ह्याचेस्वरूप जेवढे गंभीर असते, तेवढे कर्क आणि मकर रेषेकडे नसते; म्हणजेच गुन्ह्याच्या प्रमाणातील संख्येचे प्रमाण जसे कमी असते; तसेच त्यांचे स्वरूपसुद्धा सौम्य असते.

अशा प्रकारे परिस्थितीनुरूप गुन्ह्याचे संख्यात्मक प्रमाण जसे कमी जास्त होऊ शकते, तसेच त्यांच्या तीव्रतेत सुद्धा फरक पडू शकतो; म्हणजे भौगोलिक परिस्थितीनुसार मानवी व्यवहाराची प्रक्रिया घडत असते.

या प्रकारे निरनिराळ्या तज्ज्ञांनी त्यांच्या त्यांच्या काळानुसार कारणे देऊन गुन्हेगारी विषयक काही सिद्धान्त मांडले. त्याविषयीची थोडक्यात माहिती समजण्यास मदत होईल.

अ) प्रकार्यवादी दृष्टिकोन (A Functionalist Perspective)

संधीविषयक सिद्धान्त हे प्रामुख्याने 'प्रमाणकशून्यता' (Anomie) या संकल्पनेवर आधारलेले आहेत; यामध्ये सुप्रसिद्ध समाजशास्त्रज्ञ एमील डरखाईम यांचे मूलभूत स्वरूपाचे योगदान मानले जाते. त्यांनीच ही संकल्पना प्रथमत: मांडली.

प्रमाणकशून्यता सिद्धान्त (Anomie Theory)

एमील डरखाईम यांनी त्यांच्या 'The Division of Labour in society and suiside' या ग्रंथात या सिद्धान्ताचा उल्लेख केला आहे. मूळ इंग्रजी शब्द 'Anomie' आहे. या शब्दाचा उल्लेख ग्रीक लेखात (Anomia) ॲनोमिया असा आला आहे; याचा अर्थ कायद्याशिवाय (Without Law). गॉर्डन मार्शल यांच्या डिक्शनरी ऑफ सोशॉलॉजी यात ॲनोमियाचा अर्थ याप्रमाणे दिला आहे. 'Anomie : an absence, breakdown or conflict in the norms of society' समाजात प्रमाणाकांचा अभाव, प्रमाणकव्यवस्था कोलमडून जाणे अथवा प्रमाणकांबाबत संघर्ष निर्माण होणे, याला (Anomie) प्रमाणकशून्यतेची अवस्था म्हटली आहे. डरखाईम यांच्या मते, एखाद्या देशात किंवा समाजात जेव्हा आर्थिक मंदीची स्थिती निर्माण होते, तेव्हा या आर्थिक मंदीस तोंड देण्यासाठी शासनास अनेक निर्बंध शिथिल करावे लागतात; त्यातून अनेक सामाजिक व आर्थिक अशी स्थित्यंतरे घडतात. समाजात अनेक क्षेत्रात उलथापालथ घडताना दिसते. अनपेक्षित स्थिती समोर आल्याने समाजाची प्रमाणके

नाकारल्यास समाज धजावतो यामुळेच कोणत्याही गतिमान सामाजिक बदलांमुळे समाजात प्रमाणकशून्यतेची परिस्थिती निर्माण होते; त्यातून सामाजिक नियंत्रण प्रभावहीन ठरते. अशा प्रकारे व्यक्ती ही प्रमाणशून्यतेची अवस्था आहे, असे गृहीत धरूनच वर्तन करते म्हणजेच एकप्रकारे प्रमाणकशून्यता सामाजिक जीवनातील बिघाडाचेच प्रतीक आहे. असे मानले जाते.

रॉबर्ट मर्टन यांचा सिद्धान्त

डरखाईम यांनी मांडलेल्या (Anomie) 'प्रमाणकशून्यता' या अमूर्त संकल्पनेचा विस्तार रॉबर्ट मर्टन या अमेरिकन समाजशास्त्रज्ञांनी केला. मर्टन यांनी सामाजिक वर्ग व सामाजिक संरचना यामुळे गुन्हेगारीत काय फरक पडतो याचा अभ्यास केला. वेगवेगळ्या समाजसंरचनेत गुन्हेगारीचे वेगवेगळे प्रमाण, वेगवेगळे स्वरूप का असते याचा शोध त्यांनी घेतला. रॉबर्ट मर्टन यांच्या मते, व्यक्तीच्या आशा-आकांक्षा समाजातून निर्माण होतात. सामाजिक संरचनेवर व्यक्तीच्या अवास्तव अशा आशा आकाक्षांच्या दडपणाचा तणाव वाढल्याने प्रमाणकशून्यता निर्माण होते; तसेच व्यक्तीची उद्दीष्टे पूर्ण करण्यासाठी कायदेशीर मार्गाची, समाजमान्य मार्गाची उपलब्धता जर कमी असेल तर उद्दिष्टे व कायदेशीर मार्ग किंवा समाजमान्य मार्ग यात असंतुलन अथवा दोषपूर्ण संबंध निर्माण होतात व व्यक्ती प्रमाणक नाकारून वाममार्गाकडे वळते.

मर्टन यांनी म्हटले आहे, की एकीकडे समाज नागरिकांना योग्य व कायदेशीर मार्गाने संपत्ती जमा करण्याचे उद्दिष्ट देतो व परवानगी देतो आणि दुसरीकडे त्यांना मोठ्या प्रमाणात संस्थात्मकरीत्या संपत्ती निर्माण करण्याची कायदेशीर मार्गाची संधी देतो. अशी संधी न मिळाल्याने साध्य आणि साधन यांमधील विसंगती ही व्यक्तीच्या, त्याच्या क्षमतेनुसार, इच्छेनुसार मार्ग स्वीकारते व प्रमाणके नाकारते; त्यामुळे त्याच्यासमोर 'प्रमाणकशून्यता' निर्माण होते. त्याचप्रमाणे समाजात उद्दिष्टे पूर्ततेसाठी बहुसंख्य व्यक्तींना पुरेसे कायदेशीर मार्ग उपलब्ध करून देणारी सामाजिक संरचनाच साध्य आणि साधन यांच्यामध्ये समतोल राखू शकते; तसेच जेव्हा हजारो बेरोजगार कायदेशीररीत्या काम मागतात, उद्दिष्टांची पूर्तता करू इच्छितात तेव्हा त्यांना साधने उपलब्ध करून देणे आवश्यक असते. नाहीतर वैफल्यातून अन्याय व त्यातून प्रमाणकशून्यता निर्माण होऊन व्यक्ती गुन्हेगार बनतात. परंतु नंतर मर्टन यांच्या सिद्धान्तावर काही आक्षेप घेण्यात आले, की मर्टन यांनी समाज संरचनेच्या समतोलास अधिक महत्त्व दिले आहे व तुलनेने व्यक्तीच्या वैयक्तिक गरजांकडे दुर्लक्ष केले आहे; तसेच महत्त्वाचे म्हणजे, तणावयुक्त संबंध नेहमीच विचलनास जन्म देतात असे

नाही, कारण ज्या व्यक्तींना सामाजिक संरचनेत प्रगतीची चांगली संधी देऊनही त्या व्यक्ती गुन्हेगारी वर्तन का करतात, याचे विश्लेषण मर्टन यांनी केलेले नाही.

सामाजिक संरचना व प्रमाणकशून्यता : रॉबर्ट मर्टन (Social Structure and anomie)

रॉबर्ट मर्टन हा या सिद्धान्ताचा चाहता असल्याने त्याने प्रमाणकशून्य सिद्धान्त विकसित करण्याचा प्रयत्न केला व त्या आधारे गुन्हेगारी वर्तनाचे स्पष्टीकरण करण्याचा प्रयत्न केला; तसेच या अनुरोधाने त्याने असा विचार मांडला, की समाज संरचनेतून असे काही दबाव व्यक्तीवर येतात, की ज्यामुळे काही व्यक्तींना अनुचलनात्मक वर्तनापेक्षा विचलनात्मक वर्तन केल्याशिवाय अन्य पर्याय नसतो; म्हणून कोणत्याही समाजात काही उद्दिष्टे प्रस्थापित झालेली असतात. त्यातील पहिले वैशिष्ट्य म्हणजे समाजात प्रस्थापित झालेली काही उद्दिष्टे प्राप्त करणे ही समाज सदस्यांची आकांक्षा असते व दुसरे वैशिष्ट्य म्हणजे आहेत ती उद्दिष्टे प्राप्त करण्याची साधने व पद्धती हे समाजमान्य करणे.

तसेच समाजाच्या वेगळेपणातून असे दिसून येते, की काही समाज उद्दिष्टांवर भर देतात तर काही समाज हे उद्दिष्टप्राप्तीच्या साधनांवर भर देतात; त्यामुळे अशा समाज व्यवस्थेत जोपर्यंत समाजातील लोक समाजातील उद्दिष्टांची प्राप्ती समाजमान्य मार्गाने करतात तोपर्यंत समाज स्थिर असतो; म्हणजेच समाजात अनुचलनाची प्रक्रिया ही अखंडित असते व समाजात सामाजिक नियमनांना अनुसरून सुसंगत वर्तनही घडत असते. परंतु जेव्हा उलट वर्तनाची प्रक्रिया सुरू होते तेव्हा समाजमान्य उद्दिष्टे आणि ती हस्तगत करण्याच्या समाजमान्य पद्धती अव्हेरल्या जातात, तेव्हा सामाजिक विचलनाची प्रक्रिया सुरू होते व यामुळेच प्रस्थापित सामाजिक नियमनाशी विसंगत वर्तन होऊन गुन्हेगारी वर्तन व अपराधिक प्रक्रिया सुरू होते.

त्यामुळे या अनुरोधाने मर्टन असे म्हणतो, की समाजमान्य उद्दिष्टे आणि ती प्राप्त करण्याचे समाजमान्य मार्ग किंवा पद्धतींना समाजातील लोकांकडून ज्या प्रतिक्रिया मिळतात त्या प्रतिक्रियांचे पाच प्रकार असतात. ते पुढीलप्रमाणे –

१) **अनुचलन :** समाजमान्य उद्दिष्ट आणि ते साध्य करण्याचे समाजसंमत मार्ग या दोन्हींचा स्वीकार करून व्यक्ती सांस्कृतिक उद्दिष्टे आणि संस्थात्मक नियमने यांचा संयोग जुळविण्याचा प्रयत्न करीत असते. म्हणजे लैंगिक तृप्तीसाठी विवाह करणे, यात लैंगिक समाधान हे समाजमान्य उद्दिष्ट समजले जाते तर हे समाधान भागविण्याची समाजमान्य पद्धत म्हणजे विवाह; म्हणून या प्रक्रियेला 'अनुचलन वर्तन' असे म्हटले जाते.

२) **अस्वीकृतजन्य वर्तन :** समाज कुठलाही असला तरी प्रत्येक समाजाचे सदस्य ज्याच्यात्याच्या समाज किंवा संस्कृतीमान्य उद्दिष्टांची आकांक्षा बाळगून असतात. परंतु योग्य मार्गाचा अवलंब न करता उद्दिष्ट प्राप्तीची आकांक्षा बाळगणे हे समाजाला मान्य नसते; म्हणून यासाठी समाजमान्य पद्धती तथा साधनांचा अंगीकार करून उद्दिष्ट प्राप्त केले जाते. उदा. मर्टन यांच्या मते, 'दारिद्र्यामुळे गुन्हेगारी वर्तन घडत नसते. परंतु पैसा हेच सर्वोच्च उद्दिष्ट आहे अशी कल्पना निर्माण केली जाते; त्यामुळे पैसा आणि दारिद्र्य यांचा संबंध जोडला गेल्याने गुन्हेगारी वर्तन घडण्याची प्रक्रिया गतिशील होते'.

३) **कर्मकांडवाद :** कोणत्याही समाजात कमी-अधिक प्रमाणात कर्मकांडाचा अंगीकार करणाऱ्यांची संख्या जास्त असते. अशा परिस्थितीत समाजमान्य उद्दिष्टे नाकारली जात असतात; त्यामुळे ती भागविण्याची साधने किंवा समाजसंमत पद्धतीचा स्वीकार केला जातो व गुन्हेगारी वर्तन प्रक्रिया घडून येते.

४) **प्रतिगमन :** प्रतिगमन पद्धती ही कोणत्याही समाजात आढळून येते; यालाच पलायनवाद असेही म्हणतात. जेव्हा व्यक्ती समाजमान्य उद्दिष्ट आणि ते प्राप्त करण्याची समाजमान्य पद्धत किंवा साधने ही दोन्हीही नाकारते तेव्हा त्याला 'प्रतिगमन' असे म्हटले जाते.

५) **बंडखोर :** जेव्हा समाजातील उद्दिष्टे आणि ती प्राप्त तथा हस्तगत करण्याची साधने हे दोन्हीही नाकारले जातात तेव्हा त्याला 'बंडखोर' असे म्हटले जाते; म्हणजेच या दोहोंना आव्हान देऊन स्वतःच्या विचारांप्रमाणे नवीन समाज व्यवस्था निर्माण करणे हे बंडखोर व्यक्तीचे ध्येय असते व अशा व्यक्तिंनाच प्रस्थापित समाज रचनेत, मूल्यव्यवस्थेत बदल घडवून आणायचे असतात.

गुण-दोष विवेचन : प्रमाणकशून्य सिद्धान्ताचा अनेक विचारवंतांनी अंगीकार करून, त्याचे गुण सांगितले असले तरी मर्टनच्या सिद्धान्तात काही उणिवा किंवा दोष असल्याचेही काही विचारवंतांनी सांगितले आहे.

१) उद्दिष्टांचा स्वीकार आणि अस्वीकारावर गुन्हेगारी वर्तन अवलंबून असते, असे जेव्हा मर्टन म्हणतो तेव्हा या विचारांवर आक्षेप घेणाऱ्यांचे असे मत आहे, की समाज अनेक व्यक्तींचा मिळून बनलेला असतो; तेव्हा कोण उद्दिष्टांचा स्वीकार करील आणि कोण नकार देईल हे मर्टनच्या सिद्धान्तावरून स्पष्ट होत नाही; म्हणूनच हा सिद्धान्त अपूर्ण आहे असे दिसून येते.

२) तसेच जेव्हा तणावपूर्वक संबंधांची परिणती विचलनात्मक वर्तनात होते, असे मर्टन म्हणतो तेव्हा असंख्य लोक तणावपूर्वक जीवन जगत असताना त्यांच्याकडून गुन्हासदृश वर्तन घडत नाही; त्यामुळे मर्टनचा हा विचारही चुकीचा वाटतो.

३) मर्टनने समाज संरचनेला महत्त्व देऊन व्यक्तिमत्त्वाचा विचार केला नाही; त्यामुळे व्यक्तीच्या व्यक्तिमत्त्वावरच समाजाची संरचना टिकून राहिली.

अशा प्रकारे निरुपयोगी तथा निरर्थक गुन्हे आणि बालगुन्हेगारीमुळेच समाजव्यवस्था विचलित होत असते, हे मर्टनच्या लक्षात आले नाही. हे या सिद्धान्तावरून दिसून येते.

ब) आंतरराष्ट्रीय दृष्टिकोन (An International Perspective)

शिक्कामोर्तब सिद्धान्त (Labelling Theory)

हॉवर्ड बेकर

शिक्कामोर्तब सिद्धान्त हा हॉवर्ड बेकर यांनी सन १९६८ मध्ये मांडला. हा सिद्धान्त सामाजिक प्रतिक्रिया सिद्धान्त म्हणूनही ओळखला जातो. बेकर यांचा हा सिद्धान्त 'जे लोक नियमांचा किंवा कायद्याचा भंग करतात ते लोक समाजातील कायदा तयार करणाऱ्या किंवा कायद्याचे पालन करणाऱ्यांपेक्षा वेगळे असतात. कायदा मोडणारी माणसे कायदा पाळणाऱ्यांपेक्षा स्वतःला वेगळे समजतात. या गृहीततत्त्वावर आधारित आहे. बेकर यांनी कायदा मोडणाऱ्या व्यक्तींना 'समाजबाह्य' (Outsider of Society) असा शिक्का मारला आहे व बेकर असे मानतात, की हे लोक त्यांच्यावर मारलेल्या या शिक्क्याचा स्वीकार करतात; इतकंच नाही तर ते स्वतःला समाजाच्या मुख्य प्रवाहापासून वेगळे समजतात.

विपथगामी व्यक्ती पहिल्यांदा कळत नकळत विपथगामीत्वात सहभागी होतात व नंतर हळूहळू दुसऱ्या स्वरूपाच्या विपथगामी क्षेत्रात प्रवेश करतात. बेकर यांनी असे मत मांडले, की विपथगामी व्यक्ती नियमबद्ध कामे करणे नाकारून उपजीविकेच्या बेकायदेशीर मार्गाचा अवलंब करून स्वतःच्या व कुटुंबाच्या उपजीविकेचे साधन म्हणून अनैतिक किंवा बेकायदेशीर व्यवसाय निवडते. उदा. काळा बाजार, फसवणूक, चोरटा व्यापार इ. नागरिकांच्या समाजातील वर्तनानुसार बेकर यांनी त्यांना चार प्रकारच्या वर्तनात विभागले आहे.

अ) अनुसरणप्रिय व्यक्ती/नागरिक (Conforming Citizens)

समाजातील बहुतांश व्यक्ती/नागरिक नियम पाळणारे असतात व स्वतःच्या वर्तनावर कोणत्याही प्रकारचा शिक्का बसू नये यापासून दूर असतात. कायद्याचे पालन करणारे असतात, कायद्यानुसार वर्तन करणारे असतात ते कायदा अनुसरणारे असतात म्हणून बेकर यांनी त्यांना 'अनुसरणप्रिय व्यक्ती' असे म्हटले आहे.

ब) चुकीचा आरोप केलेल्या व्यक्ती/नागरिक (False Accused Citizens)

जे नागरिक कायदा मोडत नसल्याचा आव आणतात असे नागरिक या वर्गात येतात. अशा नागरिकांवर 'चुकीचा आरोप केलेले नागरिक' हा शिक्का मारण्यात आला आहे.

क) शुद्ध विपथगामी व्यक्ती/नागरिक (Pure Deviant Citizens)

ज्या व्यक्ती किंवा नागरिक आपल्या कायदा मोडण्याच्या वर्तनाचे प्रदर्शन करतात किंवा लोकांच्या लक्षात येईल अशा तऱ्हेने कायदा मोडतात. अशांना बेकर यांनी 'शुद्ध विपथगामी नागरिक' असा शिक्का मारला आहे.

ड) गुप्त विपथगामी व्यक्ती/नागरिक (Secret Deviant Citizens)

ज्या व्यक्ती किंवा नागरिक प्रत्यक्ष कायदा मोडतात परंतु स्वतःवर 'कायदा मोडणारे' असा शिक्का मारत नाहीत ते 'गुप्त विपथगामी नागरिक' या वर्गात येतात; यात दैनंदिन जीवनात सिग्नल तोडणारे, रांगेत उभे न राहणारे, सार्वजनिक ठिकाणी धूम्रपान करणारे, चुकीच्या जागी गाड्या पार्क करणारे असे नागरिक येतात.

क) मार्क्सवादी दृष्टिकोन (Marxist Perspective)

भांडवलशाही आणि गुन्हे (Capitalism and Crime)

विल्यम चॅम्बलीस (William Chambliss)

समाजावर भांडवलशाहीचे जे वर्चस्व आहे त्यातून गुन्हा उदयाला येतो. भांडवलशाही समाजातील अर्थव्यवस्थेत दोन टोकाचे विषम आर्थिक वर्ग निर्माण होतात- १) भांडवलदारांचा वर्ग व २) कामगारांचा वर्ग. भांडवलदार कामगारांचे अल्पवेतनात अधिकाधिक शोषण करतात. त्यांना शारीरिक इजा पोहचवतात; त्यांना जास्तीतजास्त गरीब ठेवतात. त्यांच्या मानवी हक्कांवर आक्रमण करतात.

भांडवलदार एकदा भांडवल गुंतवून अधिकाधिक श्रीमंत होतात. या दोन्ही वर्गाचे हितसंबंध वेगवेगळे असल्याने त्यांच्यात संघर्ष होतात. भांडवलशाहीतून बेकारी,

गरिबी, दारिद्र्य अशा अनेक समस्या विषमतेतून निर्माण होतात. हे वातावरण गुन्ह्यासाठी अनुकूल असते.

भांडवलशाही अर्थव्यवस्थेत गुन्हेगारी कायदे हे भांडवलदारांच्या हितसंबंधांचे रक्षण करतात; यामुळे समाजातील गरीब वर्ग हा दडपणाखाली असतो, आणि त्यांच्यावर असलेले हे दडपण आणि त्यांच्या मनातील असमाधान यामुळे ते गुन्हा करण्यास प्रवृत्त होतात.

सत्ता असलेले गट हे आपल्यापेक्षा दुर्बल गटांना गुन्हेगार ठरविण्याचा प्रयत्न करतात कारण ते आपल्या सुरक्षेला उपयोगी असे कायदे बनवून लोकांना गुन्हेगार ठरवायचा प्रयत्न करतात. गुन्ह्याची व्याख्याही त्यांच्या सोयीची असते. सत्ता असलेला गट आपल्या हितसंबंधाविरोधी असलेले वर्तन हे गुन्हेगारी वर्तन ठरवत असतो.

ड) नव–मार्क्सवादी दृष्टिकोन (Neo-Marxist Perspective)

इयान टेलर, पॉल वॉल्टन, जॉक यंग (The New Criminology) नवीन किंवा सुधारणवादी गुन्हेगारीशास्त्र–

टेलर, वॉल्टन, यंग यांनी सन १९७५ मध्ये आपल्या 'टीकात्मक गुन्हेगारीशास्त्र' या ग्रंथात गुन्हेगारीशास्त्राच्या विकासाचा नवा दृष्टिकोन मांडला. यांच्या मते–

- अर्धवट किंवा सदोष सामाजिकीकरण, समवयस्क व्यक्तींचा दबाव यामुळे गुन्हे घडत नाहीत.
- गुन्हेगारी कायदे अशा प्रकारे तयार केले आहेत, की ज्यामुळे एक सामाजिक वर्ग दुसऱ्या सामाजिक वर्गावर नियंत्रण ठेवू शकेल.
- गुन्हेगारीची सर्व कारणे ही समाजातील परिस्थिमध्येच दडलेली असतात.
- समाजात गुन्हेगारी किंवा इतर कायद्याचा वापर हा फक्त गरीब, निरक्षर, सत्ताहीन आणि अल्पसंख्य समाजातील सदस्यांच्या विरोधात केला जातो. सत्ताधारीपक्ष कायद्याचा वापर मुख्यतः तीन कारणांसाठी करतो–१) सरकारची नैतिकता आणि त्यांचे आदर्श समाजावर लादण्यासाठी. २) गरीब, असंतुष्ट वर्गाकडून सरकारी मालमत्तेची होणारी नासधूस व सरकारी व्यक्तींना पोचवली जाणारी इजा थांबवून त्यांचे संरक्षण करण्यासाठी. ३) गुन्हेगारी वर्तनाची व्याख्या सरकार स्वतःच्या सोयीची बनवते, की ज्यामुळे सरकारला मध्यमवर्गीय व गरिबांवर वर्चस्व प्रस्थापित करणे शक्य होईल.
- समाजात गुन्हेगारी उपसंस्कृती नांदत असते या प्रकारच्या गुन्ह्यांमध्ये समाजातील

सभ्यतेचा बुरखा पांघरलेले राजकारणी, पोलीस कर्मचारी, कायद्याची अंमलबजावणी करणारे कर्मचारी इत्यादींचा समावेश होतो.

- सत्ताधिकारी वर्गाचे वर्चस्व रहावे अशा रीतीने कायद्याची अंमलबजावणी केली जाते.

सराव प्रश्न

१) रॉबर्ट मर्टन यांचा सामाजिक संरचना व प्रमाणक शून्यता सिद्धान्त लिहा.
२) गुन्ह्यासंबंधीच्या मार्क्सवादी दृष्टिकोनाचे वर्णन करा.
३) शिक्कामोर्तब सिद्धान्त (लेबलिंग थिअरी) मांडा.

टिपा लिहा.

अ) एमिल डरखीमची प्रमाणशून्यता व गुन्हा.
ब) वर्गसंघर्ष व गुन्हा.
क) सुधारणावादी दृष्टिकोन.

३ भारतात प्रामुख्याने आढळणारे गुन्हे

Major Forms of Crime in India

अ) जाती आणि जमातींविरुद्धचे गुन्हे (**Crime Against SCs; STs and DTNTs**)

ब) स्त्रियांविरोधी गुन्हे : अर्थ, प्रकार आणि कारणे (**Crime against Women : Meaning, Forms and Causes**)

क) बालगुन्हेगारी (**Juvenile Delinquency**)

ड) पांढरपेशीय गुन्हे (**White Coller Crime**)

अ) जाती आणि जमातींविरुद्धचे गुन्हे (Crime Against SCs; STs and DTNTs)

जाती, जमातींविरुद्धच्या गुन्ह्यांचा विचार करताना असे दिसून येते, की, पूर्वीपासूनच जास्त प्रमाणात अनुसूचित जाती,जमातींविरुद्ध गुन्हे घडत आले आहेत. अनुसूचित जाती म्हणजे नेमक्या कोणत्या, त्यांना अनुसूचित जाती का म्हणतात, याविषयी थोडे जाणून घ्यायला पाहिजे; सायमन कमिशनने अनुसूचित जाती ही संज्ञा सर्वप्रथम वापरली. सामान्यपणे ज्या जाती अस्पृश्य मानल्या गेल्या त्यांचा समावेश अनुसूचित जातीत होतो. १९३५ च्या कायद्याच्या परिशिष्टात यादी प्रकाशित झाली ती अनुसूचित जातींची पहिली यादी.

अनुसूचित जातींना समाजात नीच स्थान होते. या जातींना अस्पृश्य समजण्यात आले कारण त्या अस्वच्छ व्यवसायात होत्या; त्यामुळे त्यांच्यावर उच्च जातींकडून अनेक निर्बंध लादण्यात आले होते. सर्वसामान्यांसारखे ते समाजात वावरू शकत

नव्हते. त्यांना शिक्षण, रोजगाराच्या संधी न मिळाल्याने त्यांचा दर्जा समाजात उंचावण्याची शक्यताही नव्हती आणि यामुळे कालांतराने उच्चवर्ग आणि नीचवर्ग यांच्यातील दरी वाढत गेली. अनुसूचित जाती, नीच व्यवसायांतील लोकांचे शोषण होऊ लागले. नैतिकतेच्या दृष्टिकोनातून अशी वागणूक करणे हा गुन्हा ठरत गेला.

अर्थ आणि प्रकार (Meaning and Forms)

अनुसूचित जातीच्या लोकांना मारहाण करणे, सार्वजनिक ठिकाणी पाणी भरण्यास मनाई करणे, अंधश्रद्धांना खतपाणी घालणे तसेच अशा महिलांना 'जादूटोणा करतात' या कारणाखाली समाजबाह्य करणे, नग्नावस्थेत धिंड काढणे, चोरी झाल्यास त्यांच्यावर आळ घेणे तसेच उकळत्या तेलात बोटे घालायला लावणे, मारहाण करणे, महिलांवर अत्याचार करणे, अस्पृश्यता पाळणे, मंदिरात प्रवेश नाकारणे, सार्वजनिक, धार्मिक कार्यक्रमांत प्रवेश नाकारणे, असे केल्यास जबरी मारहाण करणे, गुप्तधनासाठी नरबळी देणे, सूड घेण्यासाठी त्यांचा वापर करणे, दलित कुटुंबांना बहिष्कृत करणे, एखाद्या युवकाने उच्च जातीतील मुलीशी प्रेमसंबंध ठेवले तर त्याच्यावर कारवाई करणे, मारहाण करणे या गोष्टी होत आहेत.

आदिवासींच्या जमिनी बळकावणे, सावकारीने कुटुंबाची मालमत्ता ताब्यात घेणे, अज्ञानाचा फायदा उठवून त्यांना गुन्हा करायला लावणे, त्यांना जंगलसंपत्तीचा लाभ घेऊ न देणे, जंगल कंत्राटदारांनी त्यांची पिळवणूक करणे, बेकायदेशीरपणे दारू गाळणे, त्यांच्या निरक्षरतेचा फायदा उठवून त्यांचे शोषण करणे इ.

अस्पृश्यता मानणे हा गुन्हा समजला जातो. यात अस्पृश्य मानल्या गेलेल्या जातींचा स्पर्श किंवा त्या व्यक्तीची सावली अंगावर पडली तरी विटाळ होतो अशी वर्तणूक करणे, अशा व्यक्तींना गावकुसाबाहेर राहावयास लावणे, मंदिरात प्रवेश न देणे, पाणवठ्यावर पाणी भरू न देणे, शिक्षणाच्या हक्कापासून वंचित ठेवणे अशा गोष्टी राज्यघटनेने कायद्यानुसार रद्द केल्या आहेत व त्यासाठी शिक्षेची तरतूद केली आहे. तसेच त्यांचा जातिवाचक उल्लेख टाळणे किंवा हेटाळणीच्या स्वरूपात उल्लेख करणे हाही गुन्हा समजला जातो. हिंदू देवदेवतांची पूजा करू न देणे, सार्वजनिक जागांचा वापर करू न देणे. दुकाने, सार्वजनिक उपहारगृहे, भोजनालये आणि सार्वजनिक करमणुकीच्या ठिकाणी रुग्णालयात प्रवेश न देणे, अस्पृश्यतेच्या सबबींवर अपमान करणे, भंगीकाम करावयास लावणे, मृत जनावराचे शव ओढायला लावणे. शिक्षणसंस्था, वसतिगृह, उद्योग, व्यवसाय येथे प्रवेश नाकारणे.

त्यानंतर झालेल्या औद्योगिकरण, शहरनिर्मितीत हे प्रकार कमी होत गेले, यांत्रिक उत्पादनपद्धतीत कामगार वर्ग वाढला व त्यात कौशल्ये महत्त्वाची मानली

गेली; त्यामुळे अर्थातच इतरांना संधी उपलब्ध होऊ लागल्या. त्यापूर्वी महात्मा फुले, विठ्ठल रामजी शिंदे, डॉ. बाबासाहेब आंबेडकर इ. नी अनेक माध्यमांमधून लोकांमध्ये जागरूकता निर्माण करण्यासाठी प्रयत्न केले. भारतीय राज्यघटनेच्या कलम १५ नुसार धर्म, जात, वंश इ. बाबतीत नागरिकांमध्ये भेदभाव केला जाणार नाही, याची तरतूद केली आहे. अस्पृश्य वर्गाला संरक्षण देण्यात येऊन त्यांचा दर्जा उंचावा म्हणून विधानसभा व राज्यसभेत त्यांच्यासाठी राखीव जागा ठेवण्यात आल्या आहेत.

अस्पृश्यता कायद्याची अंमलबजावणी होत गेली. शिक्षण, रोजगाराच्या संधी उपलब्ध करून दिल्या गेल्या. समाजकल्याण खात्यामार्फत अनेक योजना राबविण्यात येऊ लागल्या. परंतु तरीही आजही देशातल्या काही भागांत असे गुन्हे घडताना दिसून येतात.

ब) स्त्रियांविरोधी गुन्हे : अर्थ, प्रकार आणि कारणे (Crime against Women : Meaning, Forms and Causes)

समाजात पूर्वीपासून स्त्रीचे स्थान दुय्यम राहिले आहे. बदलत्या काळात काही सुधारणा झाल्या असल्या तरी मानसिकता अजूनही पूर्णपणे बदललेली नाही. स्त्रीला तिच्या मनाविरुद्ध एखादी गोष्ट करायला भाग पाडणे, हाही एक गुन्हाच होय.

स्त्रीभ्रूण हत्या (Sex Selective Abortions)

देशाच्या लोकसंख्येत दरहजारी पुरुषांमागे स्त्रियांच्या प्रमाणाचा विचार केला तर ते दिवसेंदिवस घटत आहे, असे दिसते; याचे कारण म्हणजे मुलीला गर्भातच मारून टाकणे, मुलीला जन्म नाकारणे ही प्रवृत्ती वाढत आहे. १९०१ मध्ये दरहजारी पुरुषांमागे ९७२ स्त्रिया असे प्रमाण होते तर १९९१मध्ये ते दरहजारी पुरुषांमागे ९३० स्त्रियां इतके कमी झाले. वास्तविक गर्भाची वाढ योग्य प्रकारे होत आहे की नाही हे पाहण्यासाठी गर्भ जल तपासणीची सोय केली आहे. परंतु त्याचा गैरवापर होताना दिसून येतो.

कारणे

समाजात स्त्रीचे स्थान दुय्यम असणे, तिला तितकेसे महत्त्व न देणे यामुळे बालिका हत्या होत आहेत. घराण्याचा वारस मुलगाच असतो ही कल्पना सुशिक्षित आणि अशिक्षित अशा दोन्ही समाजात असल्यामुळे बालिका हत्येचे प्रमाण वाढत आहे. मूल्यव्यवस्था सर्वत्रच ढासळत असल्याने माणसाचा जीव वाचविणारे डॉक्टर पैशांच्या लोभाने गैरकृत्ये करत आहेत.

लोकजागृती

या अनिष्ट प्रथेविरुद्ध महिला संघटना मोर्चे काढून निषेध नोंदवणे, पथनाट्य पोस्टर्सच्या स्वरूपात मुलीच्या जन्माबद्दल जनजागृती करणे, भविष्यकाळात या असमतोलाचे किती दुष्परिणाम होतील याची समाजाला जाणीव करून देणे अशा अनेक गोष्टी करत आहेत याचा थोडा-फार परिणाम म्हणजे सन २०११ मध्ये दरहजारी पुरुषांमागे हे प्रमाण ९४० इतके आहे.

इतर कारणे

स्त्रीभ्रूण हत्या होण्यामागे बालिका, मुलींवर होणारे अत्याचार, विवाहाचा प्रश्न, पुरेशी कडक नसलेली कायदा आणि सुव्यवस्था या गोष्टीही कारणीभूत आहेत. समाजातही एखाद्या कुटुंबाला मुलगा नसेल तर त्या कुटुंबाला चांगली वागणूक दिली जात नाही. संपत्तीला वारस नाही म्हणून त्या पती-पत्नीला संपत्तीतून बेदखल केले जाते.

समाजावर पारंपरिक विचारांचा पगडा आहे. मुलगा म्हातारपणीचा आधार आहे. तोच आपले पालनपोषण करेल; कारण मुलगी हे परक्याचे धन आहे. मुलगा वंशाचा दिवा आहे. वंशसातत्य तोच टिकवू शकेल, अशी कल्पना आजही रूढ आहे.

कायदेशीर तरतूद

स्त्रीभ्रूण हत्या थांबावी यासाठी कायदा केला गेला आहे. गर्भलिंग चाचणीवर बंदी घालण्यात आली आहे आणि या नियमांचे उल्लंघन करणाऱ्याला शिक्षेची तरतूद केली आहे. या शिक्षेत दंड आणि कारावास या दोन्हींचा समावेश आहे.

कौटुंबिक अत्याचार (Domestic Violence)

यामध्ये प्रामुख्याने उल्लेख करावा लागतो तो हुंड्याच्या प्रथेचा. हुंड्याला कायद्याने बंदी घातली असली तरीही ही प्रथा पूर्णपणे बंद झालेली नाही; यातून पळवाटा शोधल्या जातात. विवाहप्रसंगी प्रत्यक्ष हुंडा न मागता मौल्यवान वस्तूंची मागणी केली जाते. काही वेळा विवाहानंतर पैशांची मागणी केली जाते व ती पुरी न झाल्यास स्त्रीचा छळ केला जातो. एक मागणी पुरी केली की दुसरी पुढे केली जाते.

- स्त्रियांना कुटुंबातील इतर व्यक्ती जसे विवाहित स्त्रीच्या बाबतीत दीर, सासरा यांच्याकडून लैंगिक अत्याचार केले जातात; तर अविवाहित मुलींवर कुटुंबात काका, मामा, वडील, भाऊ, मेहुणा यांच्याकडून लैंगिक अत्याचार केले जातात आणि त्याविषयी तक्रार करू नये म्हणून धमकावले जाते.

- विवाहित स्त्रीला मूल होत नसेल तर कुटुंबाकडून तिची छळवणूक होत असते आणि मूल असलेल्या स्त्रीला जर मुलगीच असेल किंवा मुलीच असतील तर मुलगा होत नाही म्हणून छळले जाते.

- विवाहित स्त्रीला फक्त मुलगाच हवा म्हणून जबरदस्तीने तिला गर्भजल परीक्षा करायला लावून मुलीचा गर्भ पाडून टाकायला भाग पाडले जाते.

- विवाहित स्त्रीला मूल होत नसेल तर पती तिच्या संमतीविनाच दुसरे लग्न करून त्या स्त्रीला घरात आणून ठेवतो व पहिल्या पत्नीला मारहाण करणे, त्रास देणे, प्रसंगी घरातून हाकलून देणे असे प्रकार केले जातात.

- राज्यातील काही भागांमध्ये कुटुंबातील बिकट परिस्थितीतून बाहेर पडण्यासाठी, कुटुंबातील मुलाला झालेला आजार बरा व्हावा इत्यादी कारणांसाठी कुटुंबातील मुलीला देवदासीसारख्या अनिष्ट प्रथेत लोटले जाते आणि नंतरच्या काळात अशा मुलीला शरीर विक्रय करण्याशिवाय दुसरा पर्यायच उरत नाही.

- कुटुंबातील वृद्ध किंवा विधवा स्त्रियांचा छळ करणे, त्यांना त्रास देणे, त्यांना कुटुंबाच्या मालमत्तेतून बेदखल करणे.

- वृद्ध मातेचा सांभाळ न करणे, तिच्याकडील पैसा, सोने काढून घेऊन तिला घरातून हाकलून देणे.

- कुटुंबाची आर्थिक स्थिती बिकट असल्यामुळे कुटुंबातील तरुण मुलगी, पत्नी यांना अनैतिक कृत्ये करायला भाग पाडले जाते.

- स्त्रीला घटस्फोट देण्यासाठी भाग पाडणे व तिने घटस्फोट देण्यास नकार दिला तर तिला मारहाण करणे, धमकी देणे, अत्याचार करणे, आत्महत्येस प्रवृत्त करणे या गोष्टी घडतात.

- कौटुंबिक भांडणांचा सूड म्हणून बालिका, युवती यांना पळवून नेणे व त्यांच्यावर बलात्कार करणे, खून करणे, जबरदस्तीने त्यांच्याशी लग्न लावणे हे प्रकार केले जातात.

हुंडा (Dowry)

बालविवाहाबरोबरच 'हुंडा' ही प्रथा आपल्याकडे २१व्या शतकातही प्रचलित आहे. आपल्या देशामध्ये हुंडा हा शब्द 'वरदक्षिणा' व 'वधूदक्षिणा' या दोन्हीही अर्थांनी वापरला जातो. आदिवासी जमातींपैकी अनेक जमातींमध्ये 'वधूदक्षिणा' म्हणजे विवाहाच्या वेळी स्त्रीसाठी तिच्या पित्याला द्यावयाची रक्कम हा प्रकार प्रचलित आहे. बहुतांशी इतर समाजांत मुलांना द्यावयाची रक्कम म्हणजेच 'वरदक्षिणा'

हा प्रकार प्रचलित आहे. त्याचमुळे हुंडा हा शब्द प्रामुख्याने 'वरदक्षिणा' या अर्थाने वापरला जातो व समस्या निर्माण करण्यासाठी मुख्यत्वेकरून हाच घटक कारणीभूत ठरताना दिसून येतो.

सामाजिकशास्त्र कोशामध्ये हुंड्याच्या व्याख्या करताना असे म्हटलेले आहे की, ''हुंडा म्हणजे विवाहप्रसंगी वराने वधूपक्षाकडून घेतलेली संपत्ती होय.''

कायद्यातील व्याख्येनुसार, ''कोणत्याही एका पक्षाने दुसऱ्या पक्षाकडून स्वीकारलेली स्थावर किंवा जंगम मालमत्ता म्हणजे हुंडा.''

प्रारंभीच्या काळात वधूपक्ष आपल्या इच्छेने काही रक्कम देत होता तेव्हा हुंडा-प्रथा ही समस्या नव्हती. आजही जेव्हा स्वेच्छेने वधूपक्ष काही रक्कम वरपक्षाला देतो तेव्हा त्याला समस्या मानण्यात येणार नाही. परंतु अधिक हाव सुटून जेव्हा अधिकाधिक रकमेसाठी जेव्हा वस्तूप्रमाणे सौदा केला जातो, हुंडा स्वीकारूनही जेव्हा नववधूचे तिच्या कुटुंबातील जगणे असह्य होऊन जाते तेव्हा मात्र ही समस्या निर्माण होते, असे म्हणावे लागेल.

कारणे

भारतात हुंड्याच्या प्रथेला प्रामुख्याने अनेक सामाजिक व आर्थिक कारणे कारणीभूत झालेली दिसतात. त्यांपैकी काही कारणे पुढीलप्रमाणे सांगता येतील-

१) **सामाजिक प्रथा :** हिंदू विवाहाचे जे प्राचीन आठ प्रकार आहेत त्यांपैकी ब्राह्म विवाह, ऋषी किंवा आर्ष विवाह, आर्य किंवा दैव विवाह व प्राजापत्य विवाह हे विवाहप्रकार समाजमान्य होते. यात पित्याने आपल्या कन्येचे अलंकारासहित दान करावे म्हणजे सालंकृत कन्यादान करावे, अशी सामाजिक प्रथा आहे. म्हणून विवाहसमयी मुलीच्या भावी काळात तिला उपयोगी पडावी म्हणून काही संपत्ती मुलीबरोबर देण्याची प्रथा फार पूर्वीपासून अस्तित्वात होती; याचेच रूपांतर पुढे हुंड्याच्या प्रथेत झाले.

२) **जातिव्यवस्था :** हुंडाप्रथेच्या वाढीला प्रामुख्याने जातिव्यवस्था कारणीभूत असलेली दिसून येते. भारतात पूर्वीपासून व आजही जातिप्रथेचे अस्तित्व विवाहसंस्थेमुळेच टिकून राहिलेले आहे. एका प्रमुख जातीत अनेक पोटजाती निर्माण झालेल्या दिसून येतात. आपल्या पोटजातीतील सदस्यांची संख्या वाढावी म्हणून अंतर्विवाहपद्धती अस्तित्वात आली व आपल्या पाल्याला आपल्या जातीतील सदस्य विवाहाचा जोडीदार म्हणून मिळावा यासाठी मुलांसाठी अधिक हुंडा देण्याची प्रथा अस्तित्वात आली. अंतर्विवाहाबरोबर विवाह जमविताना गोत्र, प्रवर इ. गोष्टींचाही काटेकोरपणे विचार होतो. या सर्व

गोष्टींमुळे मुलीसाठी जातीतील मुलगा मिळविण्यासाठी उपलब्ध असलेले क्षेत्र संकुचित झाले व यामुळे हुंड्याच्या प्रथेला गती आली.

३) **कुलीन विवाहपद्धती :** हिंदू समाजात मुलीचा विवाह उच्च कुळातील मुलाशी करण्याची प्रथा अनेक जातीत अस्तित्वात आहे. मुलीचा विवाह जर कनिष्ठ कुळातील मुलाशी केला तर मुलीची व तिच्या कुटुंबीयांची प्रतिष्ठा कमी होते, असे मानले जाते. समाजातील उच्च कुळातील मुलांची संख्या जर कमी असेल तर त्यांना साहजिकच खूप मागणी असते. परिणामी, हुंड्याचा दर वाढतो. समाजात गुणी व निर्व्यसनी मुलांची संख्या अर्थातच खूप कमी असली, की अशी मुले मिळवण्याची स्पर्धा वधूपित्यांत सुरू होते; त्यातून मुलांना वेगवेगळी आमिषे दाखविली जातात. पर्यायाने हुंड्याचा दर वाढविण्यास वधूपितेही बऱ्याच प्रमाणात जबाबदार मानले पाहिजेत. चांगले घर, श्रीमंती, शेती, घरदार हे निकष महत्त्वाचे मानले जातात. हुंड्याची देवाण-घेवाण वाढताना दिसून येते.

४) **विवाहाचे निकष :** आज मुलीचा विवाह कोणत्या कुटुंबात करावा, याविषयी मुलीकडील कुटुंबात काही निकष प्रचलित आहेत. त्यात मुलांचे शिक्षण, घरची शेती, नोकरी, बांधलेले घर, श्रीमंती हे निकष ठळक आहेत. मुला-मुलींच्या आवडीनिवडी परस्परांशी जुळतात किंवा नाही, त्यांचे स्वभाव परस्परांशी अनुकूल आहेत की नाहीत, सौंदर्याच्या दृष्टीने त्यांच्यात सारखेपणा आहे की नाही, याचा विचार केला जात नाही. निकषच चुकीचे असल्याने हुंडाप्रथेला चालना मिळत असलेली दिसून येते.

५) **सामाजिक प्रतिष्ठा :** मुलीच्या विवाहात किती रक्कम हुंडा म्हणून दिली किंवा मुलाच्या विवाहात हुंडा म्हणून किती रक्कम घेतली गेली, याला सामाजिक प्रतिष्ठा प्राप्त झालेली दिसून येते. वधूपिते मोठ्या अभिमानाने आमच्या मुलीच्या लग्नाला इतका खर्च आला, अशी चर्चा करताना दिसून येतात. ही सामाजिक प्रतिष्ठा मानली तरी यात सामाजिक विकृतीच लपलेली आहे. हुंड्याच्या प्रथेला यामुळे चालना मिळत असलेली दिसून येते.

६) **विवाहाचा खर्च :** हिंदूंच्या विवाहपद्धतीत अनेक कारणांस्तव अवाजवी खर्च करावे लागतात. उदाहरणार्थ, आगतस्वागत, कपडे, जेवणावळी, पत्रिका, वरात, सजावट इत्यादी. या गोष्टींवर प्रामुख्याने वरपक्षाकडील लोकांना खर्च करावा लागतो. या खर्चाची वसुली म्हणून वधूच्या पालकांकडून हुंड्याच्या रूपाने आणखी रक्कम घेतली जाते.

७) **शहरीकरण व राहणीमान :** आज चांगले राहणीमान असावे तसेच वैज्ञानिक शोधाद्वारे अस्तित्वात आलेली सर्व उपकरणे आपल्या घरात असावी अशी प्रत्येकाची इच्छा असते. उदाहरणार्थ, मोटरसायकल, कलर टी.व्ही., फ्रीज, वॉशिंग मशीन या गोष्टी घरात असल्याने घरात प्रतिष्ठा आली, असे समजण्याची सर्वसाधारण पद्धत आहे. शिक्षणानंतर नोकरी जरी लागलेली असेल तरी या वैज्ञानिक उपकरणांसाठी लागणारा पैसा व्यक्तीला त्वरित उपलब्ध होत नाही. लवकरात लवकर या वस्तू मिळाव्यात यासाठी अधिकाधिक हुंडा मागितला जातो व तो दिलाही जातो.

८) **खर्चाची वसुली :** एखाद्या व्यक्तीने आपल्या मुलीच्या विवाहात ठराविक हुंडा दिलेला असेल तर मुलाचे लग्न करताना तेवढा ठराविक हुंडा मागितला जातो. अलीकडे मुलाच्या शिक्षणानिमित्त झालेल्या पैशांची वसुली करणे ही व्यवस्थाच निर्माण झाली आहे व कित्येक वधूपिते या व्यवस्थेला बळी पडताना दिसून येतात.

९) **तुलना करणे :** व्यक्तीच्या दुःखाचे प्रमुख कारण कोणते असेल तर आपले जीवनमान व इतरांचे जीवनमान यांत तुलना करणे. मित्राला लग्नात ठरावीक रक्कम मिळाली तर आपल्याला हुंडा म्हणून तेवढी रक्कम का मिळू नये, अशीही मुलांमध्ये तुलना होताना दिसते. त्याचा फटका वधूपित्यांना बसतो.

१०) **ध्येयहीनता :** आज जी कुटुंबव्यवस्था निर्माण झाली ती पूर्णपणे आर्थिक आधारावर निर्माण झाली. परिणामी, यात भावनाशीलतेचा भाग कमी असलेला दिसून येतो.

११) **लोकसंख्येच्या प्रमाणातील असंतुलन :** अंतर्विवाहाच्या प्रभावामुळे आज विवाहसंस्था जातिनियमांवर आधारित विवाह करण्यावर जास्त भर देते; त्यामुळे काही जातींमध्ये मुलांचे प्रमाण कमी, तर मुलींचे प्रमाण जास्त असलेले दिसून येते. याही कारणामुळे हुंडाप्रथेला प्रोत्साहन मिळत चाललेले दिसून येते.

१२) **पितृप्रधान कुटुंबव्यवस्था :** भारतात वेगवेगळ्या माध्यमांतून जरी स्त्री-पुरुष समानता आणण्याचा प्रयत्न केला असला तरी आज समाजव्यवस्था व कुटुंबव्यवस्था पुरुषप्रधान आहे, हे मान्य करावे लागेल. आजही समाजात मुलगी होण्यापेक्षा मुलगा जन्माला येणे ही बाब आनंदाची समजली जाते. या कारणामुळे हुंड्याच्या प्रथेमध्ये वाढ झाली असल्याचे दिसून येते.

वेश्याव्यवसाय

- **गॉफरे यांच्या मते :** 'पैशांच्या आमिषाने कमी-जास्त प्रमाणात अनिर्बंध स्वरूपाचे सराईत किंवा तात्पुरते लैंगिक संबंध ठेवण्याची पद्धती म्हणजे वेश्याव्यवसाय होय.'
- **स्कॉट यांच्या मते :** 'समलिंगी किंवा भिन्नलिंगी व्यक्तीबरोबर मोबदल्याच्या बदल्यात किंवा इतर वैषयिक समाधानासाठी पूर्ण व्यवसाय म्हणून सामान्य किंवा अतिरिक्त प्रमाणात लैंगिक संबंध प्रस्थापित करणारी (स्त्री किंवा पुरुष) व्यक्ती म्हणजे वेश्या होय.'

१) **आर्थिक कारणे :** स्त्रियांनी वेश्याव्यवसाय स्वीकारण्याच्या अनेक कारणांपैकी आर्थिक कारण हे प्रमुख आहे. आर्थिक कारणांमुळे होणारी उपासमार हे वेश्याव्यवसायाच्या निर्मितीचे प्रमुख कारण आहे. मानवी समाजाचा विचार केल्यास जीवन जगणे, जिवंत राहणे व परिस्थितीशी दोन हात करणे हे प्रत्येकालाच करावे लागते; जर प्राप्त परिस्थितीत मिळणाऱ्या पैशांमध्ये जीवन जगता येणे अशक्यप्राय झालेले असेल तर अशा स्त्रिया नाइलाजाने वेश्याव्यवसायाकडे वळालेल्या दिसून येतात.

२) **धार्मिक कारण :** यापूर्वीच पाहिल्याप्रमाणे, धर्माच्या गोंडस नावाखाली विविध प्रथा, परंपरांच्या आड काही स्त्रियांना नाइलाजाने हा व्यवसाय करणे भाग पडते. परिणामी, या प्रश्नांचे महत्त्व कमी झाले तर आपोआपच हा व्यवसाय कमी होण्यास मदत होईल.

३) **सामाजिक प्रथा :** या प्रथेच्या किंवा व्यवसायाच्या वाढीला बऱ्याच प्रमाणात समाजातील सामाजिक प्रथा-परंपरादेखील जबाबदार आहेत. आज बहुसंख्य जाती-जमातींमध्ये हुंड्याची घातक प्रथा विवाहात अडसर ठरू पाहत आहे. हुंडापद्धतीमुळे कित्येक मुलींचे विवाह होऊ शकत नाहीत. हुंडा देण्याची पालकांची आर्थिक स्थिती जर नसेल तर अशा मुलींचे विवाह होऊ न शकल्यामुळे त्या नैसर्गिक गरजा भागविण्यासाठी कुमार्गाला लागण्याची शक्यता असते.

४) **वैवाहिक अस्थिरता :** विवाहाविषयी स्त्री-पुरुषांच्या काही अपेक्षा असतात. वैवाहिक जोडीदारांनी परस्परांच्या अपेक्षांची पूर्तता करीत, एकमेकांना समजावून घेऊन जीवन जगावे अशी अपेक्षा असते; परंतु कित्येकदा अशा अपेक्षा पूर्ण होत नाहीत. कधी मने जुळत नाहीत, कधी अपत्ये होत नाहीत, तर कधी

हुंड्याच्या कारणावरून विवाहितेचा छळ केला जातो. अशा स्त्रियांना जर माहेरी किंवा नात्यामध्ये आश्रय मिळाला नाही तर त्या नाइलाजाने या व्यवसायाकडे वळताना दिसून येतात.

५) **फसवणूक :** मुली वेश्याव्यवसायाकडे का वळतात याचा अभ्यास करताना त्या वेगवेगळ्या व्यक्तीकडून फसविल्या जातात व पुन्हा समाजात जाण्याचे मार्ग बंद झाल्यामुळे नाइलाजाने त्या वेश्याव्यवसायाकडे वळतात असे समाजशास्त्रज्ञांच्या लक्षात आले आहे. विवाहाचे किंवा चांगल्या नोकरीचे आमिष दाखवून अनेकदा मुलींना फसविले जाते. हे फसविणारे कित्येकदा वेश्यांची खरेदी–विक्री करणारे दलाल असतात. एखादी मुलगी जर त्यांच्या मोहजालात फसली तर आयुष्यभर तिला वेश्यावस्तीत जीवन घालविण्याखेरीज दुसरा इलाज राहत नाही. बरेचदा चित्रपटाच्या आकर्षणाने मुंबईला पळून येणाऱ्या मुली एका दलालाकडून दुसऱ्या दलालाकडे विकल्या जातात व त्यांना या वस्तीचा आश्रय घ्यावा लागतो. सिनेमात काम देण्याच्या नावाखाली कित्येकदा मुलींचे लैंगिक शोषण केले जाते. त्यांचा उपभोग घेऊन त्यांना पालापाचोळ्यासारखे फेकून दिले जाते. अशा मुलींसाठी वेश्याव्यवसायाचा आश्रय घेणे हा एकच उपाय शिल्लक राहतो.

६) **शारीरिक कारणे :** या व्यवसायाच्या वाढीला काही शारीरिक कारणेदेखील जबाबदार आहेत. व्यक्तीमध्ये काही शारीरिक व्यंग असेल तर त्यामुळे ही व्यक्ती कुमार्गाकडे वळते. उदाहरणार्थ, लैंगिक समाधान न मिळणे. जबर लैंगिक इच्छा असल्यामुळेही काही स्त्रिया कुमार्गाला जाऊ शकतात. काहींना नवीन अनुभव घेण्याची इच्छा असते; त्यातून अनिर्बंध लैंगिक संबंध प्रस्थापित केले जातात. बरेचदा असे दिसून येते, की अनेक कुरूप मुलींच्या विवाहामध्ये अडचणी निर्माण होतात. परिणामी, त्या शारीरिक वासना पूर्ण करण्यासाठी वेश्याव्यवसायाकडे वळू शकतात, हे लक्षात आलेले आहे.

बलात्कार (Rape)

कोणत्याही समाजात स्त्रियांवर या ना त्या कारणामुळे पुरुष बलात्कार करत असतो. बलात्कारित स्त्री ही गरीब किंवा श्रीमंतही असते. अशिक्षित स्त्रियांवरच बलात्कार होतात असे नाही तर शिक्षित नि बऱ्यापैकी नोकरी करणाऱ्या स्त्रियांवरही बलात्कार केले जात असतात. बलात्कारित स्त्री ही कोवळ्या वयातीलही असते नि तरुणही असते. एवढेच नाही तर वयस्कर स्त्रियांवरसुद्धा बलात्कार होत असतात. बलात्कार करणारे पुरुषच असतात. ते गरीबही असतात नि श्रीमंतही असतात;

एवढेच नाही तर शिक्षित आणि अशिक्षित पुरुष बलात्कार करणाऱ्याच्या यादीत समाविष्ट झालेले असतात. स्त्रीचे लग्न झालेले असो वा नसो, बलात्कार करणाऱ्याच्या लेखी हे सर्व शून्यवत असते. मुलीवर कोणी बलात्कार करू नये म्हणून अगदी कोवळ्या वयात तिचे लग्न केले जात असले तरी अशा मुलीवर बलात्कार होत नाहीत असे नाही. एवढेच नव्हे तर लग्न झाल्यानंतर पती असूनही अनेक स्त्रियांना त्यांच्या मनाविरुद्ध पुरुषांच्या कामवासनेला कोणत्यातरी कारणाने बळी पडावे लागते. यात कधी एकतर्फी प्रेम करणाऱ्याचे प्रमाण असते तर कधी सूड वा वैमनस्याची भावना बाळगणाऱ्यांचा सहभाग असतो. लैंगिक विकृती नि लैंगिक उपासमार होणारे पुरुषही स्त्रियांवर बलात्कार करत असतात. एवढेच नाही तर कामुकतेचे प्रदर्शन, विवाहाचे वाढते वय नि कुटुंबसंस्थेत झालेल्या बदलांमुळे पुरुष स्त्रियांवर वाढत्या प्रमाणात लैंगिक अत्याचार करू लागले आहेत; यात स्त्रियांचाही सहभाग असतो. केवळ पुरुषच बलात्काराच्या बाबतीत पुढाकार घेतो असे नाही; तर दिवसेंदिवस स्त्रियासुद्धा खोट्या नि फसव्या स्त्री-स्वातंत्र्य या कल्पनेच्या आहारी जाऊ लागल्याने त्यांच्यावर बलात्कार होऊ लागले आहेत.

बलात्काराची कारणे

१) **एकतर्फी प्रेम :** कोणत्याही पुरुषाला स्त्रीचा सहवास हवासा वाटतो. या सहवासातून प्रेम आणि प्रेमातून लैंगिक सुख उपभोगायचे असते. परंतु प्रयत्न करूनसुद्धा स्त्री जर त्याला वश होत नसेल तर तो तिच्यावर तिच्या मनाविरुद्ध अगदी बेसावध अवस्थेत बलात्कार करत असतो.

२) **सूडभावना :** समाज जीवन अत्यंत गुंतागुंतीचे असते. प्रत्येक ठिकाणी माणसाला जशी प्रतिष्ठा मिळते तसेच त्याला अपमानसुद्धा सहन करावा लागतो. अशा प्रकारे, आर्थिक देवाण-घेवाण, सामाजिक व्यवहार इ. प्रसंगी झालेल्या अपमानातून पुरुषामध्ये स्त्रीवर बलात्कार करून तिला अप्रतिष्ठित करण्याची सूडभावना निर्माण होत असते.

३) **लैंगिक विकृती :** काही पुरुषांत लैंगिक विकृती एवढी जबरदस्त असते, की त्यांना जर स्त्रीचा लैंगिक सहवास लाभला नाही तर ते वाट्टेल त्या स्त्रीवर जबरदस्ती करून आपली कामवासना तृप्त करून घेत असतात. ज्या ठिकाणी वेश्यांची वस्ती असेल तेथे अशा पुरुषांना काहीतरी मार्ग सापडलेला असतो. परंतु खेड्यात हे प्रमाण जवळपास नसल्याने विकृत पुरुष आई-बहीण वगळता कोणत्याही स्त्रीवर बलात्कार करण्यास हयगय करत नाही.

४) **लैंगिक उपासमार :** विधुर, अविवाहित, काही दिवस बाहेरगावी गेलेल्या स्त्रियांचे पती वगैरेंची लैंगिक उपासमार सुरू झाली, की ते वाममार्गांनी कोणत्याही स्त्रीवर बलात्कार करून आपली लैंगिक भूक तृप्त करून घेतात.

५) **औद्योगिकीकरण :** औद्योगिकीकरणाची प्रक्रिया सुरू झाल्याने पारंपरिक व्यवसायाची अधोगती सुरू झाली आणि स्त्रियांना पोटाचा प्रश्न सोडवण्यासाठी घराबाहेर पडणे अपरिहार्य ठरले. ग्रामीण व्यवसायाची सुरक्षितता कमी झाल्याने स्त्रीला परपुरुषाबरोबर काम करणे आवश्यक ठरले. तसेच शहरात काम मिळते म्हणून खेड्यातील स्त्री शहराकडे स्थलांतरित होते. अशा प्रकारे, कळत नकळत, मजबुरी किंवा हव्यास वा लैंगिक आसक्ती यामुळे तर कधी पुरुषाच्या वर्चस्वाखाली आल्याने स्त्रीवर होणाऱ्या बलात्कारांचे प्रमाण वाढू लागले आहे.

६) **कुटुंबविघटन :** कुटुंबाचे विघटन सुरू झाल्याने स्त्रीला घराबाहेर पडणे गरजेचे ठरले आहे. कधीही दृष्टीस न पडणारी स्त्री राजरोसपणे पुरुषांच्या बरोबरीने काम करू लागल्याने लैंगिक आसक्तीचे प्रमाण वाढू लागले आहे. प्रेमाने स्त्री जर वश होत नसेल तर तिच्यावर बळजबरी करण्याचे प्रमाण वाढू लागले आहे.

७) **धर्माचे बदलते स्वरूप :** पूर्वी कुटुंबामध्ये परस्परसंबंधाची जी एकजूट होती व वडीलधाऱ्या माणसांचा जो दबदबा होता तो कमी होऊ लागला आहे. कुटुंब सदस्यांच्या वर्तनावर कसलेही बंधन न राहण्याने कुटुंबीय संबंध शिथिल होऊ लागले आहेत. परस्परांवरचा विश्वास डळमळीत होऊ लागला आहे. त्याग आणि आपुलकीची भावना कमी झाल्याने व्यक्तिवादी, संशयी आणि संशयवृत्तीने घडलेल्या लैंगिक गुन्ह्यांचे प्रमाण सातत्याने वाढू लागले आहे.

८) **नागरीकरण :** अर्थोत्पादनाची साधने मुबलक असल्यामुळे आर्थिक परिस्थिती सुधारून घेण्याचा प्रत्येकाचा प्रयत्न जारी असतो. ओळखीचा अभाव असल्याने वास्तवता लपवली जात असते; तसेच राहणीमान दिखाऊ असते. शौकपाणी करण्याची स्पर्धा असते. काहींना काम असते तर काहींना नसते. ज्यांना काम नसते ते वाम मार्गाने जीवन जगत असतात. पोट भरत नाही म्हणून देहाची विक्री करणाऱ्या स्त्रिया, जुगार खेळणारे पुरुष, दारू वा चोरट्या मालाची ने-आण करणारे लोक, हौसेखातर देहाचे प्रदर्शन करणाऱ्या स्त्रिया आणि त्यांचे व्यभिचार, स्मगलर, चोर, बिल्डर्स, व्यापारी, राजकारणी, स्थलांतरित लोक,

बालमजुरांचे शारीरिक आणि मानसिक शोषण, बेकार तरुण-तरुणी, दारिद्र्य, भिकारी यांसारख्या अनेक बाबींचे माहेरघर असणाऱ्या शहरात लैंगिक गुन्ह्यांचे प्रमाण प्रचंड असते. याचा प्रभाव लोकांवरही होऊ लागला आहे. या सर्व कारणांमुळे शहरात दिवसागणिक किती स्त्रियांवर बलात्कार होत असतील याची नोंद घेणे महत्त्वाचे आहे.

९) **कामुक प्रदर्शन :** कथा, कादंबरी, चित्रपट, जाहिराती यांसारख्या बाबींमध्ये स्त्रीदेहाचे उत्तान वर्णन नि प्रदर्शन करण्याचे प्रमाण दिवसेंदिवस सतत वाढत आहे. दैनंदिन जीवनातसुद्धा स्त्रीचे वस्त्र कमी होऊ लागले आहे; तसेच उत्तान पोशाख करून स्त्रिया पुरुषांच्या वैषयिक भावनेला आव्हान करू लागल्या आहेत; म्हणजेच पोशाखातील बदल, जाहिरातीतील अश्लीलता, सिनेमातील लैंगिकता नि संवाद यांसारख्या बाबींमुळे पुरुषांच्या लैंगिक भावना उफाळून येत असतात. शरीरावरील घट्ट, तंग तसेच तोकडे कपडे यांमुळे स्त्रीचे अंग जास्तीत जास्त उघडे पडलेले असते. अशा प्रकारे, या सर्व कारणांमुळे सहजासहजी स्त्री वश होत नसेल तर पुरुष तिच्यावर लैंगिक अत्याचार केल्याशिवाय राहत नाही.

१०) **विवाहाचे वाढते वय :** बदलत्या समाजव्यवस्थेत स्त्रीला अनुकूल परिस्थिती निर्माण झाल्याने तिची महत्त्वाकांक्षा वाढू लागली आहे. शिक्षण घ्यावे, नोकरी करावी, नोकरदाराबरोबर लग्न व्हावे, बंगला असावा, वाहन असावे, घरातील वस्तू नीटनेटक्या नि मुबलक असाव्यात, या कामनेपायी स्त्रीचे विवाहाचे वय वाढू लागले आहे. कायद्याचे पाठबळ असल्याने अठरा वर्षांखाली लग्न होणाऱ्या मुलींची संख्या कमी होऊ लागली आहे. तसेच सभोवतालचे वातावरण, बदलती विचारसरणी इ. मुळे हल्ली स्त्रिया मुक्तपणे जीवन जगण्याचा प्रयत्न करू लागल्या आहेत. त्यामुळे कौटुंबिक बंधन शिथिल झाल्याने नि आर्थिक स्पर्धा निर्माण झाल्याने लैंगिक जीवन शिथिल झाले आहे; म्हणून लैंगिक गुन्हेगारीचे प्रमाण वाढू लागले आहे.

११) **स्त्रीस्वातंत्र्य :** स्त्रीमुक्ती आणि स्त्रीस्वातंत्र्य या संकल्पनांच्या चुकीच्या अर्थाने स्त्रीवर लैंगिक अत्याचार होण्याचे प्रमाण वाढू लागले आहे. पूर्वी स्त्रीला कोणत्याही प्रकारचे स्वातंत्र्य नव्हते. शिक्षण, अर्थ, सामाजिक व धार्मिक स्वातंत्र्यापासून तिला वेगळे ठेवण्यात आले होते. परंतु विवाहाच्या बाबतीत तिच्यावर सक्ती होती. कौटुंबिक जीवनात तिला कसलेही स्थान नव्हते. काही स्त्रिया तर पुरुषांना फक्त खेळवीत असतात. त्या पुरुषात गुंतून न पडता त्यांना

खेळवीत असल्याने त्यांच्यावर सुडाच्या पोटी पुरुष बलात्कार करीत असतात; याशिवाय नोकरीच्या ठिकाणी होणाऱ्या लैंगिक छळाविरुद्धही कायदे केले गेले आहेत. परंतु कुटुंबाची गरज भागविण्यासाठी काम करणारी स्त्री हे सगळं सहन करत असते. यात असंघटित क्षेत्रात काम करणारी मजूर स्त्री असो किंवा एखाद्या ऑफिसमध्ये काम करणारी उच्चपदस्थ स्त्री असो. या गोष्टी तिला सहन कराव्या लागतात. कारण आजही समाज ती स्त्रीच वाईट असेल असा विचार करणारा आहे; म्हणून स्त्रिया या छळाविषयी बोलत नाहीत.

स्त्रीयांविरुद्धच्या या गुन्ह्यांबाबत विचार करताना स्त्रियांना संरक्षण देणारे कायदे आवश्यक ठरतात. ८ मार्च हा दिवस 'जागतिक महिला दिन' म्हणून साजरा केला जातो. वास्तविक संसारात स्त्री पुरुष ही रथाची दोन चाके मानली जातात. परंतु इतर वेळी मात्र तिला वर्षातला फक्त एक दिवस असतो. नव्या घोषणा, नव्या योजना जाहीर केल्या जातात. परंतु त्याचा प्रत्येक वर्षी आढावा घेणं व मूल्यमापन केलं जाणं गरजेचं आहे आणि तरच त्या 'दिन साजरे करण्याला' अर्थ आहे.

काही स्त्रियांनी प्रगती केली असेल त्यावरून सर्व स्त्रियांनी प्रगती केली, हे म्हणणे चुकीचे ठरते. लैंगिक शोषण तर जवळपास सर्व क्षेत्रांत काही प्रमाणात होतच असतं. यात विद्यापीठात उच्च शिक्षण घेणारी विद्यार्थिनी असो, शाळेत शिकणारी असो की उच्च अधिकारी स्त्री असो. याचा विचार गांभीर्याने केला गेला पाहिजे. भारतीय दंडविधानातील स्त्रियांच्या संरक्षणाबाबतीतल्या कायद्यांची माहिती पुढील तक्त्यात दिली आहे.

स्त्रियांवर सार्वजनिक ठिकाणी होणारे अत्याचार

वाढती महागाई व राहणीमानात बदल यामुळे शहरी स्त्रीला नोकरी करणे भाग पडते. शहरांच्या वाढत्या पसाऱ्यामुळे व कामाची ठिकाणे लांब लांब असतात अशा परिस्थितीत सार्वजनिक वाहनातून प्रवास करताना स्त्रियांना पुरुषांकडून नकोसे स्पर्श सहन करावे लागतात. पुरुषांचे अश्लील बोलणे, टोमणे सहन करावे लागतात.

वाहनात स्त्रियांसाठी असलेल्या राखीव जागांवर पुरुष बसतात व त्यांचे हक्क डावलतात.

कामाच्या ठिकाणी अत्याचार (Sexual Harassment at Work Place)

- ऑफिसमध्ये पुरुष सहकाऱ्यांकडून अश्लील शेरे ऐकावे लागतात त्यांचे टोमणे सहन करावे लागतात.
- पुरुष सहकाऱ्यांच्याकडून अश्लील हावभाव केले जातात.

- स्त्रिया पदोन्नतीसाठी लायक असतानाही त्यांना पदोन्नती न देणे, त्यांची अडवणूक करणे.
- स्त्रियांकडून लैंगिक सुखाची मागणी किंवा विनंती करणे.
- स्त्रियांना कामाच्या ठिकाणी मुद्दाम जास्त वेळ थांबायला लावणे.
- स्त्रियांचा विनयभंग करणे.
- मुली करियर करू लागल्या व माहिती तसेच शिक्षण घेण्याकडे त्यांचा कल वाढला; तसेच वेगवेगळ्या भागातून शहरात येऊन आय.टी. कंपन्यांमध्ये नोकरी करणाऱ्या मुलींचे प्रमाण वाढले. या क्षेत्रात काम करणाऱ्या मुलींना रात्रपाळीत काम करावे लागते. या मुलींना बलात्कार, खून यासारख्या अत्याचारांना तोंड द्यावे लागते.
- सायबर क्राइमचे प्रमाणही वाढत आहे. स्त्रिया, तरुणी यांच्या फोटोचा विकृत दृष्ट्या वापर करणे व त्याबद्दल त्यांना ब्लॅकमेल करणे असे प्रकार घडत आहेत.
- तरुणींना चित्रपटात काम देण्याचे, मॉडेलिंगची कामे देण्याचे आमिष दाखवून त्यांचा गैरफायदा घेणे, त्यांचा वापर करणे, त्यांना अंगप्रदर्शन करायला भाग पाडणे, शरीर विक्रय करायला लावणे.
- असंघटित क्षेत्रात काम करणाऱ्या बांधकाम मजूर स्त्रियांना ठेकेदार, मुकादम यांच्या अत्याचाराला बळी पडावं लागतं.
- शहरी भागात कुटुंबात स्वयंपाकी म्हणून, मोलकरीण म्हणून काम करणाऱ्या स्त्रियांचाही लैंगिक फायदा घेतला जातो.
- शिक्षक शाळा, अनाथाश्रम, वसतिगृह, शिकवणी वर्ग अशा ठिकाणी विद्यार्थिनींचा गैरफायदा घेतात.
- चंगळवादी वृत्ती, पैसा याला आलेल्या अतिरेकी महत्त्वामुळे मुली अनैतिक कृत्ये करतात व प्रसंगी गुन्ह्यात अडकतात.

हिंसा (Violence)

स्त्रीचा हुंड्यासाठी होणाऱ्या छळातून तिला मारून टाकणे, आत्महत्या करायला प्रवृत्त करणे किंवा तिचा खून करून आत्महत्या आहे असे भासवणे.

मुलगी जन्माला येण्यापूर्वीच तिला गर्भात मारून टाकणे. घरात मुलगा, मुलगी दोघे असतील तर मुलीच्या आरोग्याकडे लक्ष न देणे.

कौटुंबिक वैरातून मुलीला पळवून नेऊन बलात्कार व खून करणे, खंडणीसाठी पळवून नेऊन खून करणे.

मुलीला विवाहाचे वचन देऊन तिच्याशी शारीरिक संबंध ठेवणे व लग्नाला नकार देऊन तिला तक्रार न करण्याची धमकी देणे किंवा खून करणे; अशा प्रकारातून मुली आत्महत्याही करतात.

स्त्रियांचा उपयोग दहशतवादी हल्ल्यात मानवी बॉम्ब म्हणून केला जातो; ज्यामुळे त्यांचे आयुष्यच संपते.

मानव व्यापार (Trafficking)

भारताच्या वेगवेगळ्या भागातून फसवून स्त्रिया, मुली यांना पळवून आणून किंवा नोकरीचे आमिष दाखवून शरीर विक्रय करण्यास, अनैतिक गोष्टी करण्यास भाग पाडले जाते.

लहान मुलांना पळवून आणून बालकामगार म्हणून बेकायदेशीरपणे डांबून ठेवून त्यांच्याकडून काम करून घेतले जाते.

देशाच्या काही राज्यातील काही भागात लिंगदर व्यस्त असल्याने मुलींची संख्या अतिशय कमी आहे; यासाठी मुलींना विवाहासाठी जबरदस्तीने पळवून आणले जाते.

विटभट्ट्यांवर किंवा अन्य ठिकाणी कर्जाची परतफेड करण्यासाठी पूर्ण कुटुंबाला राबवून घेतले जाते.

परदेशात नोकरी भरतीसाठी माणसे नेली जातात त्यातील घरगडी, हॉटेलमध्ये नोकर अशा नोकऱ्या देऊन त्यांची फसवणूक करतात. त्यांचा पासपोर्ट काढून घेतला जातो; त्यांना डांबून ठेवले जाते.

निराधार, असाहाय्य व दुर्बल व्यक्तींचा फायदा घेतला जातो. अगदी ग्रामीण भागातून वेगळ्या राज्यात, अनोळखी भागात स्त्रिया, तरुणी यांना आणून ठेवले जाते ज्यातून त्या बाहेर पडू शकत नाहीत.

अवैध मानवी व्यापार टाळण्यासाठी अनेक कायदे केले आहेत. परदेशात कामाला जाण्यासाठी अधिकृत एजन्सींची नावे वेळोवेळी जाहीर केली जात आहेत याचा हेतू हाच आहे, की अनधिकृतपणे कोणाला तरी परदेशात नेणे, डांबून ठेवणे हे प्रकार घडू नयेत. बालकामगारांविरोधी मोहीमही उघडली गेली आहे. वेळोवेळी धाडी टाकून पोलीस कामगारांची सुटका करून मालकाला शिक्षा करतात.

क) बालगुन्हेगारी (Juvenile Delinquency)

सगळ्या प्रकारच्या विकसित आणि विकसनशील देशांतील महत्त्वाची समस्या बालगुन्हेगारी ही आहे. इंग्लंड, अमेरिकेसारख्या देशांत बालगुन्हेगारांचे प्रमाण जास्त आहे. त्यामानाने भारतात हे प्रमाण कमी आहे; परंतु दिवसेंदिवस या समस्येची तीव्रता वाढत चाललेली आहे, हे नाकारून चालणार नाही.

भारतात जुन्या काळातही बालगुन्हेगारांची संख्या होती; परंतु त्याची अवस्था दखल घेण्याजोगी नव्हती. दिवसेंदिवस होत जाणारे परिवर्तन, जीवनात येत चाललेली गतिमानता, शहरीकरण, शिक्षणाचे वाढते प्रमाण, दुय्यम संबंधांचे वाढलेले प्रमाण, वाढत चाललेली व्यसनाधीनता, कुटुंबातील स्त्री-पुरुषांचे विघटित होत जाणारे कौटुंबिक संबंध इत्यादी अनेक घटकांमुळे दिवसेंदिवस बालगुन्हेगारांचे प्रमाण वाढत चाललेले लक्षात येते.

अर्थ (Meaning)

व्याख्या-खालील काही विचारवंतांनी बालगुन्हेगारीच्या संदर्भात केलेल्या व्याख्या लक्षात घेण्याजोग्या आहेत.

१) **वाल्टर रेकलेस :** यांच्या मते, 'बालगुन्हेगारी ही संकल्पना गुन्हेगारी कायद्याचे उल्लंघन आणि अशा प्रकारच्या व्यवहारप्रतिमानास लागू होते, की जे वर्तन बालक आणि युवकांसाठी अयोग्य मानले जाते.'

(The term Juvenile delinquency applies to the position of criminal code or pursuit of certain patterns of behaviour disapproved for children and young adolescents- Walter Racklerss)

२) **डॉ.सेठना यांच्या मते :** 'विशिष्ट प्रदेशातील कायद्याने निश्चित केलेल्या वयापेक्षा कमी वय असलेल्या बालकाने व युवकाने केलेले कायदाविरोधी वर्तन म्हणजे बालगुन्हेगारी होय.'

(Juvenile Dilindquency involves wrong doing by a child or a young person who is under an ages specified by Law of the place concerned.)

३) **न्युमेअर यांच्या मते :** 'बालगुन्हेगार म्हणजे कायद्याने निर्धारित केलेल्या वयापेक्षा कमी वय असलेली व्यक्ती, की ज्या व्यक्तीचे वर्तन समाजविरोधी व कायद्याचे उल्लंघन करणारे असते.'

(A delinquent is person under age, who has quality of antisocial

act and whose misconduct is an infraction of the Law-
(Neumeyer))

४) **फ्रेड लँडर यांच्या मते :** 'कायद्याच्या आधारे कारवाई करण्यास पात्र असे दुर्वर्तन करणारे ते बालगुन्हेगार होत.'
(Delinquency is a Juvenile misconduct that might be dealt with under the Law-Fried Lander)

५) **सिरिल बर्ट यांच्या मते :** 'जेव्हा बालकांची समाजविरोधी प्रवृत्ती इतके गंभीर स्वरूप धारण करते, की ज्यामुळे ते बालक कायदेशीर कारवाईचे लक्ष्य ठरते अथवा ठरण्याची शक्यता निर्माण होते, तेव्हा ते बालक बालगुन्हेगार ठरते.'
(When antisocial tendencies appear so grave that he becomes or ought to become the subject of official action - Cyril Burt)

६) **विल्यम शेल्डन यांच्या मते** 'वर्तनाविषयीच्या किमान योग्य अपेक्षांचा भंग करणारे वर्तन म्हणजे बालगुन्हेगारी होय.'
(Delinquency is a behaviour disappointing beyond reasonable expectations - William Sheldon)

वरील व्याख्यांशिवाय अमेरिकेतील परिवीक्षा समितीने बालगुन्हेगारांच्या संदर्भात खालील गोष्टी नमूद केलेल्या आहेत.

१) राज्याने नमूद केलेल्या कायद्याविरुद्ध एखाद्या मुलाने अगर मुलीने वर्तन केले वा एखादा कायदा मोडला तर त्याला किंवा तिला बालगुन्हेगार समजण्यात यावे.

२) पालकांच्या आज्ञा मोडण्याची सवय ज्यांच्या अंगवळणी पडलेली आहे, अशी मुले, तसेच पालकांच्या नियंत्रणाबाहेर गेलेली उनाड मुले बालगुन्हेगार बनण्याची शक्यता जास्त असते.

३) घरातून किंवा शाळेतून नेहमी पळून जाणारी मुले बालगुन्हेगार बनू शकतात.

४) वाईट गोष्टी अंगवळणी पडल्यामुळे आपल्या व इतरांच्या आरोग्याला व नैतिकतेला हानिकारक गोष्टी नेहमी करणारी मुले बालगुन्हेगार बनू शकतात.

बालगुन्हेगाराला आपण जे वर्तन करतो ते कशा प्रकारचे आहे, याविषयी कोणतीही कल्पना नसते. भारतात १६ वर्षांच्या आतील मुलांसाठी, तर १८ वर्षांच्या आतील मुलींसाठी गुन्ह्यांच्या संदर्भात बालगुन्हेगार ही संज्ञा वापरण्यात येते.

बालगुन्हेगार हे प्रचलित कायद्याविरुद्ध वर्तन करणारे असतात, असे विविध विचारवंतांच्या व्याख्यांवरून लक्षात येईल; परंतु केवळ कायदाबाह्य अथवा कायदाविरोधी वर्तन करणाऱ्या बालकांना बालगुन्हेगार मानले तर ते बालगुन्हेगारीची व्याख्या मर्यादित केल्यासारखे होणार आहे; कारण अनेक समाजात लोकरूढी अथवा लोकनीती यांच्या विरोधी वर्तन करणाऱ्या लहान मुलांनाही बालगुन्हेगार मानले जाते; तसेच अनेक गुन्हे अथवा कायदाविरोधी कृत्ये याची नोंद पोलीस खाते घेत नाही. काही गुन्हे पोलिसांच्या नकळत केले जातात, याचा अर्थ ते गुन्हे नाहीत असे मानता येणार नाही. अनेक प्रसंगी बालगुन्हेगार म्हणून पकडले जाण्यापूर्वी त्यांनी अशी अनेक कृत्ये केलेली असतात, असे आढळून आले आहे. काही बालकांची आचारपद्धती हीच मुळात एक समस्या असते. अशा बालकांनाही बालगुन्हेगार मानावे लागेल.

ज्या बालगुन्हेगारांना न्यायालयासमोर आणण्यात आले आहे, त्यांपैकी बहुसंख्य बालके सांस्कृतिक अथवा आर्थिकदृष्ट्या मागासलेल्या माता-पित्यांची असल्याचे दिसून आले आहे. याचा अर्थ सर्वत्र गरीब आणि सांस्कृतिकदृष्ट्या मागासलेल्या माता-पित्यांची मुले बालगुन्हेगार असतातच असे नाही.

प्रत्येक समाजामध्ये परंपरेने चालत आलेल्या काही चालीरिती असतात; तसेच काही आचारपद्धती, विचासरणीमूल्ये, लोकरूढी, लोकनीती इत्यादींना मान्यता दिलेली असते व त्यांना अनुसरूनच समाजाची रचना निर्माण झालेली असते. ही रचना टिकून राहावी म्हणून मान्य अशा नियंत्रणाच्या पद्धतीही स्वीकारलेल्या असतात. यांपैकी एक किंवा अनेक गोष्टींच्या विरोधी बालकांनी केलेले वर्तन याला बालगुन्हेगारी मानले जाते.

आपल्या देशात इंग्रजांच्या काळात १८५० मध्ये प्रथमच प्रौढ गुन्हेगारांना वेगळ्या शिक्षा व बालगुन्हेगारांसाठी वेगळी शिक्षा असे भेद करण्यात आले.

कारणे (Cause)

लहान मुलांची प्रवृत्ती पाहता बरीच लहान मुले ही स्वत: गुन्हे करतीलच असे नाही, तर कित्येकदा प्रौढ गुन्हेगारांच्या माध्यमातून त्यांना गुन्हा कसा करावा, याविषयीचे शिक्षण दिले जाते व त्यांचा प्रौढ गुन्हेगारीसाठी वापर करण्यात येतो. आपल्या देशातील परिस्थितीचा विचार करीत असताना बालगुन्हेगारीसाठी प्रामुख्याने लोकसंख्यावाढ व गरिबी ही दोन प्रमुख कारणे जबाबदार आहेत.

विकसित देशांमध्ये गरिबी व लोकसंख्यावाढ ही बालगुन्हेगारीची कारणे नसून तेथे एक गंमत (Thrill) म्हणून बालगुन्हेगारी केली जाते, असे अमेरिकेतील विविध अहवाल सांगतात.

बालगुन्हेगारी ही सामाजिकीकरणाच्या माध्यमातून निर्माण होणारी समस्या आहे, असेही बव्हंशी भारतीय समाजशास्त्रज्ञांचे मत आहे. मुलांचे सामाजिकीकरण जर दोषपूर्ण असेल तर ती मुले पालक व आजूबाजूचा समाज यांविषयी बेफिकीर असतात. परिणामी, लहान-लहान गुन्हे करताना ती गंभीर गुन्ह्यांकडेही वळताना दिसून येतात.

गुन्हेगारात गुन्हेगारी प्रवृत्ती केव्हा निर्माण होते, हे तसे निश्चितपणे सांगता येत नसले तरी एवढे निश्चित की, लहान वयातच गुन्हेगारीचे बीजारोपण होत असते व वाढत्या वयाबरोबर जर या तत्त्वाला रोखले गेले नाही तर बालगुन्हेगारांचे रूपांतर प्रौढ गुन्हेगारांमध्ये व्हायला वेळ लागत नाही. व्यक्तीचे वर्तन हे अनेक पैलूंच्या माध्यमातून साकार होत असते. समाजातील नेमका कोणता पैलू व्यक्तीने उचललेला आहे व कोणत्या गुण-अवगुणांना कोणता पैलू जबाबदार आहे, हे ठरविणे आवश्यक आहे. बालगुन्हेगारीला प्रोत्साहन देण्यासाठी जबाबदार असलेली खालील काही कारणे सांगता येतील.

१) **कुटुंबसंस्था :** व्यक्तीच्या जीवनातील आद्यसंस्था म्हणून कुटुंबसंस्थेचा उल्लेख करता येईल. कौटुंबिक घटनांचा व्यक्तींवर पडणारा प्रभाव हा दीर्घ काळ टिकणारा असतो. कुटुंबाचा आकार, आई-वडिलांचे आपल्या मुलांवर होणारे संस्कार, कुटुंबाची विचारसरणी इत्यादींचा व्यापक प्रभाव मुलांवर पडत असतो. कुटुंबामध्ये कशा तऱ्हेचे व्यवहार घडतात, यावर बालकांचे सामाजिकीकरण अवलंबून आहे; जर कुटुंबच व्यभिचारी किंवा असामाजिक तत्त्वाने वागणारे असेल तर गुन्हेगारी वृत्तीची रुजवात मुलांमध्ये लहान वयातच होईल.

२) **कुटुंबाचा आकार :** कुटुंबातील सभासदांची संख्या वाजवीपेक्षा जास्त असेल व त्या सदस्यांच्या गरजा आर्थिक अभावामुळे जर पूर्ण होत नसतील तर अशा कुटुंबातील मुलांकडे व्यवस्थित लक्ष दिले जात नाही. त्यांचे शिक्षण, आरोग्य इत्यादींबाबत हेळसांड केली जाते; आपण एक दुर्लक्षित घटक आहोत, अशी भावना जर मुलांमध्ये निर्माण झाली तर किरकोळ रकमेसाठी अशी मुले कोणतेही कृत्य करायला तयार होतात.

३) **विघटित कुटुंब :** कुटुंबातील पती-पत्नींचा जर घटस्फोट झालेला असेल किंवा स्त्री-पुरुषांपैकी एखादा सदस्य अकाली मृत्युमुखी पडलेला असेल तर अशा कुटुंबातील लहान मुलांवर आवश्यक ते संस्कार होत नाहीत. वेगवेगळ्या बालगुन्हेगारांचा अभ्यास केला असता असे लक्षात आलेले आहे, की विघटित कुटुंबातील मुले गुन्हेगार बनण्याची शक्यता जास्त प्रमाणात असते.

याशिवाय जर गुन्हेगारी प्रवृत्ती कुटुंबामध्येच असेल तर मुलांवर विपथगामी संस्कार होतात व ते त्याला विपथगामी वर्तन करण्यास प्रोत्साहन देतात. काही कुटुंबात वेश्याव्यवसाय, मद्यपान, जुगार यांसारखी समाजविघातक कृत्ये चालत असतील तर मुले प्रमाणकांविरुद्ध कसे वागावे, याचे शिक्षण लहान वयापासूनच घेतात; कारण मुलांमध्ये अनुकरणक्षमता जास्त असते. कोणतीही व्यक्ती अनुवंशाने नाही तर परिस्थितीने व संस्काराने चांगली किंवा वाईट बनते, हे लक्षात घेणे आवश्यक आहे.

४) **अतिनियंत्रण किंवा नियंत्रणाचा अभाव :** लहान मुलांचे सामाजिकीकरण करताना त्यांच्यावर अतिनियंत्रण ठेवू नये व कुटुंबात नियंत्रणाचा अभावही असू नये, या दोन्ही घटकांमधून सुवर्णमध्य काढून सामाजिकीकरणाची प्रक्रिया राबवली गेली तर मुलांना आपल्या आई-वडिलांविषयी आदरयुक्त भीती वाटेल व ही मुले मग असामाजिक कृत्ये करावयास धजावणार नाहीत; जर कुटुंबामध्ये मुलांना चांगले-वाईट यांतील फरक समजावून सांगण्यास वेळ नसेल तर तो फरक मुलांना इतरांनी सांगूनही कळणार नाही. एकदा मुलांना जन्म दिल्यानंतर त्यांच्यासाठी ठरावीक वेळ काढणे अतिशय आवश्यक आहे; जर पालक आपल्या नोकरी-व्यवसायात जास्त गुंतलेले राहत असतील तर ते मुलांसाठी आवश्यक तेवढा वेळ देऊ शकणार नाहीत व जर असा वेळ दिला गेला नाही तर मुलांच्या वागण्यावर कोणत्याही प्रकारचे नियंत्रण राहणार नाही. एका मर्यादेपर्यंत मुलांचे कोडकौतुक करणे आवश्यक असते. त्यानंतर मात्र त्यांच्या मनाविरुद्ध वागूनच आई-वडिलांना मुलांवर सामाजिक मूल्ये लादावी लागतात; कारण कोणत्याही चांगल्या गोष्टी शिकविण्यासाठी भावना बाजूला ठेवाव्या लागतात; जर सर्व गोष्टी मुलांच्या मनासारख्या होत राहिल्या तर ती भविष्यात विपथगामी होऊ शकतात. या गोष्टीचा प्रदीर्घ विचार 'बालमानसशास्त्र' या शाखेतर्गत करण्यात आलेला आहे.

याउलट, परिस्थितीही काही कुटुंबांमध्ये असते. उदाहरणार्थ, आजच्या आधुनिक कुटुंबात माता-पिता आपल्या मुलांच्या भविष्याबद्दल अतिजागरूक असतात; कारण अपत्यांची संख्या एक किंवा दोन इतकी कमी असते. लहान वयापासूनच त्यांचा संबंध समाजाशी व खेळाशी तोडून त्यांना बैलाच्या घाण्यासारखे अभ्यासाला जुंपतात, त्यातून ती मुले अभ्यास करतील; परंतु बुद्धिमान होणार नाहीत. याउलट, त्यांच्या मनात आपले आई-वडील, समाज या सर्वांबद्दल एक प्रकारची तिरस्काराची भावना उत्पन्न होईल व या तिरस्काराचा,

भावनेचा शेवट एखादा गुन्हा करण्यामध्ये किंवा मुले घरातून पळून जाण्यामध्ये होण्याची शक्यता नाकारता येत नाही.

त्यामुळे शिस्तीचा अभाव व अतिशिस्त या दोन्ही घटकांमुळे मुले बालगुन्हेगार बनू शकतात.

५) **मित्रांचा गट :** चार्ल्स् हटन कुले यांनी मित्रांचा गट हा मुलांच्या व्यक्तिमत्त्वाच्या दृष्टिकोनातून अत्यंत आवश्यक गट मानलेला आहे. मित्रांच्या गटांमध्ये लहान मुलांना आपल्या सगळ्या प्रकारच्या भावनांसाठी एक मोकळी वाट (Outlet) मिळते. आपल्या विविध भावना जी मुले घरात आई-वडील व इतर भावंडांसमवेत व्यक्त करू शकत नाहीत, त्या भावना मित्रांच्या गटांमध्ये सहज व्यक्त केल्या जातात. आपले लैंगिक विचार सगळी मुले प्रथम आपल्या मित्रांच्याच गटात व्यक्त करतात. तसेच लहान मुलांच्या चर्चा ऐकल्या तर टी.व्ही., इंटरनेटच्या माध्यमातून ही पिढी जुन्या पिढीपेक्षा कितीतरी बुद्धिमान असलेली दिसून येते. मुले चिकित्सक असतात. एखाद्या प्रश्नाचे वरवरचे नाही तर मुळापासूनचे उत्तर त्यांना अपेक्षित असते. आपल्याला पडणाऱ्या प्रश्नांच्या उत्तरांची चर्चा मुले आपल्या मित्रांच्याच गटात अधिक चांगल्या तऱ्हेने करू शकतात; पण जर मुलांच्या मित्रांच्या गटामध्ये जर गुन्हेगारी शिरलेली असेल तर वेगवेगळ्या कारणांनी मुले घरापासून दूर मित्रांच्याच गटामध्ये अधिक वेळ काढू लागतात. परिणामी, ते बालगुन्हेगार बनण्यास वेळ लागत नाही.

६) **मनोरंजनाची साधने :** २५ वर्षांपूर्वी मनोरंजनाची साधने कुटुंबाबाहेर होती. उदाहरणार्थ- चित्रपट, नाटक पाहण्यासाठी घराच्या बाहेर पडावे लागत असे त्यामुळे मुलांनी काय बघावे किंवा बघू नये, याचा निर्णय पालक घेत असत. पण आता हा अधिकार राहिलेला नाही. टी.व्ही. च्या अनेक चॅनेल्सच्या माध्यमातून चित्रपट, त्यातील भडक दृश्ये, गुन्हेगारी थेट घराघरात पोहोचली आहे. मुलांची उपजत उत्सुकता त्यातून बळावण्याची शक्यता असते. मुले पालकांना त्यातून अनेक प्रश्न विचारतात, की ज्यांची उत्तरे पालकांनाही देणे अवघड आहे. ज्या प्रश्नांची उत्तरे पालकांकडून मिळत नाहीत अशा प्रश्नांची उत्तरे मिळवण्याचा मुले आपल्या परीने घराबाहेर प्रयत्न करतात व या प्रयत्नात ती बालगुन्हेगार बनण्याची शक्यता अधिक असते. कित्येकदा असेही लक्षात आले आहे, की मनोरंजनाच्या साधनांच्या अतिरेकामुळे मुले उद्धटपणे वागू लागतात व एकदा त्यांची मनोभूमिका उद्धटपणाची बनली, की मग ती बदलणे

अशक्य होऊन बसते. थोडक्यात काही प्रमाणात बालगुन्हेगारीला मनोरंजनाची सद्य:परिस्थितीतील साधनेही जबाबदार आहेत.

७) कुटुंबाद्वारे प्रोत्साहन : कुटुंबजीवनातील आर्थिक परिस्थिती मुलांच्या निर्माण झालेल्या गरजा भागविण्याच्या दृष्टीने हितकारक असते; जर आर्थिक परिस्थिती डबघाईला आलेली असेल तर कुटुंबप्रमुख मुलांची शाळा तोडून त्यांनी काहीतरी कमाई करावी म्हणून त्यांना घराबाहेरच्या मुक्त वातावरणात पाठवितात. म्हणजे ज्या वयात लहान मुलांसाठी कुटुंबाचे पोलादी आवरण आवश्यक असते, नेमके त्याच वयात त्यांच्यावरून ते पोलादी आवरण काढून घेतले जाते. अशा मुलांना समाजाची व सामाजिक घटनांची ओळख नको त्या वयात, अल्पवयातच होते. अशा कुटुंबातून कमाईच्या उद्देशाने घराबाहेर काढून दिलेली मुले प्रामुख्याने हॉटेलात काम करणे, एखाद्या गॅरेजमध्ये काम करणे, किरकोळ वस्तू विकणे अशांसारखी कामे करतात व नको त्या वयात जर त्यांच्या हाती पैसा आला तर पैशांचा विनियोग नेमका कशा तऱ्हेने करावा, हे त्यांना माहीत नसल्यामुळे ती नको त्या बाबींवर अधिक पैसे खर्च करू लागतात.

औरंगाबादला गुलमंडी विभागात लोकांच्या स्कूटर्स, गाड्या पुसणाऱ्या मुलांचा अभ्यास केला असता असे लक्षात आले, की पंधरा-सोळा वर्षांची ही मुले रोज एखादा तरी चित्रपट पाहतातच. तसेच सिगारेट व गुटखा हे त्यांच्या आयुष्याचे अविभाज्य भाग मानतात. या सवयी जर अल्पवयात लागल्या तर नक्कीच त्याचे पर्यवसान बालगुन्हेगारीत होते.

अनेक कुटुंबात गरिबीमुळे लहान मुलांना फार लवकर स्वयंपूर्ण विशेषत: आर्थिकदृष्ट्या स्वयंपूर्ण बनविले जाते. अशा मुलांनी गुन्हा केला तरी त्यांच्याकडे दुर्लक्ष करण्याची सवय कुटुंबातील ज्येष्ठ सदस्यांना लागते; कारण ही मुले कमाईचा हिस्सा कुटुंबात देत असतात. त्यांच्यावर कोणाचाही वचक राहत नाही.

८) पर्यावरण : मुले ज्या सामाजिक परिस्थितीमध्ये जीवन जगतात ती सामाजिक परिस्थिती कशी आहे, यावरही त्यांच्या जीवनाची जडणघडण मोठ्या प्रमाणावर अवलंबून आहे. ज्याप्रमाणे वेश्यांची मुले जर त्याच वस्तीत वाढली तर आजूबाजूच्या जगाला नाकारून त्यांच्या आयुष्याचा आपणास विचार करता येणार नाही. ज्या परिसरात हातभट्टी, जुगार, दारू, अमली पदार्थांची ने-आण हे सर्व प्रकार चालतात, त्या वस्तीत मुले फार लवकर समंजस म्हणजे सर्व

काही कळणारी होतात. या समंजस परिस्थितीला बहुधा वाईट वळण लागून त्याचे असमंजसपणात रूपांतर व्हावयास फार वेळ लागत नाही.

पर्यावरण कसे आहे? शाळा कशी आहे? तेथील शिक्षकांची भूमिका शिकवण्याची आहे की नाही, यावरूनदेखील मुले गुन्हेगार बनणार की नाही, हे सांगता येऊ शकते.

९) झोपडपट्ट्या : अनेक समाजशास्त्रज्ञांच्या मते, झोपडपट्ट्या या बालगुन्हेगार बनविण्याचे कारखाने बनलेले आहेत. शहरीकरणाच्या प्रक्रियेमुळे झोपडपट्ट्यांचे प्रमाण वाढते व झोपडपट्ट्यांमधून आदिमानवाप्रमाणे केवळ जगणे, जिवंत राहणे हे एकमेव ध्येय जोपासले जाते. लहान मुलांच्या आयुष्यात ध्येयहीनता येते. कोणताच गुन्हा वाईट नाही, पैसा देणारी सगळीच साधने चांगली आहेत, असा विचार बळावतो व हा विचार अतिशय वाईट आहे. तो योग्य वयातच आवरला तर ठीक, अन्यथा त्याला फांद्या फुटावयास वेळ लागत नाही..

ड) पांढरपेशीय गुन्हे (White Coller Crime)

पांढरपेशीय अपराध किंवा गुन्ह्यांचा संबंध अशा बाबींशी येतो की जेथे व्यापार, उद्योग किंवा व्यवसाय या क्षेत्रात जे लोक गुंतलेले असतात आणि ज्यांना आपल्या व्यापार, उद्योग तथा व्यवसायाची उन्नती करायची असते. हे सर्व लोक प्रतिष्ठित समजले जातात. प्रतिष्ठेचा फायदा घेऊन ते कायद्यातून पळवाटा काढून जास्तीत जास्त गैरमार्गाने संपत्ती वाढवतात. त्यांचा हा व्यवहार कायदा आणि सामाजिक दृष्टीने अनैतिक असला तरी संबंधितांच्या लक्षात येणार नाही असा व्यवहार ते करतात. त्यामुळे अशा प्रकारचे व्यवहार हा गुन्हा समजला जातो; कारण काही विशिष्ट लोकांकडे संपत्तीचा संचय होतो आणि तोही गैरमार्गाने की ज्याचा विपरीत परिणाम सामान्य लोकांवर होतो. अशा प्रकारचे गुन्हेगार समाजाच्या नैतिकतेला विघटित करून समाजात अविश्वासाची भावना वाढीला लावण्यास कारणीभूत ठरतात.

अर्थ (Meaning)

पांढरपेशीय गुन्हेगार हे गरीब नसतात. मानसिक दृष्ट्या ते विकलांगही झालेले नसतात. तरीसुद्धा ते छुप्या पद्धतीने गुन्हेगारच असतात. त्यांच्या या वर्तनामुळे समाजाला त्रास सहन करावा लागतो; म्हणून सदरलँड यांच्या मते, ज्या गुन्हेगारांना दंड होतो, ते बहुतेक निर्धन असतात आणि दुसऱ्या प्रकारचे जे अपराधी असतात ते वास्तवात गुन्हा करतात, परंतु त्यांचा गुन्हा कायद्यान्वये सिद्ध होत नाही म्हणून ते जेलमध्ये जात नाहीत, ते उच्च आर्थिक वर्गातील असतात; म्हणून त्यांना पांढरपेशीय गुन्हेगार म्हटले

जाते; तर सदरलँडच्या विरुद्ध अगदी रोखठोक परिभाषेत पांढरपेशीय गुन्ह्यांबद्दल टॅफ्ट असे म्हणतो की, ''पांढरपेशीय अपराध हा असा एक प्रकार आहे की जो वरिष्ठ वर्गीय व्यक्तीद्वारा केला जात असतो; म्हणजे पांढरपेशीय गुन्ह्याच्या अंतर्गत अशाही गुन्ह्यांचा समावेश केला जातो, जे उच्चवर्गीय लोक करत असतात. परंतु याच उच्चवर्गीय लोकांकडून असे काही गुन्हे घडत असतात, ज्यांचा पांढरपेशीय गुन्ह्यात समावेश होत नाही. उदा. हत्या, व्यभिचार, नशा, या प्रकारच्या गुन्ह्यांना पांढरपेशीय गुन्ह्यात समाविष्ट केले जात नाही; कारण अशा प्रकारचे गुन्हे वरिष्ठवर्गीय लोकांच्या व्यवसायाशी संबंधित नसतात. तसेच जुगार तथा धार्मिक लोकांकडून केल्या जाणाऱ्या ब्लॅकमेल यासारख्या गुन्ह्यांना पांढरपेशीय गुन्हा सदरात समाविष्ट केले जात नाही; कारण अशा प्रकारचे गुन्हे करणाऱ्या व्यक्ती या प्रतिष्ठित व उच्चवर्गीय समजल्या जात असतात; म्हणजे पांढरपेशीय गुन्हा हा एक असा प्रकार असतो की, ज्या गुन्ह्यात गुन्हा करणारी व्यक्ती सहसा कायद्याने गुन्हेगार ठरत नाही व अशा प्रकारचा गुन्हा अत्यंत गुप्त पद्धतीने केला जातो.

पांढरपेशीय गुन्हा : वैशिष्ट्ये (Features)

पाढरपेशीय किंवा प्रतिष्ठित समजल्या जाणाऱ्या गुन्हावर्तनात ज्या व्यक्ती समाविष्ट झालेल्या असतात, त्यांचा समाजात दबदबा निर्माण झालेला असतो. सर्वसामान्य जनता त्यांच्याकडे प्रतिष्ठित व्यक्ती म्हणून बघत असते; हेच लोक दानधर्मही करत असतात. देणगीदार म्हणून लोक त्यांना चांगले समजत असतात. परंतु हेच लोक जी काही संपत्ती जमा करत असतात, किंवा जे काही आर्थिक व्यवहार करत असतात, त्यात जास्तीत जास्त नफा मिळवत असतात. अनेकदा कृत्रिम टंचाई निर्माण करण्यासाठी हे लोक पुढे येत असतात. नोकराला कमी पगार देऊन जास्त श्रम करून घेणारे लोक केव्हाही कायद्याच्या भाषेत गुन्हेगार असतात. अशा प्रकारच्या समाजबाह्य अनैतिक वर्तनाला कायद्याने शिक्षाही होऊ शकते; त्यासाठी पुरावे लागतात. परंतु हे गुन्हेगार पुराव्यासाठी काही शिल्लक ठेवत नाहीत व जर पकडलेच गेले तर पैशाच्या जोरावर बेमालूमपणे सुटतात; म्हणूनच सदरलँड याने अशा प्रकारच्या गुन्ह्यात समाविष्ट झालेल्या व्यक्तींना गुन्हेगार म्हटले आहे. त्यांची वैशिष्ट्ये पुढीलप्रमाणे–

१) **उच्च आर्थिक स्तरातील व्यक्ती :** पांढरपेशीय गुन्हेगारांचे एक खास वैशिष्ट्य असते, की ते समाजात उच्च किंवा श्रेष्ठ समजले जातात. त्यांची आर्थिक परिस्थिती खूपच वरच्या दर्जाची असते. आपल्या व्यावसायिक प्रक्रियेत ते सतत कायद्याचे उल्लंघन करत असतात. तसेच जनता त्यांच्याकडे बघताना प्रतिष्ठित व्यक्ती म्हणून बघत असते.

२) **कायद्याला प्रभावित करणाऱ्या व्यक्ती :** या अशा प्रकारच्या व्यक्ती कायद्याचे उघड उघड उल्लंघन करत असतात. कायदाबाह्य वर्तन करूनसुद्धा त्या स्वतःला गुन्हेगार मानायला तयार नसतात. कायद्यातून पळवाटा काढण्यासाठी या व्यक्ती दुसरा एखादा कायदा निर्माण करण्यास अग्रेसर असतात. जिथे त्यांच्या हितसंबंधात बाधा येण्याची शक्यता असते, अशा प्रसंगी त्या नवीन कायदा मान्य होण्याच्या विरोधात असतात; म्हणजे अशा कृतीमुळे त्यांना शिक्षा होण्याची शक्यता नसते.

३) **कायद्याचे महत्त्व अस्वीकार करणाऱ्या व्यक्ती :** समाजात ज्यांना आर्थिक आणि राजकीय दृष्ट्या श्रेष्ठ समजले जाते त्यांपैकी काही लोक कायद्याला कसल्याही प्रकारचे महत्त्व देत नसतात. ते स्वतःलाच कायद्यापेक्षा श्रेष्ठ समजत असतात; तसेच कायद्याला न मानण्याचे कारण त्यांच्या आर्थिक व्यवसायातील नफ्याशी निगडित असते. आर्थिक लाभ, स्वतःचा स्वार्थ या बाबींनाच ते अधिक महत्त्व देत असतात; म्हणजेच आपल्या व्यक्तिगत फायद्यासाठी हे लोक कायद्याला किंवा नैतिकतेला अजिबात महत्त्व देत नसतात.

४) **आर्थिक लक्ष्य :** पांढरपेशीय किंवा उच्चभ्रू लोक हे अनैतिक आर्थिक नफाखोरीच्या बाबतीत गुन्हेगार असतात. जास्तीत जास्त आर्थिक लाभ कसा होईल यासाठी वाटेल त्या अनैतिक कार्याला ते आपलेसे करत असतात. त्यामुळे या गुन्हेगाराचे सर्व लक्ष जास्तीत जास्त धन जमवण्यावर केंद्रित झालेले असते.

अशा प्रकारे, आपल्याला वरील वैशिष्ट्यांवरून असे दिसून येते, की पांढरपेशीय व्यक्ती या आर्थिकदृष्टीने संपन्न असतात, त्या वरच्या श्रेणीतील असतात. कायद्याचे उल्लंघन करणाऱ्या तर असतातच शिवाय कायद्याचे महत्त्व नाकारणाऱ्याही असतात. त्यांचे सर्व लक्ष जास्तीत जास्त संपत्ती मिळवण्याकडे असते. परंतु, यात सामान्य लोकांचे शोषण होते, हे स्पष्ट आहे.

पांढरपेशीय गुन्ह्याची व्यापकता

व्यक्तीचे वर्तन हे जर समाजबाह्य पातळीवरचे असेल तर त्या वर्तनाला नैतिकदृष्ट्या अपराध समजले जाते. परंतु पुढे त्याच वर्तनाला कायदाधिष्ठित केले गेले असेल तर दोन्ही दृष्टींनी अपराध किंवा गुन्हा या प्रक्रियेत समाविष्ट होत असतात. पूर्वीच्या काळी अशा प्रकारचे कायदे नव्हते. परंतु काळानुसार समाजबाह्य कृतीला कायद्यान्वये गुन्हा समजण्याची मानसिकता तयार झाली. उदा. चोरी, दरोडा, बलात्कार, व्यभिचार, नफेखोरी, काळा बाजार यांसारख्या बाबींशी संबंधित असणाऱ्या वर्तनाला

कायदेशीर रूप दिले गेले; म्हणून अशी कृत्ये करणाऱ्या व्यक्तींना गुन्हेगार समजले जाते.

सांप्रत प्रत्येक देशात वा समाजात पांढरपेशीय गुन्हेगारांचा महापूर आला आहे. दररोजच्या वर्तमानपत्रातील शासनांची दिरंगाई, टॅक्स बचाव, भ्रष्टाचार, संस्थेच्या संपत्तीची लूट यांसारख्या बातम्या वाचायला मिळत असतात. या सर्व भ्रष्टाचारासंबंधित किंवा आर्थिक भेदनीतीच्या संबंधीच्या बातम्या असतात. या बातम्यांचा कल उच्च किंवा श्रेष्ठ व्यक्तींकडेच असतो. अनेक चौकशीसमित्या स्थापूनसुद्धा पांढरपेशीय गुन्ह्यांत घट न होता वाढ होत आहे. काही वर्षांपासून औद्योगिकीकरणामुळे नगरांचा होणारा विकास, नैतिक शिक्षणाचे विघटन, सामाजिक हितापेक्षा व्यक्तिगत हिताकडे वाढत जाणारा कल, धार्मिक आणि नैतिक बंधनांचा ऱ्हास, वाढणारा व्यक्तिवाद इ. कारणांमुळे श्वेत तथा पांढरपेशीय गुन्ह्यांत सतत वाढ होऊ लागली आहे.

पांढरपेशीय किंवा श्वेत अपराधाची कारणे (Causes)

पांढरपेशीय किंवा श्वेतवसन अपराध किंवा गुन्हे का घडतात, ते कशामुळे घडतात आणि त्यात कोणत्या लोकांचा सहभाग असतो. याची कारणे पुढीलप्रमाणे-

१) **बेफिकीरी :** समाजात अशा अनेक व्यक्ती असतात की त्या व्यवहारात कमालीच्या बेफिकीर असतात. रुपये किंवा स्थानिक मालमत्तेच्या बाबतीत करार पूर्णपणे न वाचता करारावर स्वाक्षरी करून ते मोकळे होत असतात. परिणामी अशा व्यक्ती पांढरपेशीय गुन्हेगारीचा शिकारी बनत असतात. परंतु या कर्जाचे परिणाम वेगवेगळे होतील, याची कर्ज घेणाऱ्याला कल्पनाही नसते. अशा कर्जाने पैसे घेतलेल्या व्यक्तींना जेव्हा सावकार फसवतात, तेव्हा अशा फसवेगिरीला पांढरपेशीय गुन्हा असे म्हणतात आणि जे फसवतात त्याला पांढरपेशीय गुन्हेगार असे म्हटले जात असते.

२) **कायद्याच्या बाबतीत अनभिज्ञता :** कायद्याची ओळख नसणे व कायदा माहीत नसणे हेही एक कारण पांढरपेशीय गुन्हेगारीला कारणीभूत असते. समाजात असंख्य व्यक्तींना कायद्याची जाण नसते; यामुळे या व्यक्ती श्वेतवसन अपराध्यांची शिकार बनत असतात.

३) **अज्ञान :** वर्तमानपत्रात रोज अनेक प्रकारच्या जाहिराती प्रकाशित होत असतात. या जाहिरातीत गिऱ्हाइकांच्या फायद्याचा उल्लेख असतो. परिणामतः या अशा प्रकारच्या जाहिरातींना अनेक लोक बळी पडतात. ते हजारो रुपये गमावून बसतात; हा असा प्रकार जगातल्या प्रत्येक समाजात घडत असतो; म्हणजेच

केवळ अज्ञानामुळे हे लोक जाहिरातबाजीला बळी पडून श्वेतवसन किंवा पांढरपेशीय गुन्हेगारीचे भक्ष्य ठरत असतात.

४) फसवेगिरी केल्यानंतर जाहिरात देणाऱ्यांचा पत्ता न लागणे : लोक असत्य बातम्यांमुळे फसवले जात असतात. फसवेगिरी झाल्यानंतर त्यांना फसवणाऱ्याचा पत्ता माहीत नसतो किंवा ओळख नसते. अशा प्रसंगी फसवल्या गेलेल्या व्यक्ती पोलिसांकडे तक्रार नोंदवत असतात; त्यामुळे अशा प्रकारच्या प्रवृत्तीचा फायदा श्वेतवसन किंवा पांढरपेशीय गुन्हेगार उठवल्याशिवाय राहात नाही.

५) कायद्याची उणीव : सद्य:परिस्थितीत असे काही कायदे आहेत की ते पांढरपेशीय गुन्हेगारांना स्पर्शसुद्धा करू शकत नाहीत. पांढरपेशीय गुन्हेगार ज्या पद्धतीने समाजबाह्य नि कायद्याबाह्य वर्तन करतात, त्या वर्तनाला कायद्याने गुन्हा ठरवले आहे. मात्र, आजकाल अशी अनेक प्रकारची कार्ये आहेत की ज्यामुळे समाजाला कमालीचा त्रास होत असतो. परंतु कायद्याची मर्यादा असल्याकारणाने त्या कार्यांना गुन्हा म्हणून घोषित केले जाऊ शकत नाही.

पांढरपेशीय गुन्हा क्षेत्र

१) वाणिज्य विभाग : पांढरपेशीय गुन्ह्यांचे प्रमाण हे वाणिज्य विभागात जास्त प्रमाणात दिसून येते. इतर कोणत्याही क्षेत्रापेक्षा या क्षेत्रात श्वेतवसन गुन्ह्यांचे प्रमाण खूप जास्त असते. या क्षेत्रातील पांढरपेशीय गुन्ह्यांचे प्रमाण प्रामुख्याने विश्वासघात, ठगाठगी, असत्य जाहिराती, इन्कम टॅक्स यापासून बचाव, भेसळ, खोटे दस्तऐवज, चोरबाजारी, खोटे परमिट इत्यादींबाबतीत दिसून येते. अशाप्रकारचे कार्य करणारे जे लोक आहेत, ते वास्तवात गुन्हेगारच आहेत. परंतु कायद्याच्या पकडीत न सापडल्याने, त्यांना दंडात्मक शिक्षा होत नसल्याने, ते प्रतिष्ठितपणाचा आव आणून जगत असतात. त्यामुळे या श्वेतवसन गुन्हेगारांचे सुद्धा काही दर्जे किंवा श्रेणीतूनच प्रकार पडतात.

थोडक्यात, श्वेतवसन गुन्हेगार हे असे गुन्हेगार असतात की कायद्याची अवहेलना करण्यात ते कमालीचे चतुर असतात की ज्या चतुराईमुळे ते प्रतिष्ठितपणे जगतात, नि समाजातील सर्व सुखसोयींचा मनमुराद आस्वाद घेत असतात.

२) शासकीय अधिकारी : पांढरपेशीय गुन्ह्यांमध्ये सरकारी तथा शासकीय अधिकाऱ्यांचा मोठ्या प्रमाणात सहभाग असतो. कधी कधी या अशाप्रकारच्या गुन्ह्यांत अधिकाऱ्यांच्या व्यतिरिक्त खासदार, आमदार, मंत्री यांचाही सहभाग

असतो. तसेच लाच घेऊन अनेक अधिकारी शासकीय गुपिते श्वेतवसन गुन्हेगारांचे स्वाधीन करत असतात. सध्याच्या परिस्थितीत राजकीय पक्षाची अदलाबदल किंवा दलबदलू राजकीय नेतेसुद्धा याच प्रकारात समाविष्ट असतात. तसेच अनेक आमदार किंवा खासदार हे लाच घेऊन स्वतःचा पक्ष सोडून दुसऱ्या राजकीय पक्षात प्रवेश करत असतात. ही परिस्थिती सर्वच देशात आढळते. तसेच भारतात तर ती मोठ्या प्रमाणात सुरू झाली आहे.

३) कानून व्यवसाय : कायदा हा पांढरपेशीय गुन्ह्यांपासून वेगळा राहू शकलेला नाही. कारण अनेक नव्हे जवळपास सर्वच कायद्यांचा अभ्यास करणारे काही वकील आपल्या पेशाचा दुरुपयोग करत असतात. एखाद्या व्यक्तीवर लावल्या गेलेल्या आरोपाला चूक सिद्ध करण्यासाठी खोटे साक्षीदार ते तयार करत असतात. यासाठी साक्षीदाराला हवा तसा पैसा दिला जात असतो. साक्षीदाराची साक्ष परिणामकारक होण्यासाठी त्यांची उघड उघड गैरवाजवी तयारी करून घेत असतात. वास्तविक अशा वकिलांना हे माहीत असते की त्यांच्या अशिलाने वा गुन्हेगाराने गुन्हा केलेला आहे. परंतु आरोपीकडून भरमसाठ फी घेऊन गुन्हेगाराला कायद्यातून वाचवण्यासाठी सर्व प्रकारच्या अनीतीचा उपयोग करून घेत असतात. म्हणजेच हे अधिकारी केवळ तर्काचा आधार घेऊन निरपराध माणसाला गुन्हेगार बनवण्यास कारणीभूत असतात. अशाप्रकारे, खून करणाऱ्याला, गुन्हेगाराला सोडून देणारे न्यायाधीशच पराकोटीचे सफेद गुन्हेगार असतात.

४) वैद्यकीय व्यवसाय : वैद्यकीय व्यवसाय हा पवित्र व्यवसाय मानला गेला आहे. शिक्षक व डॉक्टर हे मानवाच्या विकासाचे आधारभूत घटक समजले जातात.

वैद्यकीय व्यवसायातही भ्रष्टाचाराने प्रवेश केला आहे. प्रतिष्ठित म्हणून जगणारे काही डॉक्टर पांढरपेशीय गुन्हे करण्यात धन्यता मानत आहेत. आजाराचे खोटे प्रमाणपत्र देणे, गुन्ह्याच्या वेळेस गुन्हेगार दवाखान्यात असल्याचा पुरावा देणे, त्यासाठी रजिस्टरमध्ये नोंद करून ठेवणे, पोस्टमॉर्टमनंतर खोटा रिपोर्ट देणे, गुन्हेगाराला वाचवणे, किरकोळ आजाराला भयानक आजार भासवून भरमसाठ फी वसूल करून घेणे, ऑपरेशनची गरज, किरकोळ ऑपरेशन करून पैसे उकळणे यांसारखे प्रकार या व्यवसायात बेमालूमपणे नव्हे, खुलेआम होऊ लागले आहेत. परिणामी डॉक्टर कितीही प्रतिष्ठित असला तरी तो कमालीचा सफेद गुन्हेगार असतो, असे मत बनू लागते.

५) **असत्य जाहिरातबाजी :** श्वेतवसन किंवा पांढरपेशीय गुन्ह्याचा संबंध असत्य किंवा खोट्या जाहिरातबाजीशी असल्याने लोकांची कमालीची फसवणूक होत असते. आजकाल भविष्यकाराची भविष्यवाणी, राशिभविष्य इ. जाहिरातबाजी केल्याने सामान्य माणसांची फसवणूक होत असते. तसेच खोट्या लॉटरीमुळे अनेकांचे संसार उद्‌ध्वस्त होत असतात. या अशा प्रकारच्या माध्यमातून जनतेची फसवणूक केली जात असते. म्हणून ही अशा पद्धतीची उघड उघड फसवणूक पांढरपेशीय गुन्ह्यांत समाविष्ट असल्याचे स्पष्ट होते.

६) **पासपोर्ट आणि आयात-निर्यात :** गेल्या अनेक वर्षांपासून जगातील जवळपास सर्व देश एकमेकांजवळ येऊ लागले आहेत. नवीन माहिती तंत्रज्ञानामुळे माणूस बसल्या ठिकाणी परदेशाशी संपर्क ठेवू लागला आहे. जलद दळणवळणाच्या साधनांत वाढ होऊ लागली आहे. नावीन्य, पैसा, प्रसिद्धी नि प्रतिष्ठा या सबबीखाली माणूस दुसऱ्याला फसवण्यासाठी पुढाकार घेऊ लागला आहे. त्यासाठी तो खोटे पासपोर्ट बनवून विदेशी दौरे करू लागला आहे. तसेच खोटे पासपोर्ट तयार करणे, ते विकणे हा अनेकांचा व्यवसाय बनू लागला. अशा प्रकारचे कार्य हे सामान्य माणसाच्या कुवतीबाहेरचे असल्याने अनेक कंपन्या, एजन्सी या कामात आघाडीवर आहेत. तसेच अशाप्रकारे अनेक व्यापारी लोक किंवा व्यावसायिक आयात-निर्यातीचे खोटे लायसन्स हस्तगत करून चोरटी आयात-निर्यात करत असतात. हे सर्व व्यवहार प्रतिष्ठित समजले जाणारे लोक करत असतात. त्यांचे हात दूरपर्यंत पोचलेले असतात. गुप्तचर आणि पोलिसखात्याला ही सर्व माहिती असते. अशा प्रकारे कच्चे दुवे ठेऊन गुन्हेगाराला मदत करणारे पोलिस खाते बेमालूमपणे लोकांची फसवणूक करते असे वाटते.

७) **आयकर बचत :** आजकाल अनेक क्षेत्रातील श्रीमंत किंवा धनिक लोक वास्तविक उत्पन्न प्रकट करत असतात. आपल्या आयातीच्यावर खर्च आणि उत्पन्नाचा खोटा तपशील आयकर विभागाला सादर करत असतात. आयकरापासून बचाव करण्यासाठी हे प्रतिष्ठित समजले जाणारे लोक वाट्टेल त्या गैरमार्गाचा अवलंब करत असतात. अशाप्रकारचे लोक हे दोन प्रकारचे रेकॉर्ड ठेवत असतात. एक रेकॉर्ड सत्य असते तर दुसरे रेकॉर्ड असत्य असते. असत्य रेकॉर्ड आयकर विभागाकडे सुपूर्त केले जात असते. डॉक्टर, वकील, व्यापारी, कारखानदार, श्रीमंत शेतकरी, ठेकेदार इ. लोकांचा समावेश आयकर बचत क्षेत्राशी झालेला असतो.

८) अवैध व्यापार : अनेक व्यापारी अवैध व्यापारातून जास्तीत जास्त संपत्ती मिळवीत असतात. हे व्यापारी कायद्याच्या दृष्टीने वैध व्यापार करत असले तरी ते आतून मात्र कमालीचा भ्रष्टाचार करत असतात. जास्तीत जास्त व्याज घेणे, अधिक धन-राशीच्या कर्जाच्या कागदावर अंगठा किंवा सही घेणे आणि अधिक किंमतीत वस्तू विकणे इ. प्रकारांत अनेक व्यापारी गुंतलेले असतात. अशा प्रकारे, हे सर्वजण प्रतिष्ठित वाटत असले तरी तसे ते सफेद गुन्हेगार असतात.

९) तस्करी : आधुनिक काळात प्रत्येक देश परस्परांच्या जवळ आला आहे. पैसा असला की लोक सहज परदेशात जातात, वाट्टेल ती महागडी वस्तू खरेदी करतात आणि स्वदेशात येऊन ती चढत्या भावाने विकतात. स्वदेशातून परदेशात जाणाऱ्या लोकांचीही कमी नसते. हे लोकसुद्धा इथल्या किमती वस्तू परदेशात अवाजवी भावाने विकतात. परंतु वस्तू नेताना वा आणताना तिच्यावर टॅक्स भरावा लागतो. पण हे लोक टॅक्स (Custom Duty) भरत नाहीत व वस्तूची ने-आण करतात. अशा प्रकारच्या लोकांना तस्कर म्हणतात. हे सर्व प्रकार वरिष्ठ श्रेणीतील लोक करत असतात. सामान्य माणसाच्या कल्पनेतही अशा प्रकारचा व्यवहार शक्य नसतो. प्रत्येक क्षेत्रात पांढरपेशीय गुन्हेगार असतात. अशा प्रकारे शासन, वाणिज्य, जनसेवा, राजनीती, नेतेगिरी इ. सर्व क्षेत्रांतच कमी अधिक प्रमाणात पांढरपेशीय गुन्हेगार प्रतिष्ठित म्हणून जगत असतात. उदा: मंदीर-मशिदीला मदत करणे, गरिबांना मोफत जेवण देणे, कपडे वाटणे, समाजसेवेचा आव आणून एखाद्या निराधार आबालवृद्ध नि महिला गृहाला देणगी देणे. इ. प्रकारचे कार्य करून हे लोक जनतेचा विश्वास संपादन करत असतात.

वास्तविक सर्व प्रकारचे गुन्हे हे समाजाला घातक असतात. म्हणजेच ज्या ज्या क्षेत्रात गुन्हे घडतात, त्या गुन्ह्यांशी संबंधित असणारे गुन्हेगार हे सर्वसामान्य स्तरातील असतात. परंतु पांढरपेशीय गुन्हाक्षेत्रातील गुन्हेगार हे पक्के बदमाश असतात. कोट्यवधी रुपयांची ते उलाढाल करीत असतात. म्हणजेच सर्व प्रकारच्या गुन्ह्यांमुळे जेवढी समाजाची हानी होत नाही, त्यापेक्षा कितीतरी पटींनी जास्त हानी पांढरपेशीय गुन्हेगारीमुळे होत असते. म्हणून सदरलँड यांच्या मते, ''दरोडा किंवा चोरीच्या तुलनेत आर्थिक बाबतीत पांढरपेशीय गुन्हा कमालीचा हानिकारक असतो. चोरी, फसवेगिरी, दरोडा इत्यादींमुळे संपत्तीची कमी हानी होत असते. परंतु श्वेतवसन गुन्हा किंवा पांढरपेशीय गुन्ह्यामुळे समाजाची एकदाच करोडो रुपयांची हानी होत असते.''

अशा प्रकारे पांढरपेशीय गुन्हेगारीमुळे आर्थिक नुकसान होत असते. एवढेच नाही तर सामाजिक संघटन आणि नीतिमत्तेवर त्याचा विपरीत परिणाम होत असतो. या गुन्ह्यामुळे समाजात अविश्वासाची भावना निर्माण होत असते. याशिवाय सिद्धान्त आणि नैतिक मूल्यांचा अतिशय गतिमान पद्धतीने ऱ्हास होत असतो. तेव्हा यावरून सिद्ध होते, की सामान्य गुन्ह्यापेक्षा अशा प्रकारच्या गुन्ह्यामुळे समाजाची सर्व बाजूंनी हानी होत असते.

गुन्हे घडू नयेत, कोणावरही अन्याय होऊ नये यासाठी कायदेशीर तरतुदी करण्यात आल्या आहेत.

अनुसूचित जाती–जमातींसाठी घटनात्मक तरतुदी

भारतीय समाजातील अनुसूचित जातींच्या संरक्षणासाठी भारतीय राज्य घटनेत काही घटनात्मक तरतुदी केल्या गेल्या आहेत. स्वातंत्र्य, समता, बंधुता ही तत्त्वे मान्य केली आहेत, व त्यानुसार प्रत्येक नागरिकाला समान संधी, समान दर्जा प्राप्त करून दिला आहे.

जातीव्यवस्थेमुळे निर्माण झालेली विषमता व त्यामुळे अनुसूचित जातींच्या लोकांना मिळणारी संधीची असमानता टाळण्यासाठी घटनात्मक तरतुदी केल्या गेल्या आहेत. त्या पुढीलप्रमाणे-

- ☐ राज्यघटनेच्या कलम १५ नुसार राज्याच्या नागरिकांमध्ये धर्म, वंश, जाती, लिंग, जन्मस्थान यातील कोणत्याही आधारावर भेदभाव करता येणार नाही.

- ☐ कोणत्याही नागरिकास या आधारे दुकाने, उपहारगृहे, भोजनालये, सार्वजनिक मनोरंजनाची ठिकाणे यात प्रवेश नाकारता येणार नाही.

- ☐ तसेच सर्वसाधारण जनतेसाठी राज्याच्या मदतीने असलेल्या विहिरी, रस्ते, नद्यांचे घाट, सार्वजनिक ठिकाणे यांचा वापर करण्यासाठी कोणत्याही अटी घालता येणार नाहीत.

- ☐ घटनेतील १५ व्या कलमातील या तरतुदी लागू करता याव्यात यासाठी केंद्र सरकारने 'अस्पृश्यता अपराध अधिनियम' मंजूर केला.

अनुसूचित जाती–जमातींसाठी कायदेशीर तरतुदी

- ☐ घटनेच्या १५व्या कलमातील समानतेच्या तरतुदी लागू करता याव्यात म्हणून केंद्रसरकारने 'अस्पृश्यता गुन्हा अधिनियम १९५५' हा कायदा १ जून १९५५ पासून लागू करण्यात आला आहे.

- अनुसूचित जाती-जमातींच्या रक्षणासाठी केलेला शेड्युल्ड कास्ट ॲण्ड शेड्युल्ड ट्राइब प्रिव्हेंशन ऑफ ॲस्ट्रॉसिटीज ॲक्ट १९८९ हा राष्ट्रपतींच्या संमतीने १३ सप्टेंबर १९८९ पासून लागू करण्यात आला. या कायद्यान्वये अनुसूचित जाती-जमातींच्या लोकांना शिविगाळ करणे, मारपिट करणे, त्यांची मालमत्ता हिसकावून घेणे, त्यांचे कपडे फाडणे, त्यांची शेती, जागा, जमीन हिसकावून घेणे, त्यांना काम न देता भीक मागायला लावणे, त्यांच्यावर खोट्या फौजदारी केसेस करणे त्यांची निंदा-नालस्ती करणे, या जातीतील स्त्रियांचा विनयभंग करणे, त्यांच्यावर बलात्कार करणे, त्यांना घर, गाव सोडायला लावणे या गुन्ह्यांमधील गुन्हेगाराला शिक्षा होते.

बालकांचे हक्क व त्याविषयीचे कायदे

- भारतीय राज्यघटनेतील कलम २१, भारतीय दंड विधान २९९ नुसार मुलींची भ्रूणहत्या हा सदोष मनुष्यवधाचा गुन्हा ठरवला गेला आहे; तर दंडविधान ३०० नुसार खुनाचा गुन्हा ठरवला आहे. व ३१८ दंडविधानानुसार मुलाच्या प्रेताची गुप्तपणे विल्हेवाट लावून जन्म दडविणे हा गुन्हा ठरवला गेला आहे.
- मुलीचा गर्भ काढून टाकणे, गर्भपात करणे हा मेडिकल टर्मिनेशन ऑफ प्रेग्नन्सी ॲक्ट (एमटीपी) १९७१ नुसार व प्रीनेटल डायग्नोस्टिक्स टेक्निक्स ॲक्ट (पीएनडीटी) १९९४ नुसार गुन्हा आहे.
- भारतीय दंड संहितेतील कलम ३७२, ३७३, ३७५, ३७६ नुसार मुलींची खरेदी-विक्री करणे, त्यांच्यावर बलात्कार करणे याला शिक्षेची तरतूद करण्यात आली आहे.
- स्त्रिया व मुले यांचे अनैतिक व्यापारापासून रक्षण करण्यासाठी सप्रेशन ऑफ इम्मॉरल ट्रॅफिक इन वुमेन ॲन्ड गर्ल्स ॲक्ट १९८५ केला गेला.
- बाल न्याय कायदा १९८६ नुसार बालकांच्या विरोधी घडणाऱ्या दुर्वर्तनाला प्रतिबंध घालण्यासाठी एका सल्लागार मंडळाची स्थापना केली गेली आहे. यात बालकांना योग्य संरक्षण देणे, त्यांची काळजी घेणे, त्यांना शिक्षण, प्रशिक्षण देऊन दुर्लक्षित बालकांचे पुनर्वसन करणे यांचा समावेश आहे. हा कायदा २ ऑक्टोबर १९८७ पासून अमलात आला.
- बालक हक्क कायदा २००६ याद्वारे बालकांशी केल्या जाणाऱ्या लैंगिक दुर्वर्तनाला आळा घालण्यासाठी तरतुदी केल्या गेल्या आहेत. हा कायदा २० जानेवारी २००६ पासून अंमलात आला.

स्त्रियांना संरक्षण देणारे भारतीय दंडविधानातील विशेष कायदे

अ.नं.	अपराधाचे स्वरूप	कलम भा. द. वि.	अधिकाधिक शिक्षा
१)	बलात्कारासारख्या अपराधांमधील अत्याचारपीडित स्त्रीचे नाव किंवा ओळख देणारी माहिती छापणे किंवा प्रसिद्ध करणे.	२२८ अ	२ वर्षे सजा आणि दंड
२)	स्त्रीकडे पाहून सार्वजनिक ठिकाणी अश्लील किंवा असभ्य हातवारे करणे किंवा गाणी म्हणणे.	२९४	३ महिन्यांची सजा किंवा दंड
३)	हुंडा मागणे	हुंडा प्रतिबंधक कायदा १९६१	३ वर्षे सजा आणि दंड १५००० रु.
४)	हुंडा बळी	३०४ बी	जन्मठेप
५)	स्त्रीच्या संमतीशिवाय गर्भपात	३१३	जन्मठेप किंवा १० वर्षे सजा व दंड
६)	स्त्रीच्या संमतीशिवाय केलेल्या गर्भपाताच्या वेळी स्त्रीचा मृत्यू.	३१४	१० वर्षे किंवा जन्मठेप, दंड
७)	पत्नीला मारहाण, सामान्य जखमा	३२३	१ वर्षाचा तुरुंग, १०,००० रु. पर्यंत दंड किंवा दोन्ही.

८)	पत्नीला मारहाण, गंभीर जखमा.	३२५	७ वर्षे सजा, दंड.
९)	अवैधरीत्या ताब्यात किंवा बंद करून ठेवणे.	३४०	१ महिना सजा, ५०० रु. पर्यंत दंड किंवा सजा व दंड दोन्ही.
१०)	अवैधरीत्या डांबून ठेवणे.	३४२	१ वर्ष सजा, १००० रु. पर्यंत दंड किंवा दोन्हीही.
११)	हल्ला करणे किंवा गुन्हेगारी ताकदीचा उपयोग करून स्त्रीचा विनयभंग करणे.	३५४	२ वर्षे सजा व दंड.
१२)	अपहरण.	३६३	७ वर्षे सजा व दंड.
१३)	अल्पवयीन मुलीचे अपहरण.	३६३ अ	१० वर्षे सजा व दंड किंवा दोन्ही.
१४)	खून करण्यासाठी अपहरण करणे किंवा पळवून नेणे.	३६४	१० वर्षे सजा व दंड किंवा दोन्ही.
१५)	विवाहासाठी सक्तीने स्त्रीला पळवून नेणे. अपहरण करणे, जबरदस्ती करणे.	३६६	१० वर्षे सजा व दंड किंवा दोन्ही.
१६)	अल्पवयीन मुलीला विवाहासाठी पळविणे.	३६६ अ	१० वर्षे सजा व दंड किंवा दोन्ही.
१७)	परदेशातून मुली पळवून आणणे.	३६६ अ	१० वर्षे सजा व दंड किंवा दोन्ही.

१८)	अल्पवयीन मुलींना त्यांच्याजवळील वस्तूंची चोरी करण्यासाठी पळविणे.	३६९	७ वर्षे सजा व दंड किंवा दोन्ही.
१९)	एखाद्या मुलीला किंवा स्त्रीला गुलाम बनविण्यासाठी विकत घेणे किंवा तिची विल्हेवाट लावणे.	३७०	७ वर्षे सजा व दंड किंवा दोन्ही.
२०)	अल्पवयीन मुलीला वेश्याव्यवसायासाठी विकणे.	३७२	१० वर्षे सजा व दंड किंवा दोन्ही.
२१)	अल्पवयीन मुलगी वेश्याव्यवसायासाठी विकत घेणे.	३७३	१० वर्षे सजा व दंड किंवा दोन्ही.
२२)	बलात्कार.	३७६	७ ते १० वर्षे सजा व दंड किंवा दोन्ही.
२३)	कायद्याने वेगळे राहणाऱ्या पत्नीबरोबर संभोग.	३७६ अ	२ वर्षे सजा व दंड किंवा दोन्ही.
२४)	आपल्या अधिकाराखालील पब्लिक सर्व्हंटबरोबर संभोग करणे (कस्टडी रेप).	३७६ बी	५ वर्षे सजा व दंड किंवा दोन्ही.
२५)	तुरुंगाधिकारी किंवा रिमांडहोमच्या अधिकाऱ्यांमार्फत अधिकारातील स्त्रीशी संभोग.	३७६ सी	५ वर्षे सजा व दंड किंवा दोन्ही.

पांढरपेशा गुन्हे रोखण्यासाठी कायदेशीर तरतुदी

- जकात चुकवून आणलेला माल अथवा चोरट्या मालाचा बेकायदेशीर व्यापार हा सीमा शुल्क कायदा १९६२ नुसार गुन्हा आहे.
- सांस्कृतिक वारसा असलेल्या वस्तूंची चोरी रोखण्यासाठी पुराणवस्तू व कलासंग्रह कायदा १९७२ केला गेला आहे.
- विदेशी चलनाची बेकायदेशीर आयात ही विदेशी चलन विनिमय नियमन कायदा १९७६ द्वारे अपराध ठरवून त्यासाठी शिक्षेची तरतूद केली आहे.
- मानवी अवयवांची तस्करी हा गुन्हा ठरवून त्यासाठी मानवी अवयव रोपण कायदा १९९४ केला गेला.
- विदेशी मालावरचा कर चुकविणाऱ्याला विदेशी (आयात) कर नियमन कायदा १९७६ द्वारे शिक्षा होऊ शकते.
- एखाद्या व्यक्तीने व्यवसाय किंवा खाजगी जीवनात कर्जबाजारी झाले असल्याचे भासवून फसवणूक केली तर तो बँकिंग नियमन कायदा १९४९ अन्वये गुन्हा समजला जातो.
- शासकीय नोकरीतील व्यक्तींच्या भ्रष्टाचाराचे प्रकार वाढत आहेत याला आळा घालण्यासाठी भ्रष्टाचार प्रतिबंधक कायदा १९८८ केला गेला आहे.
- खोटा पासपोर्ट, कागदपत्रे, ओळखपत्र देऊन फसवणूक करणाऱ्यांसाठी पारपत्र कायदा १९२० केला गेला आहे.
- बौद्धिक मालमत्तेची चोरी रोखण्यासाठी ग्रंथ हक्क कायदा १९५७ला केला गेला व त्या कायद्यात १९९४ व १९९९ मध्ये सुधारणा केल्या गेल्या.

परंतु या सर्व कायद्यांची कठोरपणे अंमलबजावणी होणे आवश्यक आहे तरच समाजात कायद्याचा धाक राहतो.

सराव प्रश्न

१) जाती जमातींविरुद्धच्या गुन्ह्याचे स्वरूप सांगा.
२) स्त्रियांवरील अत्याचार थांबण्यासाठी समाजाची मानसिकता कशी असावी?
३) बालगुन्हेगारीची कारणे सांगा.

टिपा लिहा.

अ) स्त्रियांवरील अत्याचाराची कारणे
ब) बालगुन्हेगारांचे पुनर्वसन
क) पांढरपेशा गुन्ह्याचे प्रकार

४ गुन्ह्यांचे बदलते स्वरूप

Changing Profile of Crime

अ) **संघटित गुन्हे : अर्थ आणि वैशिष्ट्ये (Organised Crime : Meaning and Features)**

ब) **दहशतवाद : संकल्पना, वैशिष्ट्ये, कारणे (Terrorism : Concept, Features and Causes)**

क) **ताबेदारीतील गुन्हे (Custodial Crime)**

अ) संघटित गुन्हे : अर्थ आणि वैशिष्ट्ये (Organised Crime : Meaning and Features)

समाजात अनेक संघटना निर्माण होत असतात. त्यांतील काही संघटना दीर्घकाळापर्यंत टिकून राहतात तर काही अल्पकाळात संपुष्टात येत असतात. तसेच उद्देश आणि उद्दिष्टे यांच्या पूर्तीसाठी त्या निर्माण होत असतात. काही संघटनांचा उद्देश नि उद्दिष्टे समाजसंघटनेसाठी तर काहींची विघटनात्मक स्वरूपाची असतात. म्हणजेच धंदेवाईक तथा व्यावसायिक लोकांची जी संघटना आकाराला आलेली असते, तिचा उद्देश निश्चितच व्यवसायाचा विकास कसा होईल व त्यातून किती फायदा होईल या स्वरूपाचा असतो. तसेच इतर नोकरदारांप्रमाणेच आपलेही कल्याण व्हावे असा कामगारांचा हेतू असतो व त्यासाठी कामगार संघटना कार्यरत असते. तेव्हा अशाच पद्धतीच्या काही संघटना समाजात कार्यरत असतात, त्याचप्रमाणे व्यावसायिक गुन्हेगारांनी या संघटनेची निर्मिती केलेली असते. या व्यावसायिक संघटनेच्या माध्यमातून गुन्हेगारांना आपले ध्येय साध्य करून काही उद्दिष्टे गाठता येतात. अशाप्रकारे, या अशा व्यावसायिक संघटनांचे जे कार्य असते, ते सर्व समाजविरोधी असते.

समाजविघातक कार्य करणाऱ्या या व्यावसायिक गुन्हासंघटनांची ना नोंदणी झालेली असते ना त्यांना समाज व कायद्याची मान्यता असते. त्याचप्रमाणे संघटनेला जास्तीत जास्त आर्थिक फायदा व्हावा म्हणून नवनवीन मार्ग शोधले जातात. म्हणून टॅफ्ट म्हणतो, ''गुन्हेगारांची संघटना ही गुन्हेगारांना गुन्ह्यांच्या क्षेत्रात अशा पद्धतीने प्रवेश देते की, ज्या संघटनेत नेतृत्व, गट वा समूह शिस्त, आज्ञाधारकपणा, इमानदारी, श्रमविभाजन तथा कामाचे वाटप, सन्माननीय सभासदत्व, समर्पण, सहकार्य आणि गटनियोजन यासारख्या घटकांचा समावेश झालेला असतो. त्यामुळे या सर्व घटकांचे एकमेव ध्येय सर्वसामान्य आर्थिक, राजकीय आणि सामाजिक जीवनाच्या पातळीवरचे असते.'' म्हणजेच गुन्हासंघटनेत नेतृत्वाला महत्त्व दिलेले असते. संघटना चालवताना नेतृत्वाची कसोटी पणाला लावली जात असते. संघटनेत शिस्त असते. शिवाय आज्ञाधारकपणाला येथे महत्त्व दिले जाते. आज्ञा न पाळणाराला शिक्षा दिली जाते. तसेच इमानदारी हे संघटनेचे खास वैशिष्ट्यपूर्ण लक्षण असते. एवढेच नाही तर सर्व गुन्हेगारांना सन्माननीय सभासदत्व बहाल केले जाते. संघटनेसाठी कोणत्याही गोष्टीचा त्याग करण्याची भावना सभासदांमध्ये रुजविली जाते. म्हणूनच अनेकदा गुन्हासंघटनेतील गुन्हेगारांचे प्रतिस्पर्धी पोलिसांकरवी मारले जातात. याशिवाय परस्परांना सहकार्य करण्यासाठी ते सदैव तयार असतात. तसेच संघटना टिकवून ठेवण्यासाठी संघटनेचे कार्य वाढविण्यासठी, नीतीचे स्थैर्य टिकवून ठेवण्यासाठी समूहनियोजनसुद्धा केले जात असते. विशेष म्हणजे गुन्हेगार हे संघटित होऊन टोळी तयार करीत असतात. गुन्हे करण्याचे नियोजन आखून ते गुन्हा करीत असतात. त्याचा उद्देश गुन्हा करणे हाच असतो. हा उद्देश व्यापारीतत्त्वाचा अंगीकार करून ते साध्य करतात. गुन्हा करण्यासाठी ते आपले सर्वस्व पणाला लावतात. तसेच यासाठी गुन्हेगारांच्या अनेक टोळ्या वा संघटना परस्परांना सहकार्य करून आपला विशिष्ट प्रकारचा गुन्हेगारी व्यवसाय करीत असतात. प्रत्येक टोळीचे ध्येय वेगळे असते. या ध्येयपूर्तीसाठी इतर गुन्हेगारी टोळ्यांना एखादी टोळी मदतीचा हात पुढे करीत असते. त्यामुळे यावरून असे दिसून येते की, सहकार हा आर्थिक विकासाचा विचार गुन्हेगारी टोळ्यांनी अंगीकारला आहे.

गुन्हा कृतीसंबंधित गुन्हेप्रकार

गुन्हेगारांच्या टोळ्या किंवा समूह वा संघटना यांचे त्यांच्या कार्यानुरूप वेगवेगळे प्रकार पाडलेले असतात. ते पुढीलप्रमाणे:

१) **संघटित लुटीचे गुन्हे :** चोरी व दरोडेखोरी इ. प्रकारचे गुन्हे हे संघटित लुटीचे प्रकार समजले जातात. कारण यांसारखे गुन्हे हे एखाद्या व्यक्तीला करता येत

नाहीत. त्यासाठी संघटना आवश्यक असते. म्हणजेच एका विशिष्ट हेतूने गुन्हेगार एकत्रित येऊन लुटालूट वा दरोडे घालत असतात. म्हणून संघटित लुटीचे गुन्हे हे समूह वा टोळी पातळीवरून केले जात असतात.

२) **गुन्हा मंडळ :** गुन्हा मंडळ किंवा गुन्हा संस्था ही एक प्रकारची टोळी म्हणजे गँग असते. प्रामुख्याने जुगार, अमली वस्तूंच्या पदार्थांचा पुरवठा, व्यावसायिक वेश्यागिरी, ड्रगचा पुरवठा या आणि अशा प्रकारचे गुन्हे हे संस्थात्मक पातळीवरून पार पाडले जातात. व गुन्हे मंडळे ही या व्यवसायातून प्रचंड नफा मिळवीत असतात. तसेच यातून गिऱ्हाइकांचासुद्धा मोबदला दिला जात असतो. कारण मंडळ तथा संस्थांचे सभासद हे अनेकदा आपल्या विश्वासू नोकर व्यक्तींच्याद्वारे ही अशा प्रकारची कामे करवून घेत असतात. ज्यांच्याकडून काम करून घेतले जाते, त्यांच्या सुरक्षिततेची काळजी ही संस्था घेत असते.

३) **गुन्हेगारी रॅकेट्स तथा दंगेखोर :** रॅकेटियरिंग हे अशा प्रकारचे गुन्हा- कृत्य असते की, ज्या कृतीद्वारे सर्वसाधारणपणे व्यक्तिगत पातळीवरून व्यक्तीचा खून केला जातो किंवा गंभीर शारीरिक दुखापत वा इजा केली जाते किंवा संपत्तीची विल्हेवाट लावली जाते. म्हणजेच रॅकेटियरिंग हा संघटित पातळीवरचा गुन्हाप्रकार असतो. यात गुन्हेगारांचे असे वैशिष्ट्य असते की,त्यांना समाजातील काही प्रतिष्ठित समजली जाणारी माणसे हाताशी धरतात. रॅकेटियरिंग हा गुन्हाप्रकार लुटालूट तथा लुटारू प्रकारचा असतो. परंतु सध्याच्या वर्तमानकालीन परिस्थितीत आर्थिक स्पर्धा प्रचंड प्रमाणात गतिमान झाली असल्याने व्यावसायिक संघटक आणि त्याचप्रमाणे कामगार-= संघटना या पूर्णतः रॅकेटियर्सवर अवलंबून असतात. उदा: गिरणीमालक किंवा कारखानदार हे गुन्हेगार नसले तरी रॅकेटियर्सच्या मदतीने प्रतिपक्षावर जबरदस्त हल्ला करीत असतात. या हल्ल्यात काहींना जिवानिशीही जावे लागते तर काहींना शारीरिक जखमाही होत असतात. म्हणजे मालक प्रत्यक्षात हजर नसला तरी रॅकेटियर्स हे आपले काम करून मोकळे होत असतात. या अशा प्रकारच्या रॅकेटियरिंग गुन्ह्यांची लागण सर्वच समाजाला लागलेली असते. सरळ मार्गाने जेव्हा हेतू साध्य होत नाही, तेव्हा गैरमार्गाने तो साध्य करता यावा म्हणून या गुन्हाप्रकाराचा उपयोग केला जातो.

४) **राजकीय लाचखोरी :** राजकारण हे डावपेचावर आधारलेले असते. राजकीय लोक हे शक्ती किंवा सत्तेसाठी हपापलेले असतात. स्वतःच्या यशाबरोबरच आपल्या राजकीय संघटना किंवा पक्षाचे बळ वाढवण्यासाठी पुढारी वाटेल

त्या मार्गांचा अवलंब करीत असतात व जे गुन्हेगार वृत्तीने भयानक क्रूर आणि मग्रूर असतात त्यांना हाताशी धरून राजकीय पुढारी निवडणुकीच्यावेळी नको त्या मार्गाचा अवलंब करीत असतात. तसेच लुटालूट करणे, मारहाण करणे, स्त्रियांची बेअब्रू करणे नि जमले तर जो आड येईल त्याचा खून करणे असे चक्र ठरलेले असते.

ब) दहशतवाद : संकल्पना, वैशिष्ट्ये, कारणे

(Terrorism : Concept, Features and Causes)

एखाद्या समाजात ज्या प्रमाणात अधिक विकास होतो, त्या प्रमाणात त्या समाजामध्ये अनेक समस्यांची भर पडत असते. ज्याप्रमाणे मानवाचे वय वाढत गेल्यानंतर अपरिहार्यपणे काही आजार मानवी शरीराचा ताबा घेतात त्याचप्रमाणे समाजाचा विकास झाल्यानंतर अपरिहार्यपणे काही समस्याही समाजाचा ताबा घेतात असे म्हणावे लागेल.

मानवी समाजातील बेकारी, भिकारी, गुन्हा, बालगुन्हा, वेश्याव्यवसाय या आणि यांसारख्या अनेक समस्यांचा अभ्यास समाजशास्त्रामध्ये सविस्तर केला गेलेला आहे. कारण या सर्व समस्या पिढ्यानूपिढ्यांपासून चालत येत राहिलेल्या आहेत. ह्या सर्व समस्यांची कारणे व त्यांचे परिणाम यांमध्येही फारसा फरक पडलेला नाही. बदलत्या समाजरचनेच्या अनुषंगाने कदाचित थोडाबहुत फरक पडलाही असेल परंतु तो किरकोळ आहे.

सामाजिक समस्यांची व्याख्या करताना आपण असे म्हटले आहे, की ज्या समस्या समाजात राहणाऱ्या बहुसंख्य व्यक्तींना भेडसावतात व त्यावर सामुदायिक उपाययोजना करावी असे वाटते त्यांना सामाजिक समस्या म्हणावे. सामाजिक समस्या का निर्माण होतात, याविषयी सामान्य नागरिक कधी समाजाला, कधी लोकांच्या नाकर्तेपणाला तर कधी सरकारला दूषणे देतात; परंतु यातून समस्या निर्माण व्हायच्या थांबत नाहीत. त्या निर्माण होतच राहतात व लोक समस्याप्रधान आयुष्य जगत राहतात. इतकेच नव्हे तर अशा प्रकारचे आयुष्य जगण्याची एकदा सवय झाल्यानंतर समस्या या समस्या राहतच नाहीत तर त्या समाजाची व्यवस्था बनून जातात.

अनेक समस्या या पारंपरिक असतात. पिढ्यानूपिढ्यांपासून या समस्या समाजाला विघटित करण्याचे काम करीत असतात. या पारंपरिक समस्यांची समाजातील लोकांना सवय होऊन जाते. 'हे असेच चालणार' हा सामाजिक लोकांचा परवलीचा शब्द बनून जातो.

हे लक्षात घेणेदेखील आवश्यक आहे, की प्रत्येक समाजात अटळपणे सामाजिक

परिवर्तन घडते. कधी या परिवर्तनाची गती मंद असते, तर कधी ते वेगाने घडते. समाजातील लोक जर पुरोगामी असतील तर परिवर्तन वेगाने घडून येते व समाजातील लोक जर प्रतिगामी असतील तर साहजिकच परिवर्तन हे मंदगतीने घडून येते. परिवर्तन भौतिक व अभौतिक या दोन्हीही प्रकारचे असते. भौतिक परिवर्तन फार वेगाने स्वीकारले जाते. कारण भौतिक घटकांवर लोकांच्या भावना निगडित झालेल्या असतात. ते प्रामुख्याने उपयुक्तवादी तत्त्वावर आधारलेले असते; परंतु अभौतिक बदल किंवा परिवर्तन वेगाने घडत नाही. कारण ते पिढ्यान्पिढ्या चालत आलेले असते व या चालत आलेल्या रूढी परंपरा लोकांच्या जीवन जगण्याशी संबंधित असतात. लोक आपल्या प्रथा-परंपरा जपण्याबद्दल नेहमी आग्रही असलेले दिसून येतात. उदाहरणार्थ, अनेक विकसनशील व विकसित देशांचा विचार केला असता असे लक्षात येते, की ह्या समाजाची जीवन जगण्याची भौतिक साधने बदलली, त्यांचे राहणीमान काळानुरूप बदलले, पण अनादि काळापासून चालत आलेल्या त्यांच्या परंपरा व मनातील धार्मिकता कमी झाली नाही.

बदलत्या सामाजिक परिस्थितीनुसार ज्या अनेक समस्यांचा सामना आज सर्व जगाला आणि अर्थातच भारतालाही करावा लागतो, त्यांपैकी एक समस्या म्हणजे 'दहशतवाद' ही होय. दहशतवादाच्या पुढील काही व्याख्यांवरून त्याचे स्वरूप लक्षात येईल.

१) **जेनकिंस यांच्या मते :** 'हिंसेची धमकी किंवा व्यक्तिगत दहशतीची कृती करून प्रामुख्याने दहशतीद्वारा भीती निर्माण करण्याच्या दृष्टीने आखलेली योजना म्हणजे दहशतवाद होय.'

The threat of violence, individual acts, of violence or campaign of violence, designed primarily to instill fear to terrorist - B. M. Jenkins

२) **स्कारजेरबर्जर यांच्या मते :** 'दहशतवादी हा त्याच्या पुढील उद्देशाच्या संदर्भात तत्काळ ओळखता येतो. त्याच्या मनात भविष्यात असलेला कोणताही उद्देश साध्य करण्याच्या हेतूने तो बळाचा उपयोग करून भीती निर्माण करतो.'

A terroirist is probably best defined by refernece to his immediate objective. It is use force for the purpose of creating fear and in this way to attain whatever further aim he may have in his mind - Schwarzerberger.

३) **१९३७ च्या आंतरराष्ट्रीय व्याख्येनुसार :** 'राज्याविरुद्ध केलेल्या अपराध किंवा विशिष्ट व्यक्ती, विशिष्ट समूह किंवा सर्वसाधारण जनतेच्या मनात हेतुपुरस्सर दहशत निर्माण करण्याच्या दृष्टीने केलेली योजनाबद्ध कृती म्हणजे दहशतवाद होय.'

Criminals acts directed against a state and intended or calculated to create a state of terror in the mind of particular persons a group of Persons or the general public. - International Convention - 1937.

वरील सर्व व्याख्यांवरून हे स्पष्ट होते, की दहशतवादी हे विपथगामी असतात. त्यांच्यासमोर विशिष्ट असे ध्येय असते व त्या ध्येयाच्या पूर्ततेसाठी ते प्रामुख्याने लोकांमध्ये भीती निर्माण करण्यात यशस्वी होतात.

अलीकडच्या काळात भारतीय समाजातही मोठ्या प्रमाणात दहशतवादाची प्रवृत्ती निर्माण झालेली आहे. तमिळ दहशतवादी, नक्षलवादी, बिहारमधील जमीनदारांच्या सेना, आसाममधील बोडो आदिवासींची दहशतवादी संघटना ही नावे आपण नेहमी प्रसारमाध्यमांद्वारे ऐकत असतो.

दहशतवादी लोकांसमोर ते तात्कालिक ध्येय असते व ते प्रचलित मूल्यव्यवस्थेच्या विरुद्ध असते. त्याला अर्थातच समाजाची मान्यता मिळणे शक्य नसते. कधी हे ध्येय लोकांची संपत्ती लुबाडण्याचे असते, तर कधी प्रचलित समाजव्यवस्था बदलण्याशी संबंधित असते.

दहशतवादी संघटना का निर्माण होतात, याचा शोध घेत असताना असे दिसून आलेले आहे, की समाजातील एखाद्या गटाला प्रचलित समाजव्यवस्था मान्य नसते. सद्य:परिस्थितीत व व्यवस्थेमध्ये त्वरित परिवर्तन व्हावे, अशी त्यांची अपेक्षा असते. तसेच अहिंसापूर्वक परिवर्तनाच्या साधनांवर त्याचा विश्वास नसतो. परिवर्तन हे हिंसात्मक कारवायांनीच होणे शक्य आहे, यावर त्यांचा नितांत विश्वास असतो.

दहशतवादाची व त्यांच्या संघटनांची पुढील काही वैशिष्ट्ये सांगता येतील.

१) साधारणत: एकाच विचाराचे लोक एखादी संघटना तयार करतात व त्याला विशिष्ट नाव देतात.

२) या संघटनेत सामील होणाऱ्या सदस्यांवर पूर्णत: संघटनेचा अधिकार असतो. संघटनेच्या सर्व नियमांचे सदस्यांना काटेकोरपणे पालन करावे लागते.

३) दहशतवादी संघटनेचे सामुदायिक ध्येय साध्य करण्याचा सर्वांनी प्रयत्न करणे आवश्यक मानले जाते.

४) बल, शक्ती व हिंसाचार अशा विपथगामी घटकांवर दहशतवादी संघटनांचा विश्वास असतो.

५) आपल्या उद्देशाच्या पूर्ततेसाठी दहशतवादी संघटना अत्याधुनिक साधनांचा वापर करतात.

६) प्रामुख्याने प्रचलित व्यवस्था बदलणे हे सामुदायिक ध्येय असल्यामुळे दहशतवादी संघटना त्यासाठी सार्वजनिक मालमत्ता, व्यक्ती यांचा हिंसाचार फार मोठ्या प्रमाणावर करतात.

७) अत्याधुनिक बंदुका, बॉम्ब या गोष्टी मिळविण्यासाठी इतरांकडून म्हणजे समाजातील सामान्यांकडून पैसे गोळा केले जातात.

८) बरेचदा सामान्य लोक दहशतवादी आपल्या भल्यासाठी राबतात, अशी समजूत करून घेऊन त्यांना संरक्षण देतात व आर्थिक मदत पुरवितात.

९) दहशतवादी संघटना कोणत्याही कार्याचे नियोजन व्यवस्थित करतात व ते तडीला नेतात.

१०) दहशतवादाने इच्छित ध्येय साध्य करण्यासाठी दहशतवादी सदस्य मानवता, धर्म, राज्य, राष्ट्र यांची पर्वा करीत नाहीत.

११) सरकार व सामान्य लोक यांच्यात भीतीची भावना निर्माण करून आपल्या संघटनेचे अस्तित्व वारंवार सिद्ध करणे हे दहशतवादी आपले कर्तव्य समजतात.

१२) संघटनात्मक ध्येयाच्या आड येणाऱ्या संघटनेतील कोणत्याही सदस्याची गय केली जात नाही.

१३) दहशतवादी संघटनेला एखादे नेतृत्व असते व त्याची आज्ञा शिरसावंद्य मानणे सदस्य आपले कर्तव्य समजतात.

तात्पर्य, हिंसाचारी मार्गांचा वापर करून स्वत:चा धाक किंवा दहशत निर्माण करून दहशतवाद अस्तित्वात आणला जातो. दहशतवादाचे उद्देश हे प्रत्येक आंदोलनाबरोबर बदलत जात असले तरी दोन मुख्य उद्देश प्रत्येक दहशतवादी संघटनेत आढळून येतात.

१) सरकारचे लक्ष आपल्याकडे वेधून घेणे.

२) आंदोलनाला जनतेचे समर्थन मिळविणे.

वेगवेगळ्या हिंसाचाराची जबाबदारी स्वत:वर घेऊन दहशतवादी संघटना सरकारचे लक्ष स्वत:कडे वळवीत असतात व त्या जोरावर सामान्य जनतेला वेठीला धरण्याचे कामही त्या करीत असतात. भारतीय समाजाचा विचार केल्यास दहशतवादी संघटनांकडे

देशातील युवक मोठ्या प्रमाणावर आकर्षित झालेले दिसून येतात. ज्या युवकांना शिक्षण घेऊनही नोकरी, रोजगार नाही अशा युवकांना स्वत:कडे आकर्षित करण्यात दहशतवादी गट सफल झालेले आहेत, यात शंका नाही.

दहशतवादाचे प्रकार

दहशतवाद ही सामुदायिकरीत्या होणारी प्रक्रिया आहे. दहशतवादाचे पुढील काही प्रकार सांगता येतील.

१) **वैयक्तिक दहशतवाद :** या प्रकारामध्ये एखादी व्यक्ती अनेक मार्गांनी एखादे उद्दिष्ट प्राप्त करून घेण्यासाठी दहशत निर्माण करते. कधी तिच्यामागे एखादी सूत्रबद्ध टोळी असते, तर कधी ती एकटीही असते. दहशतवादी व्यक्ती एकटी असली तरी ती एखाद्या समुदायाइतकीच घातक असते. आपले ध्येय साध्य करून घेण्याच्या प्रयत्नात ती कोणत्याही प्रकारांचा अवलंब करू शकते. शस्त्राचा धाक दाखविणे (चाकू व बंदूक), चोरी करणे, किडनॅपिंग (अपहरण), खंडणीची मागणी करणे, बलात्कार करणे अशी कृत्ये जर एखादीच व्यक्ती करीत असेल तर त्या प्रकाराला वैयक्तिक दहशतवाद असे म्हणता येईल.

२) **सामुदायिक दहशतवाद :** दहशतवादाचा हा प्रकार सर्वत्र दिसून येणारा असा आहे. या प्रकारात भीती निर्माण करण्यासाठी पिस्तुले, चाकू, सुरे, बॉम्ब यांसारख्या हत्यारांचा वापर टोळीतल्या सभासदांकडून करण्यात येतो. मोठमोठ्या चोऱ्या करणे, बस लुटणे, लग्नाचे वऱ्हाड लुटणे, मौल्यवान वस्तूंची या देशातून त्या देशात ने-आण करणे, अफू, गांजा, चरस, गर्द इत्यादी मादक पदार्थांची ने-आण करणे, इत्यादी कामे सूत्रबद्धरीत्या टोळ्यांमार्फत केली जातात.

सामुदायिक दहशतवादात नियोजनाला (planning) अतिशय महत्त्व असते. जी कामगिरी हाती घेतली आहे त्यातील संभाव्य धोके अगोदरच लक्षात घेऊन तशी व्यूहरचना करण्यात येते. सामूहिक दहशत निर्माण करणाऱ्या टोळीचा एखादा नेता असतो व तो या सर्व टोळीचे नियंत्रण करतो. सर्व योजनांमागे त्याचा मेंदू असतो. ह्या टोळीतील सभासद प्रसंगी आत्महत्या करूनदेखील आपल्या इतर साथीदारांची नावे गुप्त राखण्याचा प्रयत्न करतात. बहुधा धाकदडपशाहीचा अवलंब करून आपले उद्दिष्ट साध्य करणे व कोणी विरोध केल्यास हिंसाचार करणे असे साधारणत: टोळीचे कार्य असते. विविध शहरांमध्ये दहशत निर्माण करणाऱ्या अनेक टोळ्या अस्तित्वात आलेल्या दिसून येतात. बरेचदा या टोळ्यांमध्ये आपापसात वैरभावना निर्माण झाल्याने

टोळीयुद्धे (Gang-Wars) निर्माण होताना दिसून येतात. सामूहिक दहशतवाद फैलावणाऱ्या टोळ्या शहरात संभवितासारख्या वावरताना व सामान्य व्यक्तींकडून खंडणी गोळा करताना दिसून येतात.

शहराचा विस्तार व व्याप वाढल्याने पोलिस खात्याची औपचारिक नियंत्रण-व्यवस्था बरेचदा कोलमडून पडते व अशा टोळ्यांचा जन्म होतो.

३) **प्रादेशिक दहशतवाद :** काही राज्यांमध्ये दहशतवादाच्या माध्यमातून काही आंदोलने त्या त्या प्रदेशापुरती मर्यादित प्रमाणात चालविली जातात. त्या त्या राज्यांची ओळख त्यामुळेच ठरते. उदाहरणार्थ, पंजाबची खलिस्तान चळवळ, आंध्र प्रदेशातील नक्षलवाद, आसाममधील बोडोलॅन्डची समस्या अशा काही समस्यांचे व चळवळीचे नेतृत्व अशा दहशतवादी संघटना व त्यांचे नेते करीत असलेले दिसून येते. त्या त्या प्रदेशामध्ये दहशतवाद निर्माण करणाऱ्या टोळ्यांना त्या राज्यातील जमीनदार, सावकार, राजकीय पुढारी यांचाही आश्रय मिळालेला बरेचदा दिसून येतो. प्रादेशिक दहशतवाद निर्माण करणाऱ्या व्यक्तीदेखील सर्व अत्याधुनिक शस्त्रांनी सुसज्ज असतात.

४) **धार्मिक दहशतवाद :** धार्मिक दहशतवाद या प्रकारच्या दहशतवादामध्ये सामुदायिकरीत्या धर्माच्या नावाखाली इतर धर्मियांवर अन्याय करण्यात येतो. धर्माच्या आधारे एकमेकांच्या देशांवर सशस्त्र हमले करण्यात येतात. बरेचदा अशा प्रकारच्या दहशतवादाच्या आधारे धर्माचा प्रचार करण्यातही यश मिळविले जाते.

५) **आंतरराष्ट्रीय दहशतवाद :** संपूर्ण जगभर दहशतवादाचा हा प्रकार प्रचलित असलेला दिसून येतो. एका देशाविरुद्ध दुसऱ्या देशात चळवळ चालवत असताना त्या देशातील काही लोकांना आर्थिक बळावर फोडून काढणे, त्यांना वेळोवेळी लाच देणे, सीमावर्ती भाग खिळखिळे करणे, देशावर प्रभुत्व असणाऱ्या लोकांची हत्या करणे, अपहरण करणे, बॉम्बस्फोट घडवून आणणे, मोठ्या प्रमाणावर प्राणहानी घडवून आणणे ही आंतरराष्ट्रीय दहशतवादाची लक्षणे आहेत.

दहशतवाद घडण्याची कारणे

वरील काही ठळक प्रकारांशिवाय दहशतवाद किंवा आतंकवाद का घडून येतो, याच्या काही कारणांचाही विचार पुढीलप्रमाणे करता येईल.

१) **बदला घेण्यासाठी :** दहशतवाद करणाऱ्या लोकांना प्रचलित समाजव्यवस्था मंजूर नसते. तसेच समाजात मंदगतीने होणारे परिवर्तनही त्यांना मान्य नसते.

समाजात क्रांती घडवून एकदम बदल घडवून आणावेत व समाजव्यवस्था स्वत:च्या मताला अनुकूल बनवावी, अशी त्यांची इच्छा असते. दहशतवादामागे पिढ्यान्‌पिढ्यांपासून चालत आलेला अन्याय व अत्याचारदेखील असतो. समाजात एखादा गट शोषित व अत्याचार सहन करीत जीवन जगतो, परंतु जेव्हा त्याच्या शोषित भावनांचा एकदम स्फोट होतो तेव्हा ते प्रचलित समाजव्यवस्थेशी बदला घेण्याचा प्रयत्न करतात. असा प्रयत्न करण्यासाठी ते संघटित होतात. सुयोग्य व सुनियोजित संघटन अस्तित्वात आणतात व पूर्ण तयारीनिशी समाजाविरुद्ध किंवा समाजातील एखाद्या गटाविरुद्ध लढा देण्यास सज्ज होतात. कोणत्याही देशामध्ये न्यायालयीन प्रक्रिया, कायदेशीर प्रक्रिया ही दीर्घकाळ चालणारी असते. त्याचा फायदा ह्या दहशतवादी संघटना उचलतात. थोडक्यात, प्रचलित व्यवस्थेविरुद्ध आक्रोश व्यक्त करण्यासाठी दहशतीचा अवलंब केला जातो, असे म्हणता येईल.

२) **गरिबी :** समाजात व आपल्या देशाचा विचार केल्यास असे लक्षात येईल, की लोकांच्या क्रोधाचे प्रमुख कारण त्यांना सतत भेडसावणारी गरिबी हेच आहे. गरिबीमुळे अन्याय, अत्याचार सहन करावा लागतो. अतिशय आवश्यक अशा प्राथमिक गरजांची पूर्ततादेखील होत नाही. न्याय व समाजमान्य मार्गाने एखादी वस्तू मिळत नसेल तर लोक प्रसंगी आक्रमक बनून दहशतवादाचा आश्रय घेतात. देशातील वाढती गुन्हेगारी हा गरिबीतूनच निर्माण झालेला दहशतवाद आहे असे लक्षात येईल. उदाहरणार्थ, बिहारसारख्या राज्यात, जिथे आजही वेठबिगारी पद्धती आहे व शेतमजुरांना जमीनदारांच्या अन्यायाला तोंड द्यावे लागते, तेथे शेतमजुरांना जमीनदारांच्या अन्यायाला तोंड द्यावे लागते तेथे शेतमजुरांनी आपल्या संघटना उभारून जमीनदारांविरुद्ध दहशतवाद निर्माण केला. पर्यायाने जमीनदारांनीही त्याला उत्तर म्हणून स्वत:च्या वैयक्तिक सेना निर्माण केलेल्या दिसून येतात. या परस्परविरोधी ध्येयाने पछाडलेल्या व एकमेकांना संपविण्यासाठी निर्माण झालेल्या संघटना राज्यात किंवा देशात जेव्हा आपल्या बळावर दहशतवाद निर्माण करण्याचा प्रयत्न करतात तेव्हा त्याचे परिणाम सर्व देशवासीयांनाच भोगावे लागतात.

३) **साथीदारांची मुक्तता करण्यासाठी :** दहशतवादी संघटना आपले सदस्य तयार करण्यासाठी बरेच परिश्रम घेताना दिसून येतात. अत्याधुनिक शस्त्रास्त्रे चालविण्याच्या प्रशिक्षणासाठी ते आपल्या सदस्यांना तयार करतात. सदस्यदेखील संघटनेशी प्रामाणिक राहून प्रसंगी जिवाचा त्याग करतात. त्यामुळे

सदस्यांना जर पोलिसयंत्रणेने पकडले तर काही सन्माननीय व्यक्तींचे अपहरण करून आपल्या साथीदारांना सरकारने मुक्त करावे, यासाठीही दहशतवादाचा अवलंब केला जातो. मध्यंतरी काश्मीरमधील उग्रवादी संघटनेने चार परदेशी पर्यटक याच कारणासाठी ओलीस ठेवलेले होते. बरेचदा सरकार आतंकवादी लोकांच्या धमक्यांपुढे शरण येऊन त्यांच्या साथीदारांना सोडून देते. त्यामुळे दहशतवादी लोकांचे मनोधैर्य वाढते व त्यातून अशा संघटना दहशतवाद पसरविण्याचे अनेक मार्ग निर्माण करताना दिसून येतात.

४) **बेकारी :** देशात निर्माण झालेले शिक्षणाचे सर्वदूर पसरलेले जाळे, शिक्षण घेण्याविषयी निर्माण झालेली ओढ यामुळे शिक्षितांचा वर्ग वाढलेला आहे. हा वर्ग अतिशय बुद्धिमान लोकांचा वर्ग असतो. परंतु, रोजगार मिळत नसल्यामुळे जर हा वर्ग बेकार राहिला तर तो असा दहशतवादी टोळ्यांकडे फार लवकर आकर्षित झाल्याशिवाय राहत नाही. आपल्या देशातील नक्षलवादी चळवळ, मुंबईतील गुन्हेगारी टोळ्या, आसाममधील बंडखोर, नागा बंडखोर, खलिस्तान चळवळीतील सदस्य हे सर्व उच्चशिक्षित असलेले दिसून येतात.

समाजमान्य जीवन जगण्याचा प्रयत्न करीत असताना जर प्रस्थापितांकडून अडथळे निर्माण केले जात असतील तर बेकार युवकांचा मोठा वर्ग दहशतवादाकडे वळलेला दिसून येतो.

५) **धार्मिक कारणे :** भारतात प्रामुख्याने धार्मिक कारणांमुळेच अलीकडच्या काळात दहशतवाद निर्माण करण्याचा प्रयत्न वेगवेगळ्या दहशतवादी संघटनांच्या माध्यमातून केला जात असल्याचे दिसून येते.

धर्म हा लोकांच्या भावभावनांशी निगडित असतो. धर्माच्या अंतर्गत पिढ्यान्पिढ्यांपासून संस्कार करण्यात आलेले असतात. धर्माच्या नावाखाली लोकांना तातडीने एकत्र आणता येते. डरखाईम या विचारवंताच्या मते, ''धर्म ही लोकांची संघटनशक्ती कायम ठेवणारी महत्त्वाची शक्ती आहे. समाजातील लोक धार्मिक प्रतीकांबद्दल अधिक जागरूक असतात. धार्मिक प्रतिकांना ते जिवापाड जपताना दिसतात. त्यासाठी जिवाची पर्वा न करता प्राणाची बाजी लावण्याचीही लोकांची तयारी असते. लोकांच्या या भावनेचा फायदा धार्मिक नेते व राजकीय नेते उठवितात. लोकांनी दहशतवाद निर्माण करावा यासाठी मुद्दाम प्रयत्न केले जातात. धार्मिक दहशतवादास ज्याप्रमाणे सर्वसामान्य लोक जबाबदार आहेत त्याचप्रमाणे त्यांना भडकविणारे राजकीय नेते त्यापेक्षाही जास्त जबाबदार आहेत. भारतासारख्या देशात तर निवडणुका जाती व धर्माच्या

आधारावरच लढविल्या जातात. लोक एकमेकांच्या धर्माकडे संशयाने पाहू लागतात आणि थोडीशी ठिणगी जरी पडली तरी त्याचे वणव्यात रूपांतर व्हावयास वेळ लागत नाही.

धर्मवाद व जातीयवाद हे दहशतीचे अशा तऱ्हेने प्रमुख कारण मानावे लागेल. यात नुकसान मात्र सामान्य व्यक्तीचे होते व देशाच्या सार्वजनिक मालमत्तेचीही मोठ्या प्रमाणावर हानी होते.

६) **राजकीय कारणे :** आपल्या देशात दहशतवाद निर्माण करण्यासाठी ज्या प्रमुख संघटना अस्तित्वात आलेल्या आहेत, त्यांना कोणत्या ना कोणत्या तरी राजकीय संघटनांचे पाठबळ मिळते असे दिसून येते.

लोकशाहीमध्ये कोणत्याही राजकीय पक्षाला आपले नाव कायम लोकांच्या चर्चेत ठेवणे आवश्यक असते. अन्यथा लोक त्या पक्षाला विसरून जातील. दहशतवादी संघटना निवडणुकीत बूथ ताब्यात घेणे, निवडणुकीच्या काळात बॉंबस्फोट घडवून आणणे, एखाद्या प्रमुख नेत्याची हत्या करणे इत्यादी प्रकार करताना दिसतात. राजकीय नेत्यांचा जर जनसामान्यांवर वाजवीपेक्षा जास्त प्रभाव असेल तर असे राजकीय नेते आपले नाव व पक्ष जिवंत राखण्यासाठी दहशतवादी घटकांना प्रोत्साहन देताना दिसून येतात.

७) **इतर राष्ट्रांशी द्वेषाची भावना :** परस्परांच्या शेजारी असणाऱ्या राष्ट्रांमध्ये किंवा देशांमध्ये सामंजस्य असेल तर दोन्हीही देशांची प्रगती होऊ शकते; परंतु परस्पर- वैमनस्याची भावना असेल तर परस्परांच्या देशातील फुटीरवादी लोकांना विकत घेऊन त्यांना दहशतीचे धडे दिले जातात व शेजारी देशामध्ये हिंसाचार करून समाजव्यवस्था विस्कळित करण्याचा प्रयत्न केला जातो. उदाहरणार्थ, आज भारत व पाकिस्तान दरम्यानच्या सीमावर्ती राज्यांमध्ये दहशतवाद फार मोठ्या प्रमाणात निर्माण झालेला दिसून येतो. एखाद्या देशाला आपला वैरी मानले तर त्या देशाची प्रत्येक कृती दुसऱ्या देशाला संशयास्पद वाटू लागते व लहान लहान कारणांनी परस्परांविरुद्ध कुरबुरी सुरू केल्या जातात व बऱ्याचदा या लहान लहान घटनांचे रूपांतर सामुदायिक ऐक्य बिघडविण्यात होते. शस्त्रास्त्रांची आयात-निर्यात केली जाते. मानवी बॉम्ब बनविले जातात, आत्मघातकी पथकांची निर्मिती केली जाते. देशाच्या सुरक्षाव्यवस्थेत फूट पाडण्याचा यशस्वी प्रयत्न केला जातो व यातून दहशतवाद उफाळतो.

गुन्हे प्रतिबंधक कायदे

संघटित गुन्ह्यांना आळा घालण्यासाठी भारत सरकारने बेकायदेशीर कृती प्रतिबंध कायदा सन १९६७ मध्ये मंजूर केला. या कायद्यानुसार बेकायदेशीर कृत्य करणाऱ्या संघटनेच्या स्थापनेला बंदी घातली आहे. परंतु, आजही अशा अनेक संघटना आहेत त्या जास्त व्याज देण्याच्या आमिषाने गुंतवणुकदारांना फसवत आहेत.

भ्रष्टाचार विरोधी कायदे

□ भारतात सन १९४७ मध्ये भ्रष्टाचार निर्मूलन कायदा केला गेला. परंतु या कायद्यात काही त्रुटी असल्याने सन १९५२ मध्ये या कायद्यातही दुरुस्त्या करण्यात आल्या. त्यानंतर सन १९८८ मध्ये भ्रष्टाचार निर्मूलनासाठी दुसरा कायदा करण्यात आला आहे. या कायद्यानुसार 'सार्वजनिक सेवक' या कक्षेत सर्व शासकीय कर्मचारी आणले गेले.

याखेरीज भ्रष्टाचाराचा उपाय म्हणून चार स्वतंत्र खाती निर्माण केली आहेत; ती खालीलप्रमाणे-

१) प्रशासकीय दक्षता विभाग.

२) मध्यवर्ती तपास मंडळ.

३) गृहदक्षता विभाग (हा प्रत्येक मंत्रालय, प्रत्येक खाते, सार्वजनिक उद्योग आणि राष्ट्रीयकृत बँका यातील कर्मचाऱ्यांवर, त्यांच्या कारभारावर लक्ष ठेवण्याकरिता निर्माण केला आहे.)

४) मध्यवर्ती दक्षता आयोग याची स्थापना १९६४ मध्ये करण्यात आली.

मध्यवर्ती दक्षता आयोगाची कार्ये पुढीलप्रमाणे निश्चित करण्यात आली-

१) शासकीय कर्मचाऱ्यांविरुद्ध आलेल्या भ्रष्टाचाराबाबतच्या तक्रारींची चौकशी करणे.

२) भ्रष्टाचारात सामील असलेल्या आरोपींना शिक्षा करणाऱ्या अधिकाऱ्यांना चौकशी पद्धतीबद्दल सल्ला देणे.

३) भ्रष्टाचाराचे प्रकरण नोंदविण्यासाठी मध्यवर्ती तपास मंडळाला मार्गदर्शन करणे.

४) बँका, शासकीय उद्योग, विविध खाती, मंत्री यातील भ्रष्टाचारविरोधी व दक्षता कार्यावर देखरेख, नियंत्रण करणे.

या आयोगाअंतर्गत खालील शासकीय व्यक्तींची भ्रष्टाचाराची प्रकरणे येतात-केंद्र सरकार, केंद्रशासित प्रदेश यातील राजपत्रित अधिकारी, सरकारी उद्योगातील अधिकारी, राष्ट्रीयीकृत बँकेचे अधिकारी यांचा समावेश होतो.

दहशतवाद विरोधी कायदे

भारतातील दहशतवाद रोखण्यासाठी, त्याला प्रतिबंध करण्यासाठी कायदे केले गेले–

- या संदर्भातला पहिला कायदा मंजूर झाला तो १९५० मध्ये. तो कायदा 'द प्रिव्हेंटीव्ह डिटेन्शन ॲक्ट १९५०' (प्रतिबंधात्मक अटक कायदा १९५०) या नावाने ओळखला जातो.
- देशात शांतता व सुरक्षितता रहावी या हेतूने सरकारने 'द मेन्टेनन्स ऑफ इंटर्नल सिक्युरिटी ॲक्ट १९७१ हा कायदा केला. हा कायदा 'मिसा' या नावाने ओळखला जातो.
- भारत सरकारने सन १९८० मध्ये राष्ट्राच्या सुरक्षिततेच्या रक्षणासाठी 'नॅशनल सिक्युरिटी ॲक्ट १९८०' म्हणजेच राष्ट्रीय सुरक्षा कायदा मंजूर केला.
- सन १९८५ मध्ये आतंकवादी आणि फुटीर कारवाया प्रतिबंधक कायदा १९८५ म्हणजेच 'द टेररिस्ट ॲण्ड डिसरप्टिव्ह ॲक्टिव्हिटीज प्रिव्हेंटीव्ह ॲक्ट १९८५' हा कायदा केला गेला. यानंतर या कायद्यात निर्माण झालेल्या परिस्थितीनुसार १९८५, १९८९ व १९९३ साली दुरुस्त्या केल्या गेल्या.
- १९८५ साली केल्या गेलेल्या कायद्याचा गैरवापर होत असल्याचे निदर्शनास आल्याने सन २००२ मध्ये त्या जागी नवा 'प्रिव्हेन्शन ऑफ टेररिझम २००२' हा 'दहशतवाद प्रतिबंधक कायदा २००२' मंजूर करण्यात आला. या कायद्यात सन २००३ मध्ये सुधारणा करण्यात आल्या.

तरीही नक्षलवादी कारवाया चालू आहेत; तसेच काश्मीरमध्ये अतिरेकी कारवाया व चकमकी होतच आहेत.

भ्रष्टाचाराचे प्रमाण मात्र खूप मोठे आहे. शासकीय अधिकाऱ्यांना, संबंधित कर्मचाऱ्यांना लाच घेताना पकडून त्यांच्यावर निलंबनाची कारवाई होत आहे. परंतु या प्रकरणात राजकारणी, मंत्री सामील असल्याने संघटित गुन्ह्यातील भ्रष्टाचार निपटून काढणे हे आजही मोठे आव्हान आहे.

तसेच संघटित गुन्ह्यात होणारी फसवाफसवी, पैशांचे गैरव्यवहार हे त्यातील मुख्य आरोपी सर्व कारभार सावधगिरीने करत असल्याने, पकडणे कठीण होते तसेच हडप केलेली रक्कम परदेशात गुंतवत असल्याने तसेच वेगवेगळ्या व्यावसायिक प्रकल्पांमध्ये गुंतवत असल्याने ती मिळणेही दुरापास्त होते. अशा गुन्ह्यांना प्रतिबंध करण्यासाठी लोकांमध्ये जागृती निर्माण व्हायला पाहिजे.

क) ताबेदारीतील गुन्हे (Custodial Crime)

भारतीय राज्यघटना व भारतीय दंड प्रक्रियेत कैदेत असणाऱ्या लोकांवर होणाऱ्या जाचाविरुद्ध अनेक तरतुदी आहेत. यांपैकी एक म्हणजे दंडनीय अपराधाचा आरोप ज्यावर ठेवण्यात आला आहे अशा प्रत्येक इसमास जाहीर न्याय चौकशीत तो दोषी असल्याचे सिद्ध होईपर्यंत तो निरपराध आहे असे गृहीत धरले जाण्याचा अधिकार आहे. त्याचप्रमाणे फौजदारी गुन्ह्यातील आरोपीला स्वतःच्याविरुद्ध पुरावा देण्याची सक्ती करू नये, असाही नियम आहे.

याशिवाय भारतीय दंड प्रक्रियेतील कलम ७५ प्रमाणे एखाद्या व्यक्तीला जर पकड वॉरंटनुसार अटक होत असेल तर पोलीस अधिकाऱ्याने त्या वॉरंटमधील मजकुराचा गोषवारा संबंधित व्यक्तीला सांगून मगच अटक करावी परंतु असे न केल्यास ती अटक बेकायदेशीर होते.

वरील प्रकारे सर्व प्रक्रियांचे पालन केले जातेच असे नाही. पोलीस आपल्या अधिकाराचा गैरवापर करून एखाद्या निरपराध व्यक्तीला बेकायदेशीरपणे अटक करतात, डांबून ठेवतात. एखाद्या व्यक्तीकडून गुन्हा कबूल करून घेण्यासाठी त्याचा शारीरिक छळ करतात, उपाशी ठेवले जाते. महिलांवर अत्याचार केले जातात. अशा प्रकारे पोलिसांच्या ताब्यात असलेल्या व्यक्तीवर बळाचा वापर करणे, धाक दाखवणे, त्या व्यक्तीवर मानसिक दबाब आणणे याला ताबेदारीतील छळवणूक, हिंसा म्हणतात. काही वेळा यासाठी राजकीय, सामाजिक दबाव असतो, म्हणून त्या व्यक्तीचा छळ, हिंसा केली जाते. काही वेळा ताब्यात असलेल्या व्यक्तीशी विकृत वर्तन करणे, विकृत समाधान मिळविणे यातूनही हिंसा होते; तर सामाजिक द्वेषांच्या कारणातूनही हिंसा होते.

वास्तविक जी व्यक्ती पोलिसांच्या ताब्यात असते तिच्या संरक्षणाची जबाबदारी पोलिसांची असते. ताब्यात असलेली व्यक्ती जरी संशयित गुन्हेगार असली तरीही तिच्याबाबतीत कोणताही अनुचित प्रकार घडणार नाही याची काळजी पोलिसांनी घ्यायची असते. ताबेदारीतील व्यक्तीचा मृत्यू हा पोलिसांच्या मारहाणीतूनच झाल्याच्या घटना घडलेल्या असल्याने, पोलीस कोठडीत होणारे सर्व मृत्यू पोलिसांच्या मारहाणीतूनच होतात, असे समजून लोकांच्या भावना तीव्र होतात यातून हिंसाचार उसळतो, काही प्रसंगी पोलिसांवर हल्लेही झालेले आहेत.

पोलिसांच्या ताब्यात असलेल्या व्यक्तीला जरी मारहाण झाली व त्याचा मृत्यू झाला तरी त्याचे साक्षीदार पोलीसच असतात; त्यामुळे त्यांच्याविरुद्ध पुरावा उभा राहू शकत नाही. काहीवेळा पोलीस गुन्ह्याचा शोध लावण्याच्या अतिउत्साहाच्या भरात

ताब्यात असलेल्या व्यक्तीला मारझोड करतात व त्यातून हिंसा होते. अशा हिंसांबाबत राज्य सरकार व राष्ट्रीय मानवाधिकार आयोगाने उपाययोजना केली आहे. भारतीय दंड संहितेतील कलम १७६ नुसार ताबेदारीतील प्रत्येक मृत्यूची दंडाधिकाऱ्यांनी चौकशी करून मृत्यूचे कारण निश्चित करणे हे त्यांच्यासाठी बंधनकारक आहे. सर्वोच्च न्यायालयाने दिलेल्या आदेशानुसार सदर चौकशी चार महिन्यांच्या आतच पूर्ण झाली पाहिजे. राष्ट्रीय मानवाधिकार आयोगाने दिलेल्या आदेशानुसार मृत्यूपासून दोन महिन्यांच्या आत दंडाधिकाऱ्यांनी हा अहवाल आयोगाकडे पाठवायचा; तसेच ताबेदारीतील व्यक्तीचा मृत्यू किंवा बलात्कार झाला असल्यास त्या घटनेबाबत चोवीस तासांच्या आतच आयोगाला कळविणे व त्याबाबत चौकशीचे आदेश देणे हे राष्ट्रीय मानवाधिकार आयोगाने राज्यसरकारांवर बंधनकारक केले आहे; तसेच या अहवालानंतर लगेचच घटनेची थोडक्यात हकीकत, कायदेशीर चौकशी करून केलेल्या पंचनाम्याची प्रत आणि मरणोत्तर वैद्यकीय तपासणीच्या अहवालाची प्रत आयोगाला द्यावी, असा नियम केला आहे. हा पंचनामा कार्यकारी दंडाधिकारी यांनी जागेवर भरायचा. मृत्यू किंवा बलात्काराच्या उत्तरीय तपासणी करणाऱ्या डॉक्टरांनी तपासणीबद्दलची चित्रफीत आयोगाच्या आदेशानुसारच काढावयाची असते. ही तपासणी डॉक्टरांच्या मंडळाने तर करायचीच असते. परंतु मयत व्यक्ती जर महिला असेल तर महिला डॉक्टर असणे आवश्यक आहे, हे बंधनकारक केले आहे. परंतु, या सर्व नियमांचे काटेकोरपणे पालन केले जातेच असे नाही.

पोलीस कोठडीतील हिंसा, एन्काउंटर यातून मानवी हक्कांचे उल्लंघन होते, या प्रकारात घडलेल्या हिंसाविरुद्ध मानवी हक्क आयोगाकडे तक्रारी दाखल करून न्याय मिळविल्याच्या घटनाही घडल्या आहेत.

सराव प्रश्न

१) दहशतवादाची संकल्पना स्पष्ट करा.

२) दहशतवादाची कारणे सांगा.

३) संघटित गुन्हे या संकल्पनेचा अर्थ व वैशिष्ट्ये सांगा.

४) ताबेदारीतील गुन्हे याचा अर्थ स्पष्ट करा.

टिपा लिहा.

अ) दहशतवादाचे प्रकार

ब) संघटित गुन्ह्याचे प्रकार

क) दहशतवादाची व्याख्या व अर्थ.

५ | गुन्ह्यांचे नवे प्रकार

New Forms of Crime

अ) कॉर्पोरेट क्राइम (Corporate Crime)
ब) मानवी हक्कांचे उल्लंघन (Human Rights Violation)
क) संगणक किंवा सायबर गुन्हे व दक्षता (Cayber Crimes)
ड) मानव व्यापार (Human Trafficking)

विसाव्या शतकात गुन्ह्यांचे स्वरूप बदलत आहे. सामाजिक परिस्थिती बदलली. चंगळवाद, पाश्चात्यीकरणाचा प्रभाव, मूल्यांचे ढासळते महत्त्व, झटपट श्रीमंत होण्यासाठी व त्यासाठी वाटेल त्या मार्गाने पैसा मिळवला जात आहे. उच्च शिक्षित लोकांमध्येही गुन्हे करण्याचे प्रमाण वाढले आहे.

यात काळा बाजार करणे, व्यावसायिक गुन्हे, संघटित गुन्हे, पांढरपेशा वर्गातील गुन्हे रोज घडत आहेत. काळा बाजार अगदी तळातल्या पातळीवर स्थानिक दुकानदार ते बडे व्यापारी करत आहेत.

फसवणुकीच्या गुन्ह्यात युवकवर्गही सामील आहे. विशेषतः सायबर क्राइममध्ये त्यांचा सहभाग मोठा आहे. यात बेफिकीर वृत्ती, वर्तनावर कोणाचेच नियंत्रण नसणे, अशा अनुभवातून थ्रिल वाटते अशी मनोधारणा असल्यामुळे सायबर क्राइम घडतात. एखाद्याला निव्वळ त्रास देणे, त्याचे चारित्र्य हनन करणे, बदनाम करणे हे गुन्हे मोबाईलद्वारे घडत आहेत.

या गुन्ह्यांना आळा घालण्यासाठी वेगवेगळे कायदे केले आहेत. मानवी हक्कांचे उल्लंघन तर राज्यकर्त्यांकडूनच होते. परंतु मानवी हक्कांविषयी सामान्य नागरिकांना पुरेशी कल्पना नसल्याने ते जागरूक नाहीत.

अ) कॉर्पोरेट क्राइम (Corporate Crime)

शहरांमध्ये व्यापारी कंपन्या बनावट पत्रव्यवहार करून, खोट्या जाहिराती देऊन माल देण्यात कपात करून फसवणूक करतात. जमिनी, बांधलेली घरे, उंची किमतीचे दुकानांचे गाळे आणि घरे यांच्याही खरेदीविक्रीत लबाडी करतात. शहरात घरफोडी आणि मोटारी यंत्रे इत्यादी मोठ्या वस्तू चोरणे हे आर्थिक फायद्याच्या उद्देशाने होणारे गुन्हे दिसतात.

याशिवाय खोट्या नोटा छापणे व सर्रासपणे वापरात आणणे हा लाखो रुपयांची आर्थिक उलाढाल करणारा गुन्हा आहे. अलीकडे तर परीक्षेच्या प्रश्नपत्रिका छापून विकणे आणि विद्यापीठांची परीक्षा उत्तीर्ण झाल्याबद्दलची प्रमाणपत्रे हुबेहूब छापून विकणे आणि लाखो रुपये कमावणे हा नवीन आर्थिक गुन्हा झाला आहे.

त्याव्यतिरिक्त घोड्यांच्या शर्यती, सट्टा, मटका, जुगार आणि लॉटरी यामध्ये जी यंत्रे वापरली जातात किंवा पद्धती वापरल्या जातात, त्यांमध्ये फसवणूक करून लाखो रुपयांची जादा कमाई करणे इ. आर्थिक गुन्ह्यांना १९५० च्या आसपास सामाजिक मनोरंजनातून सुरुवात झाली असली तरी आज त्यांचे जगभर पसरलेल्या कोटयवधी रुपयांच्या उलाढालीमध्ये आणि त्या उलाढालीचे नियंत्रण करणाऱ्या टोळ्यांमध्ये रूपांतर झाले आहे. आर्थिक संपत्तीच्या मोहाबरोबरच दारूचे अड्डे, अनैतिक संबंध वाढवणारे नृत्याचे क्लब्ज, वेश्या व्यवसाय, मुलींची खरेदी-विक्री आणि आंतरराष्ट्रीय गुन्ह्यांसाठी यातील मुला-मुलींचा वापर करणे यासारखे गुन्हे रूढ झाले आहेत.

व्यावसायिक गुन्हे

व्यवसाय म्हणजे जेथे उच्च ज्ञान आणि धंद्यातील कौशल्य आहे. त्यांच्या साहाय्याने जे व्यवहार चालतात. उदा. वैद्यकीय व्यवसाय, वकिली व्यवसाय, शिक्षकाचा व्यवसाय या व्यवसायांच्या निमित्ताने त्यांचा रोज नानाविध लोकांशी संपर्क येतो, आर्थिक व्यवहार होतात, देवघेव होते. अशा व्यवहारांमध्ये जर त्यांना पैसा मिळवण्याचा मोह झाला तर ते त्यांच्या व्यवहारात दुसऱ्याला फसवतात आणि वाजवीपेक्षा अधिक नफा, धन, संपत्ती व मालमत्ता जमवू लागतात. व्यवसायात काही नीतिनियम असतात, काही बंधने असतात, काही संकेत असतात. ते प्रत्येकाने पाळावयाचे असतात. उदा. शिक्षकाने विद्यार्थ्याला मन लावून विषयाबद्दलचे जास्तीत जास्त ज्ञान द्यावे अशी अपेक्षा असते. परंतु शिक्षक ज्ञान देण्यामध्ये टाळाटाळ करतात, शिकवण्याऐवजी इतर फायद्याची कामे करतात; त्यामुळे विद्यार्थ्यांचे नुकसान होते. तसेच विद्यार्थ्याला ज्ञान मिळवून पदवी हवी असते, ती मिळवण्याचे खोटं आश्वासन शिक्षक देतात आणि

परीक्षेपुरतीच तयारी करून घेतात, परीक्षेत कॉपी करू देतात आणि विद्यार्थी पास होतात; म्हणजेच शिक्षक ज्ञान देताना आणि विद्यार्थ्याला कॅापी करायला लावून परीक्षा देताना गैर मार्गांचीच शिकवण देतात; यावरून असे दिसून येते की, शिक्षणव्यवहारात गैरव्यवहारांची सुरुवात शिक्षक आणि विद्यार्थी यांच्यापासून होते आणि त्या गैर व्यवहारांचे रूपांतर कायद्यांच्या उल्लंघनात आणि गुन्हेगारीत होते. वकिलांनी सत्य परिस्थितिजन्य पुरावा सादर करून गुन्हेगाराला योग्य शासन होण्यास न्यायालयाच्या कामात मदत केली तर तो वकिली पेशा होतो. परंतु वकिलांनी लाच देऊन वा घेऊन खोटे पुरावे सादर करून आरोपीला सोडवले तर तो धंदा होतो. त्यांचे अनैतिक वर्तन हा एक प्रकारचा गुन्हा असतो जो त्यांच्या व्यवसायाच्या पावित्र्याचे हरण करणारा असतो. व्यावसायिक नीती आणि स्वच्छ व्यवहार यांचे उल्लंघन झाले की गुन्हे घडतात; त्यामुळे बेकायदेशीरता बोकाळते आणि व्यावसायिक कायदेशीरतेचे उल्लंघन होते.

संघटित गुन्हे

काही गुन्हे अशा स्वरूपाचे असतात की जे एकेकटी व्यक्ती करू शकत नाही. त्यासाठी समूह किंवा गट लागतो, असे गुन्हे करण्याची एक प्रक्रिया असते. त्यात वेळ, स्थळ आणि करावयाच्या क्रियांचा क्रम यांत चूक होऊन भागत नाही. कोणी, केव्हा, कोणते काम कसे करावयाचे याचे नियोजन करावे लागते. उदा. आंतरराष्ट्रीय पातळीवरील चोरटा व्यापार. त्यामध्ये हजारो माणसे गुंतलेली असतात. त्या त्या माणसांची नावे सांकेतिक असतात; त्यांचे व्यवहार गुप्त असतात आणि त्यांच्या कामातील धोकेही त्यांना माहीत असतात. त्यामुळे त्यांची संघटना इतकी नियोजनबद्ध असते की त्यामधील माणसेही एकमेकांना माहीत नसताना बिनबोभाट काम करतात. अशा गुन्ह्यांमध्ये व्यापार, हिंसक कारवाया, बँकेवरील दरोडे, विमानांचे अपहरण, मोठ्या माणसांची पळवापळवी, कोट्यवधी रुपयांची मालामधील भेसळ, चलनी नाणी व नोटा छापणे अशा स्वरूपाचे गुन्हे असतात आणि ते संघटितपणे केले तरच यशस्वी होतात. सध्याच्या काळात दहशतवाद हाही संघटित गुन्ह्यांचा अतिशय नियोजनबद्ध आणि अमानुष प्रकार समजला जातो.

पांढरपेशा गुन्हा

शासकीय सत्तेचा गैरवापर करून सार्वजनिक पैशांचा स्वतःसाठी लाभ करून घेणे ह्याला 'पांढरपेशा गुन्हा' म्हणतात. ही माणसे सरकारी विभागांमध्ये मोठ्या पदांवर काम करणारी असतात. त्यांना काम करण्यासाठी अधिकार व भरपूर पैसा मिळतो. त्यांना आणखी पैशांचा मोह होतो; त्यामुळे ते अधिकार वापरून स्वतःचे

स्वतः लाभ करून घेतात. उदा. स्वतःच्या नातेवाइकांसाठी आणि मुलांसाठी फायद्याच्या जागा मिळवून देणे, नोकऱ्यांमध्ये बढती देणे, कंत्राटे मिळवून देणे, फायद्याच्या एजन्सीज मिळवून देणे, त्याचप्रमाणे अधिकाराचा दुरुपयोग करून युरीया खतामध्ये, पेटंट औषधांमध्ये, सुवासिक अत्तरे इ. मध्ये भेसळ करणे, बाटल्यांवर वेगळी लेबले लावणे व आत हलक्या प्रतीचा माल भरणे इ. व्यवहार हे पांढरपेशी गुन्हे समजले जातात. पांढरपेशी मंडळी वृत्तपत्रांना हाताशी धरून ही बदनामी करण्याचे कार्य करतात. वृत्तपत्रात बातमी आल्यामुळे बदनामी होते. शिवाय कुटुंबीयांची बदनामी होते. त्यामुळे मुलींची लग्ने जमत नाहीत. त्यांच्या तरुण मुलांना नोकऱ्या मिळत नाहीत. अशा प्रकारे, पांढरपेशी गुन्हेगारी, समाजहिताच्यादृष्टीने अतिशय वाईट आहे कारण ज्या मंडळींकडून दिशादर्शनाची अपेक्षा आहे तीच मंडळी दिशा बदलून चुकीच्या मार्गांनी जातात. गुन्हे करतात, कायदे मोडतात आणि राजरोसपणे समाजात वावरतात. त्या वेळी त्यांचा चुकीचा मार्गच बरोबर व सोपा आहे असे पुष्कळांना वाटू लागते; यामुळे बेकायदेशीरता फोफावत जाते.

भ्रष्टाचार

भ्रष्ट आचार हाच गुन्हा समजला जात असल्यामुळे समाजातील व्यवहार सर्वांना परंतु कोणालाही अन्यायकारक असू नये, म्हणून नीतिनियम आणि बंधने असतात. परंतु कोणत्याही समाजाला बंधनाशिवाय जीवन शक्य होणार नाही; असा एकही समाज अस्तित्वात नसल्यामुळे तेथे समान मूल्ये, उद्दिष्टे, नीतिनियम आणि बंधने मानणारा वर्ग तयार होत नाही; तर प्रत्येक समाजात सामूहिक समाजजीवन जगणाऱ्यांचा आणि ध्येयसिद्धीसाठी सामूहिकपणे प्रयत्नशील राहणाऱ्यांचा एक मोठा गट तयार होतो. त्याचप्रमाणे ज्या समाजात समाजहितासाठी असणारे कायदे पाळले जातात आणि समाजहिताची कदर केली जाते, तेथे भ्रष्टाचार कमी असतो व जेथे हे घडत नाही तेथे भ्रष्टाचार आहे असे दिसते. अशा प्रकारे 'समान कायदे, मूल्ये आणि नियम यांनी योग्य आचार कोणते ते निश्चित केलेले असते. त्या योग्य आचारांशिवाय मन मानेल तसे नियमबाह्य वर्तन म्हणजेच भ्रष्टाचार होय.' उदा. लाच देणे, लाच घेऊन काम करणे, दुधात पाणी मिसळणे, दुसऱ्यांच्या पुस्तकातून तयार छापील पाने कापून घेऊन ती आपल्या पुस्तकात जोडणे इ. प्रकरणांना भ्रष्टाचार म्हटला जातो.

काळाबाजार

ज्या बाजारांमध्ये विकल्या व घेतल्या जाणाऱ्या वस्तूंमध्ये आणि व्यवहारांमध्ये भेसळ आणि लबाडी असते, त्या सर्व गुन्ह्यांना 'काळाबाजार' म्हणतात. ज्यांच्याजवळ काळा पैसा असतो तो बेहिशोबी असल्यामुळे लपवून ठेवावा लागतो; म्हणजे काळा

पैसा काळ्या आणि लबाडीने केलेल्या धंद्यातून आलेला असतो, हे स्पष्ट होते. त्यामुळे ती व्यक्ती गुन्हेगार ठरते; म्हणून 'काळाबाजार' करणे हा गुन्हा समजला जातो. काळा म्हणजे वाईट, अपायकारक आणि अपहार करणारा ! 'ब्लॅक-हँड' या नावाने अमेरिकेमध्ये एक समाजविरोधी संघटना १९५७-५८ च्या सुमारास क्रियाशील झाली. परंतु ही संघटना अमेरिकेतील कोणत्याही कायदेशीर कार्यालयाशी संबंध ठेवीत नसे; कारण तिचे सर्व व्यवहार गुन्हे होते व तिचे सभासदही इटली देशातून व मेक्सिकोमधून अमेरिकेत शिरलेले माफिया म्हणजे काळा बाजार करणारे टोळीवाले, लबाड लोक होते. हे लोक लुटालूट, पळवापळवी आणि इतर सर्व प्रकारचे हिंसक गुन्हे करून बाजारातील मालात भेसळ करीत, खोटी लेबल्स लावून माल विकीत, तसेच अन्नधान्यामध्ये हुबेहूब दिसणारे इतर धान्य आणि दगडसुद्धा मिसळून विकीत. अशा प्रकारे, ब्लॅक हँड ही गुंडांच्या टोळ्या बनवून राहणारी संघटना गुन्हेगारी जगतात नावाजलेली आहे.

चोरटा व्यापार

परवानगीशिवाय व्यापार केला तर तो गुन्हा समजण्यात येतो. नियमाप्रमाणे व्यापार होतो किंवा नाही यावर देखरेख ठेवण्यासाठी तपासनीस असतात. परंतु या तपासनिसांनी मालाच्या भावांवर, गुणवत्तेवर आणि स्वच्छतेवर लक्ष ठेवायचे असते. अशावेळी जर दुर्लक्ष केले गेले, भेसळ झाली तर अशा व्यापारास 'चोरटा व्यापार' म्हणतात. त्याचप्रमाणे व्यापार ज्या वस्तूंचा असतो, त्यावर एका गावाहून दुसऱ्या गावी जाताना जकात कर असतो. चोरटा व्यापार करताना कर चुकविण्याकडे व्यापाऱ्यांचा कल असतो. ज्या वाहनांमधून किंवा ज्या रस्त्यांवरून मालाची ने-आण होते; ते मार्ग सोडून त्या वाहनांमधून नंबर बदलून, पाण्यातून रात्रीच्या वेळी बोटींमधून, छोट्या पडावांमधून लपत-छपत मालाची ने-आण केली जाते. पोलिसांनाही धमकावून किंवा लाच देऊन किंवा आमिष दाखवून वस्तू बाजारात आणली जाते. त्यामुळे या सर्व बाबी बेकायदेशीर होतात आणि त्यामुळे अशा व्यापारालाही चोरटा व्यापार म्हणतात. चोरटा व्यापार ही अलीकडची गुन्हेगारी नाही तर पूर्वीपासून ज्या वेळी समुद्रमार्गे किंवा जनावरांकडून (उंट, घोडे) व्यापार होत असे त्या वेळीही चाचेगिरी होत असे आणि व्यापारी दुसऱ्या व्यापाऱ्यांचा माल चोरून किंवा लुटून नेत असत.

ब) मानवी हक्कांचे उल्लंघन (Human Rights Violation)

मानवी हक्कांचे उल्लंघन होणारे गुन्हे अभ्यासण्यापूर्वी मुळातच राज्यघटनेने माणसाला कोणते हक्क बहाल केले आहेत, ते पाहू.

मानवी हक्कांच्या जाहीरनाम्यातील कलमे

कलम १-सर्व मानव जन्मतः स्वतंत्र आहेत व त्यांना समान प्रतिष्ठा व समान अधिकार आहेत.

कलम २-सर्वांना सर्व प्रकारचे अधिकार आहेत त्याबाबतीतील वंश, वर्ण, स्त्री-पुरुष भेद, भाषा, धर्म, राजकीय किंवा इतर मत प्रणाली, राष्ट्रीय किंवा सामाजिक मूलस्थान, संपत्ती, जन्म किंवा इतर दर्जा यासारखा कोणताही भेदभाव केला जाता कामा नये.

कलम ३-प्रत्येकाला जगण्याचा, स्वातंत्र्य उपभोगण्याचा, सुरक्षित असण्याचा अधिकार आहे.

कलम ४-कोणालाही गुलामगिरीत किंवा दास्यात ठेवता कामा नये. सर्व प्रकारच्या गुलामगिरीस व गुलामांच्या व्यापारास मनाई केली गेली पाहिजे.

कलम ५-कोणाचाही छळ करता कामा नये किंवा त्यास क्रूर, अमानुष किंवा कमीपणा आणणारी वागणूक देता कामा नये.

कलम ६-प्रत्येकाला सर्वत्र कायद्याच्यादृष्टीने माणूस म्हणून मान्यता मिळण्याचा अधिकार आहे.

कलम ७-सर्व लोक कायद्याच्यादृष्टीने समान आहेत व कोणताही भेदभाव न करता कायद्याचे समान संरक्षण मिळण्याचा त्यांना हक्क आहे. या जाहीरनाम्याचे उल्लंघन करून कोणत्याही प्रकारचा भेदभाव झाल्याच्या बाबतीत व असा भेदभाव करण्यास चिथावणी देण्यात आल्याच्या बाबतीत सर्वांना संरक्षण मिळण्याचा हक्क आहे.

कलम ८-राज्यघटनेने किंवा कायद्याने दिलेल्या मूलभूत हक्कांचा भंग करणाऱ्या कृत्यांच्या बाबतीत सक्षम राष्ट्रीय अभिकरणांमार्फत उपाययोजना करण्याचा प्रत्येकाला अधिकार आहे.

कलम ९-कोणालाही स्वच्छंदपणे, आपल्या इच्छेला आले म्हणून अटक, स्थानबद्ध किंवा हद्दपार करता कामा नये.

कलम १०-प्रत्येकाला समान भूमिकेवरून त्याचे अधिकार व जबाबदाऱ्या निश्चित करण्याच्या संबंधात किंवा त्याच्यावरील कोणत्याही दंडनीय आरोपाच्या न्यायनिर्णय करण्याच्या संबंधात स्वतंत्र व निःपक्षपाती अभिकरणांमार्फत न्याय्य व जाहीर सुनावणी केली जाण्याचा हक्क आहे.

अपराधी व्यक्तीबाबत

कलम ११-१) दंडनीय अपराधाचा आरोप ज्यावर ठेवण्यात आला आहे; अशा प्रत्येक इसमास जाहीर न्याय चौकशीत तो दोषी असल्याचे सिद्ध होईपर्यंत तो निरपराध आहे असे गृहीत धरले जाण्याचा अधिकार आहे अशा न्याय्य चौकशीत त्याच्या बचावासाठी आवश्यक असलेली सर्व प्रकारची हमी त्यास देण्यात आलेली असली पाहिजे.

११.२)जे कोणतेही कृत्य किंवा वर्तन ज्या वेळी घडले त्या वेळी ते राष्ट्रीय किंवा आंतरराष्ट्रीय कायद्याने दंडनीय अपराध ठरत नसेल तर त्या कृत्याच्या किंवा वर्तनाच्या संबंधात कोणालाही कोणत्याही दंडनीय अपराधाचा दोषी म्हणून समजता कामा नये. त्याचप्रमाणे दंडनीय अपराध घडला असेल त्यावेळी जी शिक्षा करण्याजोगी असेल त्या शिक्षेपेक्षा अधिक कडक शिक्षा त्यास देता कामा नये.

कलम १२-कोणाचे खाजगी जीवन, त्याचे कुटुंब, घर अथवा पत्रव्यवहार यांच्या संबंधात ढवळाढवळ होता कामा नये. त्याचप्रमाणे त्याची प्रतिष्ठा किंवा नावलौकिक यावर हल्ला होता कामा नये; अशी ढवळाढवळ किंवा हल्ला झाल्यास त्याविरुद्ध प्रत्येकास कायद्याने संरक्षण मिळण्याचा अधिकार आहे.

संचार स्वातंत्र्य

कलम १३-प्रत्येकास प्रत्येक राष्ट्राच्या हद्दीत संचार व वास्तव्य करण्याचे स्वातंत्र्य असण्याचा अधिकार आहे. प्रत्येकास स्वतःचा देश धरून कोणताही देश सोडून जाण्याचा अथवा स्वतःच्या देशात परत येण्याचा अधिकार आहे.

कलम १४-प्रत्येकास छळापासून मुक्तता करून घेण्यासाठी इतर देशात आश्रय मिळविण्याचा व तो उपभोगण्याचा अधिकार आहे. अराजकीय स्वरूपाच्या गुन्ह्यांच्या संबंधात अथवा संयुक्त राष्ट्र संघटनेच्या उद्दिष्टांशी व तत्त्वांशी विरुद्ध असलेल्या कृत्यांच्या संबंधात वस्तुतः उद्भवलेल्या खटल्यांच्या बाबतीत प्रस्तुत अधिकाराचा आश्रय घेता येणार नाही.

राष्ट्रीयत्व

कलम १५-प्रत्येकास राष्ट्रीयत्व मिळण्याचा अधिकार आहे. कोणाचेही राष्ट्रीयत्व मनमानी करून हिरावून घेतले जाता कामा नये, तसेच कोणासही आपले राष्ट्रीयत्व बदलण्याचा अधिकार नाकारता कामा नये.

विवाह व कौटुंबिक जीवन

कलम १६-वयात आलेल्या पुरुषांना व स्त्रियांना वंश राष्ट्रीयत्व अथवा धर्म याचे कोणतेही बंधन न ठेवता विवाह करण्याचा व कौटुंबिक जीवन जगण्याचा अधिकार आहे. विवाहाच्या संबंधात वैवाहिक जीवन चालू असताना आणि विवाह विच्छेदनाच्यावेळी त्यांना समान अधिकार मिळण्याचा अधिकार आहे.

मालमत्ता अधिकार

कलम १७-प्रत्येकास एकट्याच्या नावावर तसेच इतरांबरोबर मालमत्ता धारण करण्याचा अधिकार आहे. कोणाचीही मालमत्ता मनमानी करून हिरावून घेतली जाता कामा नये.

मत आणि विचार स्वातंत्र्य

कलम १८-प्रत्येकासस विचार स्वातंत्र्य, आपल्या सद्सद्विवेक बुद्धीनुसार वागण्याचे स्वातंत्र्य, धर्म निवडण्याचे स्वातंत्र्य असण्याचा अधिकार आहे. या अधिकारात स्वतःचा धर्म अथवा श्रद्धा बदलण्याचा स्वातंत्र्याचा आणि एकट्याने वा इतरांसह सामुदायिकरीत्या आपला धर्म अथवा श्रद्धा, शिकवणुकीत, व्यवहारात, उपासनेत, आचरणात जाहीर रीतीने अथवा खाजगी रीतीने व्यक्त करण्याच्या स्वातंत्र्याचा समावेश आहे. प्रत्येकास मत स्वातंत्र्य व भाषण स्वातंत्र्याचा अधिकार आहे. या अधिकारात कोणतीही ढवळाढवळ न होता मत बाळगण्याच्या स्वातंत्र्याच्या तसेच कोणत्याही माध्यमातून व सीमांचा विचार न करता माहिती व विचार ग्रहण करण्याचा प्रयत्न करणे, ती मिळविणे व इतरांना ती देणे या संबंधीच्या स्वातंत्र्याचा समावेश आहे.

सभा व संघटना स्वातंत्र्य

कलम २०-प्रत्येकास शांततापूर्ण सभा स्वातंत्र्य व संघटना असण्याचा अधिकार आहे. कोणावरही कोणत्याही संघटनेचा सभासद होण्याची सक्ती असता कामा नये.

शासनात सहभाग

कलम २१-प्रत्येकास आपण स्वतः अथवा आपल्या इच्छेनुरूप निवडलेल्या आपल्या प्रतिनिधीमार्फत आपल्या देशाच्या शासनात भाग घेण्याचा अधिकार आहे. प्रत्येकास आपल्या देशाच्या शासकीय सेवेत प्रवेश मिळण्याचा समान अधिकार आहे. जनतेची इच्छा ही शासकीय प्राधिकाराचा पाया असली पाहिजे. जनतेची इच्छा नियतकालीक व खऱ्याखुऱ्या निवडणुकीद्वारे व्यक्त झाली पाहिजे व या निवडणुका गुप्त मतदान पद्धतीने अथवा त्यासारख्या निर्बंधरहित पद्धतीने घेतल्या पाहिजेत.

कलम २२-प्रत्येक समाजाचा एक घटक या नात्याने सामाजिक सुरक्षितता प्राप्त करून घेण्याचा अधिकार आहे. आणि राष्ट्रीय प्रयत्न व आंतरराष्ट्रीय सहकार्य यांच्याद्वारे व प्रत्येक राष्ट्राच्या व्यवस्थेनुसार व साधन संपत्तीनुसार आपल्या प्रतिष्ठेस व आपल्या व्यक्तिमत्त्वाच्या मुक्त विकासासाठी अनिवार्य असलेले आर्थिक, सामाजिक व सांस्कृतिक अधिकार संपादन करण्याचा हक्क आहे.

कलम २३-प्रत्येकास काम मिळण्याचा, आपल्या इच्छेनुरूप काम निवडण्याचा, कामाच्या न्याय्य व अनुकूल शर्तींचा फायदा मिळविण्याचा व बेकारीपासून संरक्षण मिळण्याचा अधिकार आहे. कोणत्याही प्रकारे भेदभाव न करता प्रत्येकास समान कामाबद्दल समान वेतन मिळण्याचा अधिकार आहे. काम करणाऱ्या प्रत्येक व्यक्तीस स्वतःला व आपल्या कुटुंबाला मानवी प्रतिष्ठेस साजेसे जीवन जगता येईल असे न्याय्य व योग्य परिश्रमिक व जरूर लागल्यास त्याशिवाय सामाजिक संरक्षणाची इतर साधने मिळण्याचा अधिकार आहे. प्रत्येकास आपल्या हितसंबंधाच्या संरक्षणासाठी संघ स्थापण्याचा व त्याचा सदस्य होण्याचा अधिकार आहे.

कलम २४-वाजवी मर्यादा असलेले कामाचे तास व ठरावीक मुदतीने पगारी सुट्ट्या धरून प्रत्येकास विश्रांती व आराम मिळण्याचा अधिकार आहे.

कलम २५-प्रत्येकास स्वतःचे व आपल्या कुटुंबीयांचे आरोग्य व स्वास्थ यांच्यादृष्टीने उचित राहणीमान राखण्याचा अधिकार आहे. यामध्ये अन्न, वस्त्र, निवारा, वैद्यकीय मदत व आवश्यक सामाजिक सोयी या गोष्टींचा अंतर्भाव होतो. त्याचप्रमाणे बेकारी, आजारपण, अपंगत्व, वैधव्य किंवा वार्धक्य यामुळे किंवा त्याच्या आवाक्याबाहेरील परिस्थितीमुळे उदरनिर्वाहाचे दुसरे साधन उपलब्ध नसल्यास सुरक्षितता मिळण्याचा अधिकार आहे. माता व मुले यांना विशेष देखरेख व मदत मिळण्याचा हक्क आहे. सर्व मुलांना मग ती औरस असोत किंवा अनौरस दोघांनाही सारखेच सामाजिक संरक्षण मिळाले पाहिजे.

कलम २६-प्रत्येकास शिक्षण मिळण्याचा अधिकार आहे. निदान प्राथमिक व मूलावस्थेतील शिक्षण मोफत असले पाहिजे. माध्यमिक शिक्षण सक्तीचे असले पाहिजे. तांत्रिक व व्यावसायिक शिक्षण सर्वसाधारणपणे उपलब्ध करून देण्यात आले पाहिजे आणि गुणवत्तेप्रमाणे उच्च शिक्षण सर्वांना सारखेच उपलब्ध असले पाहिजे. ज्या योगे मानवी व्यक्तिमत्त्वाचा संपूर्ण विकास साधेल व मानवी अधिकार आणि मूलभूत स्वातंत्र्य त्याविषयीची आदर भावना दृढ होईल अशी शिक्षणाची दिशा असली पाहिजे. तसेच शिक्षणाने सर्व राष्ट्रांमध्ये आणि वांशिक किंवा धार्मिक गटांमध्ये सलोखा, सहिष्णुता व मैत्री वृद्धिंगत झाली पाहिजे, शिवाय त्या योगे शांतता राखण्यासंबंधीच्या

संयुक्त राष्ट्राच्या कार्यास चालना मिळाली पाहिजे. आपल्या पाल्यांना कोणत्या प्रकारचे शिक्षण देण्यात यावे हे ठरविण्याचा अधिकार आहे.

कलम २७–प्रत्येकास आपल्या सांस्कृतिक जीवनात मोकळेपणाने भाग घेण्याचा, कलांचा आनंद उपभोगण्याचा आणि वैज्ञानिक प्रगती व तिच्यापासून मिळणारे फायदे यात सहभागी होण्याचा अधिकार आहे. आपण निर्माण केलेल्या कोणत्याही वैज्ञानिक, साहित्यिक किंवा कलात्मक कृतीपासून निष्पन्न होणाऱ्या नैतिक किंवा भौतिक हितसंबंधांना संरक्षण मिळण्याचा प्रत्येकास अधिकार आहे.

कलम २८–ह्या जाहीरनाम्यात ग्रथित केलेले अधिकार व स्वातंत्र्य पूर्णपणे साध्य करता येतील अशा सामाजिक व आंतरराष्ट्रीय व्यवस्थेचा प्रत्येकाला अधिकार आहे.

कलम २९–समाजामध्येच आपल्या व्यक्तिमत्त्वाचा विकास पूर्णपणे व निर्वेधपणे करता येत असल्यामुळे प्रत्येक व्यक्तीची समाजाप्रत काही कर्तव्ये असतात. आपले अधिकार व स्वातंत्र्य यांचा उपभोग घेताना इतरांचे अधिकार व स्वातंत्र्य यास योग्य मान्यता मिळावी व त्याचा योग्य तो आदर राखला जावा आणि लोकशाही समाजव्यवस्थेत नीतिमत्ता, सार्वजनिक सुव्यवस्था व सर्वसाधारण लोकांचे कल्याण या संबंधातील न्याय्य अशा आवश्यक गोष्टी पूर्ण केल्या जाव्यात या आणि केवळ याच कारणासाठी कायद्याने ज्या मर्यादा घालून दिल्या असतील त्याच मर्यादांच्या आधीन प्रत्येक व्यक्तीस रहावे लागेल. संयुक्त राष्ट्रांचे उद्देश व तत्त्वे यांच्याशी विरोधी ठरेल अशा रीतीने ह्या जाहीरनाम्यातील कोणत्याही मजकुराचा अर्थ लावता कामा नये.

कलम ३०–ह्या जाहीरनाम्यात ग्रथित केलेल्या अधिकारापैकी कोणतेही अधिकार व स्वातंत्र्ये नष्ट करण्याच्या उद्देशाने कोणतीही हालचाल किंवा कोणतेही कृत्य करण्याचा अधिकार कोणत्याही राष्ट्रास, गटास किंवा व्यक्तीस आहे असे ध्वनित होईल अशा रीतीने ह्या जाहीरनाम्यातील कोणत्याही मजकुराचा अर्थ लावता कामा नये.

मानवी हक्कांचे उल्लंघन

जागतिक मानवी हक्कांच्या धर्तीवर भारतीय राज्यघटनेने प्रत्येकाला अधिकार, हक्क दिलेले आहेत. परंतु, या हक्कांचे पालन केले जात नाही.

राज्यघटनेने कामगारांना आपल्या हिताच्या रक्षणासाठी कामगार संघटना स्थापन करण्याचा हक्क दिला आहे. परंतु विशेषकरून जे छोटे उद्योग आहेत तिथे कामगारांचे हक्क डावलले जातात व संघटना स्थापन करण्याचा प्रयत्न केला तर कामगारांच्यात फूट पाडली जाते किंवा त्या संघटना चिरडल्या जातात.

फौजदारी गुन्ह्यातील आरोपीलासुद्धा काही अधिकार आहेत. एखाद्या व्यक्तीच्या दबावामुळे गुन्हेगार नसलेल्या व्यक्तीला गुन्हेगार ठरवून शिक्षा दिली जावी, त्या व्यक्तीला कैद व्हावी अशी सुडाची भावना मनात ठेवून तक्रार केली जाते, हे मानवी हक्कांचे उल्लंघन आहे, ही माहिती व्यक्तीस असल्यासच ती अन्यायाविरुद्ध दाद मागू शकते.

गरिबांना मूलभूत सुविधा मिळणे हा आपला हक्क आहे हे माहीत नसल्याने त्यांना लाच द्यावी लागते. निरक्षरतेमुळे सरकारी लाभाच्या योजना अनेकांपर्यंत पोचत नाहीत. वास्तविक मानवी हक्कांच्या जाहीरनाम्यात प्रत्येकाला अन्न, वस्त्र, निवारा, वैद्यकीय मदत, सामाजिक गोष्टींचा हक्क दिला आहे; तसेच बेकारी, आजारपण, अपंगत्व, वैधव्य, वार्धक्य यामुळे उदरनिर्वाहाचे दुसरे साधन उपलब्ध नसल्यास सुरक्षितता मिळण्याचा अधिकार आहे याविषयीचे ज्ञान, माहिती लाभार्थी व त्याला लाभ मिळवून देणारे संबंधित शासकीय यंत्रणेतील लोक या दोघांनाही असणे आवश्यक आहे. तरच त्याची अंमलबजावणी योग्य प्रकारे होऊ शकेल.

बालके, स्त्रिया यांच्यावर बळजबरी करणे, अत्याचार करणे, डांबून ठेवणे हे गुन्हे घडत आहेत. बालकांना शिक्षणापासून वंचित ठेवणे त्यांना मजुरी करायला लावणे हे कुटुंबातील व्यक्ती करत आहेत. आंतरजातीय, आंतरधर्मीय विवाहाला कायद्याने परवानगी दिली गेली असली तरीही त्याला विरोध करणे, प्रसंगी खून करणे व दुसऱ्याच्या हक्काचे उल्लंघन करणे या गोष्टी काही राज्यात घडत आहेत. जाती-जातींमध्ये उच्च-नीचता पाळणे हा गुन्हा आहे व त्याला कायद्याने कठोर शिक्षेची तरतूद केली आहे. परंतु याची जाणीव नसल्याने हा भेदभाव काही जाती सहन करतात.

लोककल्याण हे मानवी हक्क, राज्यघटना यांचे उद्दिष्ट आहे. परंतु याचा लाभ समाजातील एखाद्या गटाला मिळाला नाही किंवा त्याचे हक्क सतत डावलले गेले तर तो इतर गटांसारखी स्वतःची प्रगती करून घेऊ शकत नाही.

लोकशाही शासनव्यवस्थेत लोकांना आपले अधिकार योग्य प्रकारे कळले तर राज्यकर्त्यांवरही वचक ठेवला जाऊ शकतो; आपण भरत असलेल्या कराचा उपयोग, विनियोग योग्य प्रकारे होत आहे ना हे लोक विचारू शकतील.

बेकारी, असुरक्षितता या कारणांमुळे स्थलांतराचे प्रमाण वाढत आहे. वास्तविक राज्यघटनेने देशातील नागरिकांना 'मुक्त संचार स्वातंत्र्य' दिले आहे. परंतु राजकारणी स्वतःच्या फायद्यासाठी परप्रांतियांचा मुद्दा पुढे करून समाजात तेढ निर्माण करण्याचा प्रयत्न करत आहेत.

मानवी हक्क चळवळी

समाजव्यवस्थेमध्ये जर एखाद्या घटकावर अन्याय होत असेल, त्या घटकाला मूलभूत हक्कांपासून जर वंचित ठेवले जात असेल त्यावर आक्रमण होत असेल तर त्याविरुद्ध समाजातील इतर व्यक्ती जसे समाजसुधारक, बंडखोर, सामान्य नागरिक इत्यादी सामूहिक प्रयत्नांद्वारे आहे त्या परिस्थितीत परिवर्तन घडवून आणण्यासाठी प्रयत्न करतात. त्यासाठी चळवळी करतात.

भारतात स्वातंत्र्यपूर्व काळ व स्वातंत्र्योत्तर काळ अशा दोन्ही काळात अनेक चळवळी झाल्या.

आदिवासी चळवळी

आदिवासी समाज पूर्वीपासूनच अज्ञान, दारिद्र्य, अंधश्रद्धा, कर्जबाजारीपणा यामुळे सावकारी पाशात अडकले होते. शेतीही पारंपरिक पद्धतीने करत. त्यांच्या हक्कांवर सतत आक्रमण केले जायचे. सन १९५५-५६ मध्ये संथालांनी चळवळ केली कारण ब्रिटिश लोक संथाल आणि मुंडा या जमातींवर अन्याय व अत्याचार करीत असत. त्यांनी जमीनदारी सुरू केली; म्हणून सावकार, जमीनदार यांच्या अन्यायाविरूद्ध चळवळी केल्या गेल्या.

ब्रिटिशांच्या काळात बोडो आदिवासींनी वेगळ्या राज्याची मागणी करत स्वातंत्र्यासाठी चळवळ केली. बोडोंना नोकरीत स्वायतत्ता, बोडो भाषेला राज्यघटनेच्या आठव्या अनुसूचित टाकण्यात यावे, वेगळे राज्य असावे यासाठी चळवळ केली.

श्रीमती गोदावरी परुळेकर यांनी ठाणे जिल्ह्यातील जव्हार येथे वारली जमातीच्या लोकांना त्यांच्या हक्कांची जाणीव करून देऊन, वेठबिगारीतून त्यांची मुक्तता करण्यासाठी व त्यांना माणूस म्हणून जगायला शिकविण्यासाठी चळवळ केली.

डॉ. भीमराव गस्ती यांनी बेरड जमातीच्या लोकांसाठी चळवळ केली. ब्रिटिशांनी १८३२ च्या गुन्हेगारी जमात कायद्यात बेरड जमातीला गुन्हेगार ठरवले त्यामुळे बेरड जमातीतील लोक गुन्हे केलेले नसले तरीही पोलिसांना पाहून पळून जात. डॉ. गस्ती यांनी बेरड लोकांचे संघटन वाढवले. आदिवासी जमातीच्या जमिनी गिळंकृत केल्या जात होत्या त्यासाठी मोर्चे, घेराव घालून जमिनीचे व्यवहार थांबवले. त्यांच्या प्रयत्नांमुळे बेरड जमातीचा आदिवासींमध्ये समावेश झाला.

शेतकरी चळवळ

१९१७ला बिहारमध्ये, १९१८ ला गुजराथमध्ये शेतकऱ्यांनी साराबंदीसाठी आंदोलन केले. १९२९ ला जागतिक आर्थिक मंदीमुळे शेतकरी व कुळे यांची स्थिती बिकट झाली; त्यामुळे त्यांनी सविनय कायदेभंगाची चळवळ सुरू केली. यात गुजराथ,

आंध्रप्रदेश, पंजाब, बिहार, बंगाल इत्यादी प्रांतात लादल्या गेलेल्या अवाजवी व अन्यायकारक खंड, शेतसारा, कॅनॉल टॅक्स इत्यादींविरुद्ध करबंदीची चळवळ हाती घेण्यात आली.

१९४५-४६मध्ये बंगालमध्ये ते भागा चळवळ झाली. शेतकऱ्यांनी त्यांच्या उत्पन्नाचा अर्धा हिस्सा जमीनदारांना द्यायला नकार दिला. यात पोलिसांनी हस्तक्षेप करून बळाचा वापर करून हे आंदोलन तात्पुरते दडपले.

१९४६ मध्ये तेलंगणात अशीच चळवळ झाली. जमीनदार शेतकऱ्यांविरुद्ध अत्याचार करत होते त्यासाठी ही चळवळ झाली.

अलीकडच्या काळात शेतमालाला चांगला भाव मिळावा म्हणून स्वाभिमानी शेतकरी संघटना आंदोलन करत आहे. ऊस व कापूस यांना चांगली किंमत मिळावी यासाठी चळवळ करत आहे.

शेतकऱ्यांच्या आत्महत्या टाळण्यासाठी विदर्भात चळवळी होत आहेत.

कामगार चळवळ

पूर्वी चहाच्या मळ्यात तसेच कॉफी, ताग, नीळ इत्यादी ठिकाणी कामगार काम करत होते. परंतु ते असंघटित असल्याने त्यांची स्थिती दयनीय होती. कामाचे तास अमर्यादित, विश्रांती मिळत नसे, स्त्रिया व लहान मुले यांना अत्यल्प मजुरी मिळत असे.

साधारणपणे १८८५ पासून भारतात कामगार चळवळींना सुरुवात झाली, असे म्हणता येईल. भारतात श्री. नारायण मेघाजी लोखंडे या मुंबईतील एका कामगाराने कामगार संघटनेची स्थापना केली. ते स्वतः कापड गिरणीत कामगार म्हणून काम करत होते. तेथे त्यांनी कामगारांची हलाखीची स्थिती पाहून त्याला 'दीनबंधू' या दैनिकातून वाचा फोडली त्यांचे प्रश्न मांडले. कामगारांच्या सह्या घेऊन त्यांच्या मागण्या मांडल्या.

याचा परिणाम म्हणजे कामगारांचे कामाचे तास निश्चित झाले, वेतन निश्चित झाले, आठवड्याला भर पगारी सुटी सुरू झाली, जेवणाची सुटी मंजूर झाली.

'समान कामासाठी समानवेतन' ही बाब टाळली गेल्याने महिलांनी १८९४मध्ये याबाबत संघर्ष सुरू केला. या महिला जेकब मिलमध्ये काम करणाऱ्या होत्या. या संघर्षात काही महिलांना अटक झाली.

यानंतर भारतात अनेक ठिकाणी बंगाल, गुजराथ, मद्रास, मुंबई या ठिकाणी कामगारांनी आपल्या मागण्यांसाठी संप केले. नंतर या कामगार संघटनांवर राजकीय पक्षाचा प्रभाव वाढला.

सर्वोदय चळवळ

हो चळवळ विनोबा भावे यांच्या नेतृत्वाखाली झाली. 'सर्वोदय' म्हणजे स्पर्धा, विषमता, संघर्ष व शोषण यांना स्थान नसलेली आणि समाजाच्या अगदी कनिष्ठ पातळीवरील व्यक्तीलासुद्धा विकासाची समान संधी उपलब्ध करून देणारी समाज रचना होय. आर्थिक, सामाजिक आणि राजकीय क्षेत्रात समता प्रस्थापित करणे, हा याचा हेतू होता.

आणीबाणीचा कालखंड

श्रीमती इंदिरा गांधी यांनी २५ जून १९७५ च्या रात्री देशात आणीबाणी जाहीर केली. त्यांनी घटनेने दिलेले लोकांचे हक्क कमी करून, न्यायालयाचे त्या हक्कांना असलेले संरक्षण कमी करून, सर्व सत्ता संसदेकडे व अखेर पंतप्रधानांकडे घेण्याचा प्रयत्न आणीबाणीत केला गेला. नागरिकांना घटनेद्वारे मिळणाऱ्या काही अधिकारांपासून वंचित केले जसे–आणीबाणीमध्ये अटक केलेल्या व्यक्तींना त्यांच्या अटकेविरुद्ध न्यायालयाकडे धाव घेणे शक्य होणार नव्हते; आणीबाणी असेपर्यंत घटनेतील मूलभूत हक्कांसंबंधीची कलमे उदाहरणार्थ, १४ वे कलम (कायद्यासमोर समानता) २१ वे कलम (जीवन आणि व्यक्तिगत स्वातंत्र्याचे रक्षण), २२ वे कलम (अटक व नजरबंदीविरुद्ध संरक्षण) या कलमांखाली नागरिकांना मिळणारे अधिकार स्थगित ठेवण्यात आले होते. सार्वजनिक सभा, मिरवणुका, निदर्शने, घोषणा इत्यादींवर बंदी घालण्यात आली. मिसाखाली बंद करण्यात आलेल्या आरोपीला जामीनावर किंवा अन्य मार्गाने सोडण्याची तरतूद रद्द करण्यात आली होती. आरोपीला तुरुंगात ठेवण्यासाठी आरोप सिद्ध करण्याची सरकारला गरज नव्हती.

वृत्तपत्रांवर निर्बंध घालणारे वटहुकूम काढण्यात आले, ज्यामुळे त्या काळात वृत्तपत्रांना सरकारविरोधी टीका करणारा मजकूर छापता येणार नव्हता. अभिव्यक्ती स्वातंत्र्यावर गदा आणली गेली होती. प्रेस सेन्सॉरशिप लावण्यात आली होती. प्रत्येक वृत्तपत्राच्या कचेरीत जाऊन मजकूर तपासण्याचे अधिकार सरकारी यंत्रणेला देण्यात आले होते. वृत्तपत्रांवर नियंत्रण ठेवणारे 'प्रेस कौन्सील' बरखास्त करण्यात आले होते; रेडिओ व दूरदर्शन सरकारच्या नियंत्रणाखाली होते. त्यामुळे तिथे आणीबाणीविरुद्ध काही बोलले जातच नव्हते. काही वृत्तपत्रे सरकारने बंद पाडली होती. ज्यांनी आणीबाणीच्या विरोधात मत व्यक्त केले त्यांच्यावर कारवाई केली गेली. त्यानंतर झालेल्या १९७७ मधील लोकसभा निवडणुकीत सत्ताधारी काँग्रेस पक्षाचा पराभव झाला.

भारतात मानवी हक्क राबविण्याची आणि त्याचे संरक्षण करण्याची यंत्रणा

स्वातंत्र्यानंतर भारताने ब्रिटिशांची संसदीय लोकशाही, कल्याणकारी राज्यव्यवस्था स्वीकारली. काँग्रेसने सरकार स्थापन केल्यावर सामाजिक–आर्थिक विकासाला चालना दिली, कायदे बनवले, योजना तयार केल्या. सुरुवातीच्या काळात लोकांच्या हक्कांचे रक्षण करणे व समर्थन करणे हे राजकीय पक्षाचे मुख्य कार्य होते.

मानवी हक्क संरक्षण यंत्रणा

एखाद्या व्यक्तीचे हक्क कुटुंबात किंवा सार्वजनिक ठिकाणी डावलले गेल्यास व्यक्ती न्यायालयात जाऊन दाद मागू शकते. पोलिसांकडे जाऊन तक्रार करू शकते. त्याचप्रमाणे व्यक्तीच्या हक्कांचे संरक्षण होत नसेल तर व्यक्ती आयोगाकडे जाऊनही त्याबद्दल तक्रार दाखल करू शकते. यासाठी मानवी हक्क आयोगाचीही स्थापना केली गेली.

राष्ट्रीय मानवी हक्क आयोग

सन १९९३ च्या मानवी हक्क संरक्षण कायद्यात राष्ट्रीय मानवी हक्क आयोगाची स्थापना करण्यासंबंधी तरतूद करण्यात आली आहे. या आयोगाची रचना पुढीलप्रमाणे आहे–

- आयोगाचा अध्यक्ष–सर्वोच्च न्यायालयाचे मुख्य न्यायाधीशपद भूषविलेली व्यक्ती.

- आयोगात चार सदस्य असतील ते पुढीलप्रमाणे–
  एक सदस्य : सर्वोच्च न्यायालयातील न्यायाधीश पदावर राहिलेली अथवा ते पद भूषवित असलेली व्यक्ती.
  एक सदस्य : उच्च न्यायालयातील मुख्य न्यायाधीश हे पद भूषविलेली किंवा ते पद भूषवित असलेली व्यक्ती.
  दोन सदस्य : ज्या व्यक्तींना मानवी हक्कांशी संबंधितज्ञान किंवा व्यावहारिक अनुभव आहे अशा व्यक्ती.

- या व्यतिरिक्त राष्ट्रीय अल्पसंख्याक आयोगाचे अध्यक्ष, अनुसूचित जाती व अनुसूचित जमातींच्या राष्ट्रीय आयोगाचे अध्यक्ष आणि राष्ट्रीय महिला आयोगाच्या अध्यक्षा या आयोगाचे सदस्य या नात्याने कार्य करतील.

- सरचिटणीस : आयोगाचा एक सरचिटणीस असेल आणि तो आयोगाचा मुख्य कार्यकारी अधिकारी म्हणून कार्य करेल.

कार्ये

१) मानवी हक्कांचे उल्लंघन झाल्याबद्दल करण्यात आलेल्या तक्रारींची चौकशी करणे किंवा मानवी हक्कांच्या उल्लंघनास प्रतिबंध करण्याच्या कर्तव्याकडे सार्वजनिक सेवकाने दुर्लक्ष केले असल्याच्या तक्रारीची चौकशी करणे.

२) मानवी हक्कांचे उल्लंघन झाल्याच्या घटनेचा बळी ठरलेल्या व्यक्तीने किंवा त्याच्यावतीने अन्य कोणत्याही व्यक्तीने केलेल्या तक्रारीची दखल आयोगाकडून घेतली जाते किंवा आयोग स्वतःच्या अधिकारातही अशी चौकशी करू शकतो.

३) न्यायालयात मानवी हक्कांच्या उल्लंघनाविषयी एखादे प्रकरण पडून राहिले असेल तर संबंधित न्यायालयाच्या संमतीने आयोग त्या प्रकरणात हस्तक्षेप करू शकतो.

४) राज्य सरकारला पूर्वसूचना देऊन त्या राज्यातील कोणत्याही तुरुंगास किंवा इतर संस्थांना भेटी देणे आणि तिथल्या परिस्थितीची तसेच तेथे ठेवण्यात आलेल्या कैद्यांच्या स्थितीची पाहणी करणे आणि त्या परिस्थितीत सुधारणा घडवून आणण्यासंबंधी सूचना करू शकतो.

५) मानवी हक्कांच्या रक्षणासाठी राज्यघटनेत किंवा अस्तित्वात असलेल्या कोणत्याही कायद्यात केलेल्या तरतुदींचे समीक्षण करणे आणि त्या अधिक परिणामकारक ठराव्यात यासाठी सूचना करणे.

६) मानवी हक्कांना बाधक ठरणाऱ्या दहशतवादासारख्या घटकांचे समीक्षण आणि त्या संबंधी योग्य त्या उपाययोजना सुचविणे.

७) मानवी हक्कांच्या क्षेत्रात संशोधन हाती घेऊन त्याला चालना देणे.

८) समाजाच्या विविध विभागात मानवी हक्क साक्षरतेचा प्रसार करणे आणि प्रकाशने, प्रसारमाध्यमे, सेमिनार्स व इतर उपलब्ध साधनांद्वारे मानवी हक्कांच्या रक्षणासाठी जागृती घडवून आणणे.

आयोगाचे कामकाज

समाजातील शोषित व्यक्ती व मानवी हक्क संघटनांकडून मानवीहक्क आयोगाकडे तक्रारी दाखल केल्या जातात. जाती-भेद, अस्पृश्यता पाळली जात असेल, कनिष्ठ जातींवर अन्याय होत असेल तर आयोग त्याची दखल घेते. काही प्रथा अमानुष ठरवून उदा. वेठबिगारी, गुलामांची खरेदी-विक्री, बालमजुरी त्याला कायद्याने बंदी आहे. परंतु असे प्रकार कुठे घडत असतील तर त्याचे निर्मूलन करण्यासाठी आयोग पुढाकार घेते.

या आयोगांखेरीज महिला आयोग, अल्पसंख्याक आयोग, अनुसूचित जाती-जमातींसाठी आयोग अशा आयोगांची स्थापना होऊन त्याद्वारेही तक्रारींचे निवारण केले जाते.

क) संगणक किंवा सायबर गुन्हे व दक्षता (Cayber Crimes)

संगणक गुन्हे किंवा सायबर गुन्हे म्हणजे 'संगणकप्रणालीमध्ये बेकायदेशीरपणे प्रवेश करून संगणकप्रणाली निकामी करणे, तिचे नुकसान किंवा बदल करणे तसेच महत्त्वाची माहिती बौद्धिक मालमत्ता इ. चोरणे किंवा संगणकजंतू व जिवाणू इ. सोडून संगणकावर साठवलेली माहिती नष्ट करणे किंवा त्यात बदल करणे व महत्त्वाचे म्हणजे 'संगणकावरून अश्लील मजकूर प्रसारित वा प्रस्तुत करणे होय.'

संगणकाविषयीचे गुन्ह्यांची मुख्यतः दोन प्रमुख विभागांत वर्गवारी केली जाते.

१) जेथे संगणक हा गुन्ह्याचे लक्ष्य असतो.

२) जेथे संगणकाचा उपयोग करून गुन्हा केला जातो.

ज्या वेळी एखादा गुन्हेगार संगणक प्रणालीमध्ये बेकायदेशीरपणे प्रवेश करून संगणकप्रणाली निकामी, तिला नुकसान किंवा बदल करतो, त्या वेळी तो संगणक या गुन्ह्याचे लक्ष्य बनतो. उदा. खात्यावरून पैसे काढणे, आर्थिक लेखामध्ये खाडाखोड व बदल करणे. इ. तसेच.

१) संगणकप्रणालीमध्ये बेकायदेशीरपणे प्रवेश करणे.

२) महत्त्वाची माहिती/ बौद्धिक मालमत्ता इ. चोरणे.

३) ई-मेल द्वारा नुकसान पोहचवणे.

४) महत्त्वाच्या माहितीत खाडाखोड वा बदल करणे.

५) सलामी हल्ला.

६) सेवासुविधा नष्ट करण्याच्या हेतूने सल्ला.

७) संगणकप्रणालीची चोरी.

८) संकेतस्थळांचा ताबा घेणे.

९) संगणकयंत्रणेचे स्वबळाने नुकसान.

१०) व्हायरस हल्ला.

११) ट्रॉजन हल्ला.

१२) इंटरनेट वेळेची चोरी इ. गुन्हे करण्याकरता ज्या वेळी संगणक वापरतात, त्या वेळी संगणक गुन्ह्याचे साधन होतो. उदा. संगणकप्रणाली व संगणकीय जाळे यावर परिणाम करणारे गुन्हे जसे आर्थिक/ व्यावसायिक संगणक जाळे, प्रवासी कंपन्यांचे संगणक जाळे इ. मध्ये संगणक जिवाणू पसरवणे किंवा

संरक्षण, सुरक्षा व बँकांच्या संगणकावरील वर्गीकृत माहिती मिळवणे ; अशा प्रकारच्या गुन्ह्यांमध्ये संगणक कार्यप्रणालीवर प्रक्रिया करून खालील गुन्हे केले जातात.

१) क्रेडिट कार्ड संबंधातील अफरातफरीचे गुन्हे.

२) दूरसंचार अपहार

३) इलेक्ट्रॉनिक रक्कम हस्तांतरासंबंधीचे अपहाराचे गुन्हे.

४) बँकांचे एटीएम कार्ड व खात्यांचा फसवणुकीकरिता उपयोग करणे.

५) संगणकीय व्यापार व माहिती देवाण-घेवाणीतील अपहार.

सध्या भारतात नव्यानेच सुरू झालेल्या सायबर गुन्ह्यांमध्ये इंटरनेटच्या वाढत्या प्रसारांबरोबरच झपाट्याने वाढ होत आहे. वस्तुतः माहिती व तंत्रज्ञानाचा व्यावसायिक उपयोग, संगणकाच्या साहाय्याने गुन्हेगारांनी केलेल्या काही कृत्यांचा व टाळलेल्या बाबींच्या अनुषंगाने वातावरण निर्मिती करणे. हा सदर अधिनियमाचा प्राथमिक उद्देश आहे ; त्यामुळे माहिती व तंत्रज्ञान अधिनियम २००० मध्ये गुन्हेगारी स्वरूपाच्या कृत्यांचे विवेचन करण्यात आलेले आहे. तसेच इलेक्ट्रॉनिक अभिलेखांच्या मान्यतेने व माहिती तंत्रज्ञान अधिनियम २००० च्या अनुषंगाने भा.दं.वि. संहितेच्या बऱ्याच कलमांमध्ये करण्यात आलेल्या दुरुस्त्यांमुळे सायबर क्षेत्राशी निगडित असणारे कित्येक गुन्हे भा.दं.वि. संहितेच्या सुयोग्य कलमांसाठी दाखल करण्यात आले आहेत.

ड) मानव व्यापार (Human Trafficking)

भारतात स्त्रिया, पुरुष व मुले यांचा मजुरीसाठी आणि शरीरविक्रय, लैंगिक शोषण यासाठी वापर केला जातो. कर्जाची परतफेड करण्यासाठी वीटभट्ट्या, राइसमिल, शेती, भरतकाम, फॅक्टरी या ठिकाणी वेठबिगारासारखे काम करावे लागते. याविषयीचा पद्धतशीर अभ्यास अद्याप झालेला नसला तरी स्वयंसेवी संस्थांच्या मतानुसार २० ते ६५ दशलक्ष भारतीय यात आहेत. देशात स्त्रिया व मुली यांचा बळजबरीने विवाह लावणे विशेषत: ज्या भागात लिंगदर व्यस्त आहे त्या भागात हे घडते व वेश्या व्यवसाय करायला भाग पाडण्यासाठी वापर होतो. मुलांचा फॅक्टरी मजूर, भिकारी, शेतमजूर शिवाय काही दहशतवादी संघटनांकडूनही वापर केला जातो.

भारतात नेपाळ आणि बांगला देश येथूनही वेश्याव्यवसायासाठी स्त्रिया व मुली आणल्या जातात. नेपाळमधून सर्कशीत काम करण्यासाठी मुले आणली जातात. भारतातून मध्यपूर्वेत वेश्याव्यवसायासाठी स्त्रिया नेल्या जातात. त्याशिवाय घरगडी म्हणून काम करण्यासाठी स्वेच्छेने हजारो मजूर भारतातून मध्यपूर्वेकडील देशांत, अमेरिका, युरोपमध्ये स्थलांतरित होत असतात. यातल्या काही केसेसमध्ये फसवणूक

झाल्याने अशा व्यक्तींना सक्तीने काम करावे लागते कारण अशा भरतीसाठी घेतलेले मोठे कर्ज चुकवायचे असते. शिवाय काही ठिकाणी नोकरीला ठेवलेल्या त्या देशातल्या व्यक्ती वेळेवर पगार न देणे, त्यांना पुरेसे स्वातंत्र्य न देणे, पासपोर्ट बेकायदेशीररीत्या स्वत:कडे ठेवणे, शारीरिक किंवा लैंगिक गैरवर्तन करणे हे प्रकार असतात.

हे प्रकार थांबावेत म्हणून राज्यसरकार नियमितपणे समाजकल्याण, सुधारणा विभागाकडून, पोलिसधाडी टाकल्या जातात. अशा प्रकाराला बळी पडलेल्यांना संरक्षण देण्यासाठी प्रत्येक राज्याचे धोरण वेगळे आहे. मुलांना त्यांचे पुनर्वसन व्हावे म्हणून आधारगृहे, शेल्टर होम उघडण्यासाठी अनुदान दिले जाते. स्वयंसेवी संस्थाही यात बळी पडलेल्या स्त्रियांना आधार देतात.

शासन बालमजुरीविरुद्ध वेगवेगळ्या माध्यमांतून जाहिराती प्रसिद्ध करीत असते. तर परदेशात जास्त पैसे मिळत असल्याने आपला भविष्यकाळ सुखाचा जाईल या आशेने कर्ज काढून परदेशात जातात. विविध राज्यांतून त्यातल्या अगदी खेड्यातल्या ठिकाणाहून नोकरीच्या आमिषाने लहान मुले, तरुण मुलींना फसवून नातेवाईक लोक शहरात आणतात व भीक मागणाऱ्या टोळीला लहान मुलांना विकतात. मुलींना वेश्याव्यवसायासाठी दलालांना विकतात. हा व्यापार देशांतर्गत व बाहेरील देशातही चालतो. घरातून काही कारणास्तव पळून आलेली मुले किंवा चित्रपटात काम करायच्या हेतूने बाहेरच्या राज्यातून विशेषत: मुंबईत आलेल्या तरुण मुली याच्या बळी ठरतात.

यात निराधार, दुर्बल, परावलंबी व असंघटित व्यक्तींच्या अज्ञानाचा व दुबळेपणाचा गैरफायदा उठवून, त्यांना अंकित करून, त्यांच्या इच्छेविरुद्ध सक्तीने व योग्य मोबदला न देता किंवा विनामोबदला पडेल त्या कामाकरिता राबवून घेतले जाते.

पूर्वीच्या काळी कर्जाची परतफेड करण्यास व्यक्ती असमर्थ असल्याने सावकाराच्या घरी जन्मभर राबावे लागत असे व तेवढे करूनही कर्ज फिटत नसल्याने पुढच्या पिढ्यांनाही सावकाराकडे काम करावे लागत असे, ही प्रथा शासनाने कायद्याने बंद केली आहे.

संगणकीय गुन्ह्याच्या विरुद्ध कायदे

संगणकीय गुन्ह्यांना आळा घालण्यासाठी भारत सरकारने प्रतिबंधात्मक उपाय योजून कायदे केले आहेत.

- संगणक वापराचे प्रमाण जसजसे वाढत गेले तसतसे संगणकीय गुन्ह्याचे प्रमाणही वाढत गेले; यातून फसवणूक, हेरगिरी, चारित्र्य हनन असे अनेक गुन्हे घडत असल्याने सरकारने माहिती तंत्रज्ञान कायदा २००० मंजूर केला. या कायद्यानुसार–

- □ दुसऱ्याच्या संगणकात अनधिकाराने प्रवेश करण्यास मनाई करण्यात आली आहे.
- □ विचारलेली माहिती भरून न पाठवणे हा गुन्हा मानला गेला आहे; तसेच माहिती दडवून ठेवणे हा दंडनीय अपराध मानला गेला आहे.
- □ संगणकीय स्रोतातील दस्तऐवजात अनधिकाराने फेरफार किंवा बदल केल्यास संबंधित व्यक्तीला शिक्षा होते.
- □ संगणकातून विकृत, बीभत्स किंवा अश्लील माहिती, छायाचित्र इत्यादी माहिती प्रसारित करणाऱ्याला शिक्षा किंवा दंडाची तरतूद केली आहे.
- □ संगणकातील माहितीचा अनधिकृतपणे वापर करणाऱ्याला शिक्षेची तरतूद केली आहे.
- □ संगणकाच्या मार्गदर्शक तत्त्वांच्या आदेशाचे पालन न करणाऱ्यास दंड किंवा कारावासाची शिक्षा होऊ शकते.
- □ संगणक वापरणाऱ्याने संदिग्ध माहितीचे वितरण केले तर त्याला सात वर्षांपर्यंत सक्तमजुरीची शिक्षा होऊ शकते.
- □ संगणकाच्या सुरक्षित, संरक्षित केलेल्या व्यवस्थेत जर एखाद्याने प्रवेश केला तर त्या व्यक्तीला १० वर्षापर्यंत सक्तमजुरी व दंडाची शिक्षा होऊ शकते.
- □ संगणकाद्वारे प्रसारित होणाऱ्या माहितीचा जर एखाद्याने दुरुपयोग केला तर त्या आरोपीला दंड किंवा सश्रम कारावासाची शिक्षा होते.
- □ संगणकीय गुप्त आणि खाजगी माहितीचा भंग करून ती वितरीत करणाऱ्याला दंड किंवा कारावासाच्या शिक्षेची तरतूद आहे.
- □ संगणकाच्या माध्यमातून एखाद्या सहीची नक्कल करून खोटे प्रमाणपत्र तयार करून देणाऱ्या व्यक्तीला दंडाची किंवा सक्तमजुरीची शिक्षा होऊ शकते, व या खोट्या प्रमाणपत्राचा वापर करून लोकांची दिशाभूल करणे हा सुद्धा गुन्हा ठरवून त्यासाठी शिक्षेची तरतूद केली आहे.

सन २००८ मध्ये सन २००० च्या माहिती तंत्रज्ञान कायद्याच्या कार्याचा आढावा घेऊन त्यातील उणिवा दूर करून तसे विधेयक सादर केले गेले या विधेयकाला २००८ रोजी संसदेने मान्यता दिली, व नवा कायदा अंमलात आला. सायबर क्राइम आटोक्यात आणण्यासाठी जरी कायदे केले असले तरी ते त्यावर नियंत्रण मिळू शकलेले नाही.

सराव प्रश्न

१) कार्पोरेट क्राइममधील गुन्हे स्पष्ट करा.

२) मानवी हक्क कोणते ते सांगा.

३) सायबर क्राइममध्ये समाविष्ट असलेल्या गुन्ह्यांविषयी लिहा.

टिपा लिहा.

अ) मानवी हक्कांचे उल्लंघन टाळण्यासाठीची यंत्रणा

ब) सायबर क्राइम प्रतिबंधात्मक कायदे

क) मानवी हक्कांचे उल्लंघन म्हणजे काय?

६ गुन्हेगारीचे अलीकडचे प्रकार, प्रवृत्ती

Recent Trends in Crime

अ) राजकारणाचे गुन्हेगारीकरण (Criminalization of Politics)
ब) पर्यावरणविषयक गुन्हे (Environmental Crimes)
क) आंतरराष्ट्रीय गुन्हे (International Crimes)

देशात गुन्हेगारीचे प्रमाण दिवसेंदिवस वाढत आहे. जवळपास सर्वच क्षेत्रांत गुन्हेगारीने शिरकाव केला आहे. याचे गंभीर परिणाम सर्वांवरच होत आहेत.

राजकारणातील गुन्हेगारीमुळे समाजात अस्थिरता निर्माण होते. काही वेळा समाजव्यवस्था खिळखिळी होते. लोकांमध्ये असुरक्षिततेची भावना निर्माण होते. यातून स्थलांतराचे प्रमाण वाढते.

वाढती लोकसंख्या, अपुऱ्या सुविधा यांचा परिणाम पर्यावरणावर होतो. नैसर्गिक साधनसंपत्तीचा बेसुमार वापर व वाढते प्रदूषण यांचे आरोग्यावर दुष्परिणाम होतात. माणसाच्या कार्यशक्तीवर परिणाम होतात. याविषयी कडक कायदे केले असले तरी मोठे उद्योग यात सामील असल्यामुळे कायदे फारसे प्रभावी ठरत नाहीत. अनेकदा यात राजकारण्यांचे हितसंबंध गुंतलेले असतात; यामुळे यांना शिक्षा होत नाही.

आंतरराष्ट्रीय गुन्ह्यांमध्ये पांढरपेशा व्यक्ती सामील असतात. बनावट पासपोर्ट करणे व गुन्हेगारांना देशांतराला मदत करणे, देशातील कर चुकविण्यासाठी परदेशांत पलायन करणे, परदेशांत विवाह झाला असूनही माहिती दडवून देशातील स्त्रीशी विवाह करून डांबून ठेवणे, नोकर म्हणून देशातील व्यक्तीला परदेशांत नेऊन शोषण करणे, पासपोर्ट काढून घेणे अशा गुन्ह्यांचे प्रमाण वाढत आहे.

अ) राजकारणाचे गुन्हेगारीकरण (Criminalization of Politics)

ज्या गुन्ह्यांचा संबंध देशाच्या राजकारणाशी, राजकीय घटनांशी आहे, त्या सर्व गुन्ह्यांना राजनैतिक गुन्हे असे म्हणता येईल. उदाहरणार्थ, लोकप्रतिनिधीद्वारे आपल्या दबावाचा वापर करून गुन्हे करणे, देशद्रोह करणे, राजकीय हत्या करणे इत्यादींचा यात समावेश करता येईल.

सत्तेवर असणारे जेव्हा संपत्ती जमविण्यासाठी आणि लायकी नसतानाही स्वतःसाठी प्रतिष्ठेच्या जागा व वस्तू बळकावतात. तेव्हा ते ज्या मार्गाचा अवलंब करतात तो कायदेशीर नसतो. अशा गुन्ह्यांना 'राजकीय गुन्हे' किंवा 'राजनैतिक गुन्हे' म्हणतात. उदा: अलीकडच्या पंधरा वर्षांतील मेहता बंधूंचे बँकांना फसवणे, बोफोर्स तोफांमध्ये दलाली घेणे-देणे, जनावरांच्या चाऱ्यामध्ये घोटाळा करून पैसे मिळवणे, पेट्रोलमध्ये रॉकेल मिसळणाऱ्या पंपाच्या मालकांकडे दुर्लक्ष करणे, गॅस कूपन्स देताना गॅस-धारकाकडून पैसे घेणे, जातीचा दाखला देताना खासदार, आमदार आणि स्थानिक नगरसेवकांकडून पैसे घेणे. इ. सर्व राजकीय गुन्हे समजले जातात. अशाप्रकारे, राजकीय सत्ता भ्रष्टाचार करावयास लावते आणि निरंकुश सत्ता (लोकांचा अंकुश नसलेली) तर संपूर्णतः भ्रष्ट असते. कोणत्याही समाजातील मूठभर मंडळी, जी राज्यकारभार चालवतात. मग ती एकटा राजा व त्याचे प्रधान मंडळ असो, सरंजामदार असो किंवा अलीकडचा हुकूमशहा असो, ते भ्रष्ट होतात, मोहात पडतात आणि जनतेला किंवा प्रजेला लुबाडून कोट्यधीश होतात.

आपल्या राजकीय शत्रूला संपविणे, प्रतिस्पर्धी उमेदवाराला संपविणे हे प्रकारही घडतात. मतदानाच्या पेट्या पळविणे, उमेदवाराला पळविणे, दहशतीने मतदान करायला लावणे, उमेदवाराने मतदारांना मतासाठी पैसे देणे, गुन्हेगारांशी हातमिळवणी करणे इ. गुन्हे करत असतात, करवून घेत असतात. त्यातून सहीसलामत सुटतातही. भ्रष्टाचाराचेही अनेक गुन्हे ते करवून घेत असतात.

राजकारण हे डावपेचांवर आधारलेले असते. राजकीय लोक हे शक्ती किंवा सत्तेसाठी हपापलेले असतात. स्वतःच्या यशाबरोबरच आपल्या राजकीय संघटना किंवा पक्षाचे बळ वाढवण्यासाठी पुढारी वाटेल त्या मार्गांचा अवलंब करीत असतात व जे गुन्हेगार वृत्तीने भयानक क्रूर आणि मग्रूर असतात त्यांना हाताशी धरून राजकीय पुढारी निवडणुकीच्या वेळी नको त्या मार्गाचा अवलंब करीत असतात. तसेच लुटालूट करणे, मारहाण करणे, स्त्रियांची बेअब्रू करणे नि जमले तर जो आड येईल त्याचा खून करणे असे चक्र ठरलेले असते.

ब) पर्यावरणविषयक गुन्हे (Environmental Crimes)

१) मानव व पर्यावरण

मानव व पर्यावरण यांचा जवळचा संबंध आहे. सध्या पर्यावरणात प्रदूषण मोठ्या प्रमाणावर चाललेले आहे. तसेच प्रदूषणामुळे विविध प्रकारच्या सामाजिक समस्याही निर्माण होतात. सध्याच्या काळात सर्वाधिक चर्चेचा मुद्दा जर कोणता असेल तर प्रदूषणाचा आहे.

प्रदूषणाच्या काही व्याख्या खालीलप्रमाणे सांगता येतील.

१) राष्ट्रीय पर्यावरण संशोधन परिषद १९७६ नुसार केलेली व्याख्या-'मानवी हालचालीमधून, व्यवसायामधून, क्रिया-प्रक्रिया पद्धतीतून निर्माण झालेले टाकाऊ, घाण पदार्थ हे मानवप्राण्यावर, त्याच्या कार्यक्षमतेवर व नैसर्गिक पर्यावरणावर दुष्परिणाम करतात तेव्हा त्या परिस्थितीला प्रदूषण असे म्हणतात.'

२) एन. ली. व सीवुड यांच्या मते- 'मानवाच्या विविध व्यवसायांतून, क्रिया-प्रक्रियातून जे घाण-टाकाऊ पदार्थ बाहेर पडतात आणि मानवाच्या आरोग्यावर दुष्परिणाम करतात त्याला प्रदूषण असे म्हणतात.'

३) एम. पी. कौशिक यांच्या मते- 'हवा, पाणी, जमीन आणि भौतिक, जैविक व रासायनिक गुणधर्मात बदल होऊन त्या बदलामुळे मानव आणि प्राणी यांना आवश्यक असलेल्या घटकात बदल होतो व नुकसान होते तेव्हा त्या घटकाचे प्रदूषण झाले असे म्हणतात.'

४) एन्सायक्लोपीडिया ब्रिटानिका यांच्या मते- 'मानवी जीवनाच्या दृष्टिकोनातून कोणत्याही नैसर्गिक घटकामध्ये होणारा हानिकारक बदल म्हणजे प्रदूषण होय.'

थोडक्यात प्रदूषण म्हणजे आहे तो पदार्थ कायम न राहता त्यात जेव्हा हानिकारक घटक मिसळले जातात तेव्हा ते मानवी समाजाला हानिकारक ठरतात, तेव्हा त्याला प्रदूषण असे म्हणतात.

अनेक उद्योगधंद्यांतील धुराड्यांतून प्रदूषके बाहेर फेकली जातात. त्यापासून मोठ्या प्रमाणावर प्रदूषण निर्माण होते. यात प्रामुख्याने सल्फर डाय ऑक्साइड व नायट्रोजन ऑक्साइड यांचे प्रमाण जास्त असते. मथुरेतील पेट्रोलियम रिफायनरीमधून हे दोन वायू निघून आग्र्याच्या ताजमहालला धोका निर्माण करीत आहेत.

सिमेंटच्या फॅक्टरीतून मोठ्या प्रमाणात घनपदार्थ बाहेर टाकले जातात. त्यामुळे आरोग्य बिघडते. स्टोन क्रशिंग कारखान्यातून प्रचंड प्रमाणावर घन पदार्थ

हवेत जातात व त्यामुळे फुफ्फुसाचे रोग बळावतात. अनेक खतांचे कारखाने, अन्नाची पाकिटे तयार करणारे कारखाने हवेत विविध प्रकारच्या घातक प्रदूषकांची भर टाकतात.

कारखान्यातून उत्सर्जित होणाऱ्या कणांतील अनेक रासायनिक कण धातूंच्या वस्तूंवर गंज चढवितात. या धूलिकणांमुळे कपडे, फर्निचर, चित्रे मलिन होतात. इमारत खराब होते. पुतळ्यावर थर चढतात. धूळ, धूर व अन्य कर्बयुक्त प्रदूषकांचे हवेतील प्रमाण वाढल्यामुळे हवा धूसर बनते. जवळच्या अंतरावरील गोष्टीही स्पष्ट दिसत नाहीत. यातून अपघातांचे प्रमाण वाढते. धूर व धुके मिळून धुरक (डोस) तयार करतात. तापमानाच्या विपरीतेत हे धुरके दीर्घकाळ टिकते व त्यातून श्वसनाचे आजार उद्भवतात.

सल्फर डाय ऑक्साइड, नायट्रोजन, ऑक्साइड, कार्बन डाय ऑक्साइड इत्यादी वायुरूप प्रदूषके यांचा पावसाचे पाणी व हवेतील ऑक्सिजन यांच्याशी संयोग होऊन निरनिराळी आम्ले (Acid) तयार होतात आणि आम्लयुक्त पाऊस (Acid Rain) पडतो. अशा पावसामुळे वनस्पती, प्राणी यांचा नाश होतो. जलसाठ्यातील मासे व इतर जलचर नष्ट होतात. हवेचे प्रदूषण मानवी आरोग्यासाठी सर्वात हानिकारक ठरत आहे. कार्बन मोनो ऑक्साइड, कार्बन डाय ऑक्साइड या विषारी प्रदूषकांमुळे रक्तातील ऑक्सिजनचे प्रमाण घटते. हिमोग्लोबिनवर विपरीत परिणाम होतो. रक्तशुद्धीकरणाची प्रक्रिया मंदावते, पेशींची कार्यक्षमता कमी होते. धाप लागते, चक्कर येते, हृदय व फुफ्फुसे यांच्या कार्यावर दुष्परिणाम होतो.

उद्योगव्यवसायातील उत्पादनासाठी कच्च्या मालावर प्रक्रिया करावी लागते. उदा. गादी कारखान्यातील कापूस स्वच्छ करताना उडणारे कण इथपासून मोठ्या कारखान्यांमधून बाहेर पडणारा धूर या सर्वांचा मानवी जीवनावर विपरीत परिणाम होतो. कारखान्यातील यंत्रांचा सततचा खडखडाट यामुळेही आसपासच्या रहिवाशांना त्रास होतो. कारखान्याच्या धुराच्या चिमण्यांची (धुराड्यांची) उंची कमी असल्याने घशाचे विकार जडतात. यातही लहान मुलांना सर्दी, दमा असे आजार होतात.

कारखान्यातील रसायनमिश्रित पाणी नदीत सोडल्याने पिण्याचे पाणी, पिके यांवर परिणाम होतो. भाज्या, धान्य यांचा कस राहत नाही. पोटाचे विकार, त्वचेचे प्रकार यामुळे होतात.

२) नैसर्गिक साधनसंपत्ती

बहुराष्ट्रीय व एतद्देशीय उद्योगधंद्यांनी उत्पादनासाठी केलेली प्रचंड जंगलतोड, खनिजे, पाणी यांचा भरमसाठ वापर यामुळे निसर्गाची हानी होत आहे. माती उपसा,

वाळू उपसा जरुरीपेक्षा जास्त झाल्याने हानी होते. शहरात कागद, प्लॅस्टिक, कचरा नदीच्या पाण्यात वाहून जात असल्याने पाणी प्रदूषित होते.

घरबांधणीसाठी शहरांत वृक्षतोड केली जाते. त्यामुळे तापमान वाढणे, पर्जन्यमान कमी होणे हे आपोआपच घडत असते. शिवाय पूर, भूकंप, वादळे यांमुळेही निसर्गाची हानी होते व नैसर्गिक साधनसंपत्तीचा ऱ्हास होतो. वातावरणातून रोगराई पसरते.

पिकांवर पडणाऱ्या रोगामुळे कीटकनाशकांचा वापर करावा लागतो व त्याचा परिणाम आरोग्यावर होतो.

धार्मिक स्थळाच्या ठिकाणी पाण्यात निर्माल्य टाकणे, त्यात स्नान करणे, त्यामुळे पाणी दूषित होते. अनेक ठिकाणी नदीवर कपडे धुणे, भांडी घासणे, स्नान करणे, जनावरे धुणे हे होत असल्याने नदीचे पाणी प्रदूषित होते. पाण्यात जर जलपर्णी वाढल्या तर त्या ऑक्सिजन शोषून घेतात. समुद्रातील रसायनांचा परिणाम माशांवर होतो व त्यामुळेही आरोग्य बिघडते. वाहनांचे आवाज, कारखान्यातील यंत्रांचा खडखडाट, इमारत, बांधकाम, वाहतूक, समारंभ, करमणूक यातून ध्वनिक्षेपकाचा मोठ्या प्रमाणावर वापर, वाहतुकीच्या कोंडीमुळे वाहनांचे वाजणारे हॉर्न, सभांमधून भाषणांचा आवाज, गर्दी गोंगाट, विमाने, रेल्वे यांचे आवाज, कारखान्यांचे भोंगे यांमुळे कमालीचे ध्वनी प्रदूषण होते व त्याचा आरोग्यावर विपरीत परिणाम होतो.

राहत्या घरांच्या जागा लहान, त्यात चालणारं संगीत, बोलण्याचे आवाज यांमुळे सर्वत्र ध्वनिप्रदूषण होते. याचा परिणाम म्हणजे बहिरेपणा येणे, सततच्या आवाजामुळे चिडचिडेपणा येणे, मानसिक शांतता न मिळणे व त्यासाठी व्यसनांच्या आहारी जाणे असे टोकापर्यंतचे परिणाम होतात.

घटनेतील तरतूद व पर्यावरणविषयक कायदे

भारताच्या घटनेत पर्यावरणाचे प्रदूषण टाळण्यासाठी थेट कारवाई करण्यासाठी तरतूद नाही, पण कलम २१ आणि ५१ मध्ये त्याचा अप्रत्यक्ष उल्लेख आढळतो. कलम २१ मध्ये संरक्षण व वैयक्तिक स्वातंत्र्याबद्दल माहिती दिलेली आहे. १९७६ साली घटनेच्या कलमात सुधारणा करून ५१अ(९) हे कलम वाढवले. घटनेतील कलम ५१अ(९) नुसार, 'सर्व सजीवांबद्दल दया असणे आणि नैसर्गिक पर्यावरणातील जंगल, तळी, नद्या, वन्यपशु इ. चे संरक्षण करणे हे प्रत्येक नागरिकाचे कर्तव्य आहे.'

घटनेतील कलम ४८अ(९) नुसार, 'प्रत्येक राज्याने पर्यावरणाची काळजी घेऊन जंगल व वन्यप्राण्यांना संरक्षण दिले पाहिजे.'

पर्यावरणविषयक कायदे : पर्यावरणाचा ऱ्हास झाल्याची जाणीव झाल्याने १९७० साली भारत सरकारने पर्यावरणास संरक्षण देणारे कायदे करण्याचे ठरवले. हे

कायदे मोडणाऱ्या लोकांसाठी काय शिक्षा द्यायच्या ते ठरवले. आज भारतात २०० केंद्रीय व राज्यपातळीवरील पर्यावरणास संरक्षण देणारे कायदे आहेत.

भारतातील पर्यावरणाचे संरक्षण व्हावे म्हणून केलेले प्रमुख कायदे खालीलप्रमाणे आहेत-

१) वन्यप्राणी संरक्षण कायदा : ९ सप्टेंबर १९७२ रोजी, केंद्र सरकारने वन्यजीव संरक्षण कायदा पास केला. वन्य पशु-पक्षी यांची शिकार करणे व त्यांच्या अवयवांचा वा शरीरांच्या वस्तूंचा व्यापार करणे यावर बंदी घालण्यात आली. या कायद्यानुसार अभयारण्ये व राष्ट्रीय उद्याने यांचा विकास करण्याचे घोषित करण्यात आले. वन्यजीवांच्या धोक्यात आलेल्या जातींचे जतन व संरक्षण करणे, प्राणीसंग्रहालय उभारणे इ. चा त्यात समावेश आहे. त्यामुळेच आज भारतात जवळजवळ ५०० अभयारण्ये, १०० राष्ट्रीय उद्याने, २५ व्याघ्र प्रकल्प विकसित झाले आहेत. वन्यप्राणी संरक्षण कायद्याचे उल्लंघन करणाऱ्यावर तुरुंगवास व दंडात्मक कारवाई केली जाते.

२) जलप्रदूषण नियंत्रण कायदा : १९७४ साली केंद्र सरकारने जलप्रदूषण नियंत्रण कायदा केला. या कायद्याचा मुख्य हेतू कारखाने, शेती व घरातील त्याज्य पदार्थ टाकून पाण्याचे प्रदूषण न होऊ देणे किंवा होणाऱ्या प्रदूषणावर नियंत्रण ठेवणे, प्रदूषित पाण्याचे स्रोत विहिरी, नद्या, नाले, समुद्र इ. मध्ये टाकण्यास बंदी घालणे, विषारी किंवा घातक सांडपाणी समुद्र, नदी, नाले, तळी इ. मध्ये सोडण्यास मनाई करणे इ. जलप्रदूषणास कारणीभूत गोष्टींना आळा घालणे हा आहे. याचे उल्लंघन करणाऱ्यावर दंडात्मक कारवाई केली जाते.

३) हवा प्रदूषण नियंत्रण कायदा : १९८१ साली हवा प्रदूषण नियंत्रण कायदा करण्यात आला. याचा मुख्य हेतू हवेचे प्रदूषण नियंत्रित करणे हा आहे. या कायद्यानुसार केंद्र सरकारने केंद्रीय व राज्यस्तरावर प्रदूषण नियंत्रण मंडळाची स्थापना केली. या कायद्यानुसार विशिष्ट मर्यादेपलिकडे घातक वायू किंवा कणरूपद्रव्ये वाहनातून सोडणे किंवा कारखान्यातून बाहेर सोडणे यासाठी शिक्षेची तरतूद आहे. प्रदूषण नियंत्रण मंडळाने याबाबत तत्पर राहून गुन्हेगारांविरुद्ध तक्रार केल्यास तुरुंगवास व दंडाची शिक्षा होते.

४) वनसंरक्षण कायदा : या कायद्यानुसार जंगलाखालील जमीन किंवा जमिनीचा भाग जंगलाव्यतिरिक्त इतर कोणत्याही कामासाठी परवानगीशिवाय वापरणे गुन्हा आहे व त्यासाठी दंडात्मक कारवाई केली जाते.

५) **पर्यावरण संरक्षण कायदा :** १९८६ साली सर्वात महत्त्वाचा 'पर्यावरण संरक्षण कायदा' पास झाला. संपूर्ण देशातील पर्यावरणाचे संरक्षण करणे हा त्याचा हेतू होता. या कायद्यानुसार कारखान्याच्या स्थानिकीकरणाचे नियम, पर्यावरणाच्या प्रदूषणाचा दर्जा, घातक पदार्थांवर बंदी, प्रदूषण करणाऱ्या कारखान्याची तपासणी, संशोधन, प्रयोगशाळांची तपासणी, पर्यावरणाशी निगडित अपघातांचे नियंत्रण इ. बाबींचा विचार करण्यात आला.

६) **अपायकारक कचऱ्याचे व्यवस्थापन आणि हाताळणीबाबत नियम :** अपायकारक कचऱ्याचे व्यवस्थापन आणि त्याज्य हाताळणीबाबत १९८९ मध्ये नियम बनवण्यात आले. अपायकारक कचऱ्याचे उत्पादन, साठा, त्यावर प्रक्रिया करणे व हाताळणी करणे इ. चा विचार करून कडक नियम बनवण्यात आले. या नियमांचा भंग करणाऱ्यास कारवाईस सामोरे जावे लागते.

७) **अपायकारक सूक्ष्म जीवाणूंबाबत नियम :** जैवतंत्रज्ञानाच्या शेतीत वापर केल्याने, शेतीला व पर्यावरणाला धोका निर्माण झाला आहे. त्यामुळे १९८६ साली अपायकारक सूक्ष्म जीवाणूंबाबत नियम करण्यात आले.

८) **अपायकारक वैद्यकीय कचरा व्यवस्थापनाबाबत नियम :** दवाखाने, हॉस्पिटल, नर्सिंग होम इ. ठिकाणी निर्माण होणाऱ्या वैद्यकीय कचऱ्यात अनेक जीवाणू व विषाणू असतात व त्यांची उत्पत्ती त्या कचऱ्यात अधिक जोमाने होत असते. त्यामुळे आरोग्य विभाग व सरकार यांनी वैद्यकीय कचऱ्याचे वर्गीकरण, त्यांची हाताळणी, त्याची विल्हेवाट लावणे इ. बाबत नियम केले आहेत.

९) **राष्ट्रीय पर्यावरण ट्रिब्युनल कायदा :** १९९५ साली ट्रिब्युनल कोर्टाने राष्ट्रीय पर्यावरण कायदा पास केला. या कायद्यानुसार जर एखाद्या अपायकारक वस्तूमुळे जबाबदार व्यक्तीला त्याची नुकसानभरपाई द्यावी लागेल.

१०) **सार्वजनिक जबाबदारी इन्शुरन्स कायदा :** अपायकारक वस्तू हाताळताना अपघात झाल्यास त्या व्यक्तिंना इन्शुरन्सचे पैसे मिळून मदत व्हावी म्हणून सार्वजनिक जबाबदारी इन्शुरन्स कायदा करण्यात आला.

पर्यावरणविषयक कायद्याची अंमलबजावणी करण्यात येणाऱ्या अडचणी

पर्यावरणविषयक कायदे हे प्रामुख्याने पर्यावरणाच्या संरक्षणासाठी म्हणजेच नैसर्गिक संपत्तीच्या संरक्षणासाठीच केलेले असतात. परंतु, केवळ कायदे करून प्रश्न सुटत नसतात तर कायद्याची योग्य अंमलबजावणी होणे महत्वाचे आहे.

पर्यावरणविषयक कायदे स्थानिक, राज्य, राष्ट्रीय व जागतिक पातळीवरसुद्धा केले जातात. परंतु विकसनशील देशात साक्षरतेचे प्रमाण कमी असल्याने ते कागदोपत्रीच राहतात.

पर्यावरणविषयक कायद्याची अंमलबजावणी करण्यात खालील अडचणी येतात.

१) कुठलाही कायदा असो वा नियम असो, तो लोकांसाठी असतो व तो लोकांनीच पाळायचा असतो, पण विकसनशील देशांत लोक धर्म, रूढी, परंपरा यांच्यात इतके जखडलेले असतात, की कायद्याचे पालन करण्याचे भान त्यांना राहत नाही, साक्षरतेचे प्रमाण कमी असल्याने त्याची गरजही त्यांना फार भासत नाही. उदा. नवरात्रीच्या दिवसांत जो गरबा खेळला जातो, त्यासाठी लाऊडस्पीकरचा वापर होतो, लाऊडस्पीकरचा वापर रात्री फक्त १० वाजेपर्यंतच करावा असा नियम आहे. परंतु, लोक रात्री १२ वाजेपर्यंत गरबा कार्यक्रम लाऊडस्पीकरच्या आवाजात चालूच ठेवतात. त्यांना कायद्याची भीती वाटत नाही किंवा ध्वनिप्रदूषणाच्या परिणामांचे गांभीर्यसुद्धा नसते.

२) पर्यावरणाच्या कायद्यांची काटेकोरपणे अंमलबजावणी होण्यासाठी कायद्याचे उल्लंघन केल्यास कारवाई करणाऱ्यांनी कडक व तत्पर कारवाई केली पाहिजे. विकसनशील देशांत कायद्याची तत्पर अंमलबजावणी होत नाही. न्यायव्यवस्था सुस्तपणे काम करत असल्याने कारवाई होण्यास अनेक वर्षांचा कालावधी जातो व त्यामुळे ज्याने कायद्याचा भंग केलेला असतो, त्याचे तेच काम चालूच असते. उदा. वन्यपशू कायद्यानुसार वन्यप्राण्यांची शिकार करणे हा गुन्हा आहे व त्यासाठी तुरुंगवासाची शिक्षा आहे, पण विकसनशील देशात कोर्टात केस गेल्यावर निकाल लागेपर्यंत दहा–बारा वर्षांचा कालावधी जातो. भारतातील अनेक अभिनेत्यांवर वन्यपशू हत्येसाठी खटला भरला आहे, पण त्या खटल्याचा निकाल अजून लागत नाही.

३) विकसनशील देशांत पर्यावरणाच्या संरक्षणासाठी अनेक कायदे केलेले आहेत, पण त्या कायद्यांची अंमलबजावणी न होण्याचे महत्त्वाचे कारण म्हणजे भ्रष्टाचार व निष्काळजीपणा. उदा. वनसंरक्षण कायद्यानुसार परवानगीशिवाय झाडे तोडणे हा गुन्हा आहे व त्यासाठी शिक्षेची तरतूद आहे. अनेक खेड्यातील लोक इंधनासाठी झाडे तोडतात, अनेक कॉन्ट्रॅक्टर शहरांतील वखारींना लाकूड पुरवण्यासाठी झाडे तोडतात, हे बेकायदेशीर कृत्य आहे, परंतु कायद्याची अंमलबजावणी करणारे अधिकारी दक्ष नसल्याने किंवा ते भ्रष्टाचारी असल्याने कायद्याची अंमलबजावणी होत नाही.

४) जेव्हा लोक पर्यावरणविषयक कायद्याचे पालन करत नाहीत, तेव्हा सर्वसामान्य जनतासुद्धा त्याबाबत दक्ष नसते. खरे म्हणजे पर्यावरणाच्या व्यवस्थापनात जनतेची भूमिका फार महत्त्वाची ठरते, कारण पर्यावरणाच्या ऱ्हासाचा बळी तर जनताच ठरते. पर्यावरणविषयक कायदे न पाळणाऱ्या लोकांबद्दल स्थानिक अधिकाऱ्यांना कळवून पर्यावरणाचा ऱ्हास थांबवणे ही प्रत्येक नागरिकाची जबाबदारी आहे. उदा. आपण राहतो त्या परिसरात जर कोणी झाडे तोडली, तर त्याची तक्रार ताबडतोब तेथील महानगरपालिकेत किंवा नगरपालिकेत करायला हवी. अशासकीय संस्था किंवा सामान्य जनता किंवा एखादी व्यक्तीसुद्धा कोर्टात केस दाखल करू शकते. त्याला 'पब्लिक लिटिगेशन' म्हणतात. उदा. नवरात्रीच्या दिवसांत किंवा गणपतीच्या दिवसांत एखाद्या मंडळाने रात्री १०नंतर लाऊडस्पीकरचा वापर चालू ठेवला तर, त्या मंडळाविरुद्ध एखादी अशासकीय संस्था, व्यक्ती किंवा जनता कोर्टात केस करू शकते. परंतु, जनतासुद्धा पर्यावरणाच्या ऱ्हासाचा विचार गंभीरपणे करत नाही, त्याकडे दुर्लक्ष करते, त्यामुळे पर्यावरणविषयक कायद्याची अमलबजावणी काटेकोरपणे केली जात नाही.

पर्यावरण व मानवी विकास हे एकमेकांना पूरक ठरत आहेत. परंतु अज्ञानी, अतिरेकी, बेजबाबदार अशा मानवी प्रवृत्तींमुळे पर्यावरणाचे भरून न येणारे नुकसान झाले आहे. हा घसरलेला तोल सावरून तो पुन्हा मूळपदावर आणणे हा पर्यावरण प्रभाव परीक्षणाचा मूलभूत हेतू आहे.

पर्यावरणाच्या समस्या समजावून घेणे, त्यांच्या मूळ कारणांचा शोध लावणे, सजीव सृष्टीवर त्याचे किती भयानक परिणाम होत आहेत, हे तपासणे, अभ्यासणे, त्यावर मार्ग सुचविणे, लोकजागृती करणे, पर्यावरणाचा तोल पुन्हा मूळ पदावर आणण्यासाठी त्यांच्या संवर्धन, संरक्षणासाठी तात्कलिक उपाय, अल्पकालीन नियोजन, दीर्घकालीन नियोजन यामधून त्यांचे प्रश्न सोडविणे आवश्यक आहे. मानवाच्या पर्यावरणातील हस्तक्षेपाने नैसर्गिक चक्र खंडित झाले. जगाच्या अविकसित भागात लोकसंख्येचा विस्फोट, औद्योगिकीकरण, नागरीकरण, नैसर्गिक साधनसंपत्तीचा ऱ्हास, पारंपरिक ऊर्जासाधनांचा, क्षय, जल, वायू, ध्वनी व भूप्रदूषण या सर्वांमुळे परिसंस्थांचे संतुलन बिघडले आहे. पर्यावरण संबंध गुंतागुंतीचे बनत आहेत.

क) आंतरराष्ट्रीय गुन्हे (International Crimes)

१) चोरटा व्यापार

परवानगीशिवाय व्यापार केला तर तो गुन्हा समजण्यात येतो. नियमाप्रमाणे व्यापार होतो किंवा नाही यावर देखरेख ठेवण्यासाठी तपासनीस असतात. परंतु या तपासनिसांनी मालाच्या भावांवर, गुणवत्तेवर आणि स्वच्छतेवर लक्ष ठेवायचे असते. अशावेळी जर दुर्लक्ष केले गेले, भेसळ झाली तर अशा व्यापारास 'चोरटा व्यापार' म्हणतात. त्याचप्रमाणे व्यापार ज्या वस्तूंचा असतो, त्यावर एका गावाहून दुसऱ्या गावी जाताना जकात कर असतो. चोरटा व्यापार करताना कर चुकविण्याकडे व्यापाऱ्यांचा कल असतो. ज्या वाहनांमधून किंवा ज्या रस्त्यांवरून मालाची ने-आण होते. ते मार्ग सोडून त्या वाहनांमधून नंबर बदलून, पाण्यातून रात्रीच्या वेळी बोटीमधून, छोट्या पडावांमधून लपत-छपत मालाची ने-आण केली जाते. पोलिसांनाही धमकावून किंवा लाच देऊन किंवा अमिष दाखवून वस्तू बाजारात आणली जाते. त्यामुळे या सर्व बाबी बेकायदेशीर होतात आणि त्यामुळे अशा व्यापारालाही चोरटा व्यापार म्हणतात. चोरटा व्यापार ही अलीकडची गुन्हेगारी नाही तर पूर्वीपासून ज्यावेळी समुद्रमार्गे किंवा जनावरांकडून (उंट, घोडे) व्यापार होत असे त्यावेळीही चाचेगिरी होत असे आणि व्यापारी दुसऱ्या व्यापाऱ्यांचा माल चोरून किंवा लुटून नेत असत.

२) पासपोर्ट आणि आयात-निर्यात

गेल्या अनेक वर्षापासून जगातील जवळपास सर्व देश एकमेकांजवळ येऊ लागले आहेत. नवीन माहितीतंत्रज्ञानामुळे माणूस बसल्या ठिकाणी परदेशाशी संपर्क ठेवू लागला आहे. जलद दळणवळणाच्या साधनांत वाढ होऊ लागली आहे. नावीन्य, पैसा, प्रसिद्धी नि प्रतिष्ठा या सबबीखाली माणूस दुसऱ्याला फसवण्यासाठी पुढाकार घेऊ लागला आहे. त्यासाठी तो खोटे पासपोर्ट बनवून विदेशी दौरे करू लागला आहे. तसेच खोटे पासपोर्ट तयार क रणे, ते विकणे हा अनेकांचा व्यवसाय बनू लागला. अशा प्रकारचे कार्य हे सामान्य माणासाच्या कुवतीबाहेरचे असल्याने अनेक कंपन्या, एजन्सी या कामात आघाडीवर आहेत. तसेच अशाप्रकारे अनेक व्यापारी लोक किंवा व्यावसायिक आयात-निर्यातीचे खोटे लायसन्स हस्तगत करून चोरटी आयात-निर्यात करत असतात. हे सर्व व्यवहार प्रतिष्ठित समजले जाणारे लोक करत असतात. त्यांचे हात दूरपर्यंत पोचलेले असतात. गुप्तचर आणि पोलिसखात्याला ही सर्व माहिती असते. अशा प्रकारे कच्चे दुवे ठेऊन गुन्हेगाराला मदत करणारे पोलिस खाते बेमालूमपणे लोकांची फसवणूक करतात असे वाटते.

३) तस्करी

आधुनिक काळात प्रत्येक देश परस्परांच्या जवळ आला आहे. पैसा असला की लोक सहज परदेशात जातात, वाट्टेल ती महागडी वस्तू खरेदी करतात आणि स्वदेशात येऊन ती चढत्या भावाने विकतात. स्वदेशातून परदेशात जाणाऱ्या लोकांचीही कमी नसते. हे लोक सुद्धा इथल्या किमती वस्तू परदेशात अवाजवी भावाने विकतात. परंतु वस्तू नेताना वा आणताना तिच्यावर टॅक्स भरावा लागतो. पण हे लोक टॅक्स (Custom Duty) भरत नाहीत व वस्तूची ने-आण करतात. अशा प्रकारच्या लोकांना तस्कर म्हणतात. हे सर्व प्रकार वरिष्ठ श्रेणीतील लोक करत असतात. सामान्य माणसाच्या कल्पनेतही अशा प्रकारचा व्यवहार शक्य नसतो. प्रत्येक क्षेत्रात पांढरपेशीय गुन्हेगार असतात. अशा प्रकारे शासन, वाणिज्य, जनसेवा, राजनीती, नेतेगिरी इ. सर्व क्षेत्रातच कमी अधिक प्रमाणात पांढरपेशीय गुन्हेगार प्रतिष्ठित म्हणून जगत असतात. उदा: मंदिर-मशिदीला मदत करणे, गरीबांना मोफत जेवण देणे, कपडे वाटणे, समाजसेवेचा आव आणून एखाद्या निराधार अबालवृद्ध नि महिला गृहाला देणगी देणे. इ. प्रकारचे कार्य करून हे लोक जनतेचा विश्वास संपादन करत असतात.

सराव प्रश्न

१) राज्य घटनेतील पर्यावरणविषयक तरतुदींबाबत सविस्तर लिहा.
२) राजकारणातील गुन्ह्यांचे स्वरूप सांगा.
३) आंतरराष्ट्रीय गुन्ह्यांचे प्रकार सांगा.

टिपा लिहा.

अ) मानव व पर्यावरण यांचा संबंध.
ब) आयात-निर्यातविषयक गुन्हे.
क) पर्यावरण रक्षण कायदे.

(८) शिक्षाविषयक सिद्धान्त

Theories of Punishment

अ) दहशत सिद्धान्त (Deterrent Theory)
ब) प्रतिबंधात्मक सिद्धान्त (Preventive Theory)
क) सुधारात्मक सिद्धान्त (Reformation Theory)

पूर्वीच्या काळी गुन्हेगाराला शिक्षा देण्याचे काही सौम्य तर काही कठोर स्वरूपाचे प्रकार अस्तित्वात होते. उदा. मृत्युदंड, शारीरिक क्लेश, सार्वजनिक उपहास,दंड, संपत्ती काढून घेणे, तुरुंगवास, हद्दपार करणे इ. तसेच मृत्युदंडाचेही फाशी, विजेची खुर्ची, जिवंत जाळणे इ. उपप्रकार होते. थोडक्यात, गुन्हेगाराला शारीरिक क्लेश देऊन गुन्ह्यांची कबुली करून घेणे व तो का केला म्हणून पुन्हा त्रास देण्याची पद्धती वापरली जात होती. तसेच गुन्हेगाराने पुन्हा असा गुन्हा करू नये, म्हणून जरब बसावी इतकी कठोर स्वरुपाची शिक्षा गुन्हेगाराला दिली जात असे.

म्हणजेच या शिक्षा पद्धतीत मानसशास्त्रीय तत्त्वांचा सोयिस्कर विसर पडलेला होता. तसेच 'गुन्हा' कृत्यामागची मनोभूमिका रास्तपणे विसरलेली होती.कारण गुन्हा गंभीर असेल तर फाशी देणे, म्हणजेच या जगातून गुन्हेगार व्यक्तीला कायमचे नष्ट करणे होय; म्हणून या स्वरूपाच्या शिक्षा देण्यासाठी तुरुंगाची निर्मिती करण्यात आली. तसेच या तुरुंगात कडेकोट बंदोबस्तात गुन्हेगाराला डांबून ठेवले जाऊ लागले. अशा प्रकारे, अठराव्या शतकाच्या अखेरीपासून तुरुंगाची सुधारणा करण्याची व त्या दृष्टीने कायदे करण्यास सुरूवात झाली; त्यामुळे कैद्याकडे किंवा गुन्हेगाराकडे बघण्याचा दृष्टिकोन बदलला गेला.

गुन्ह्यांचा प्रतिबंध करण्याच्यादृष्टीने उपाययोजना कशी असावी याबाबतीत

भिन्न मतप्रवाह दिसून येतात. परंतु गुन्हेगाराला शिक्षा देणे किंवा कडक शासन करणे आवश्यक आहे. याबाबतीत सर्वांचे एकमत दिसून येते; म्हणजेच समाजस्वास्थ्य टिकवायचे असेल तर गुन्हेगाराला शिक्षा देणे आवश्यक आहे. गुन्हेगाराला सोडून देता कामा नये, कारण अशी धरसोड केली तर प्रत्येक जण या समाजविघातक, कलंकित पेशाकडे आकर्षित होण्याची शक्यता असते; म्हणून गुन्हेगाराला शिक्षा कोणत्या तत्त्वाचा आधार घेऊन द्यावी याबाबतीत जे भिन्न मतप्रवह वा सिद्धान्त आहेत, ते पुढीलप्रमाणे-

अ) दहशत सिद्धान्त (Deterrent Theory)

पारंपरिक समाजात या सिद्धान्ताप्रमाणे व्यक्तीला मोठी जबर आणि गंभीर स्वरूपाची शिक्षा केली जात होती. अनेक देशांमध्ये दहशत तत्त्वाचा पुरस्कार करण्यात आलेला दिसून येतो. गुन्हेगाराच्या मनात दहशत निर्माण करणे व समाजातील व्यक्तींनी गुन्हा करू नये म्हणून त्यांच्यावर नियंत्रण ठेवणे, असा दुहेरी हेतू दहशत सिद्धान्तानुसार होतो. यात गुन्हा केलेल्या व्यक्तीला सार्वजनिक ठिकाणी जबर मारहाण करणे, शिक्षा करणे याचा हेतू हाच असतो की इतरांनी गुन्हा करायला धजावू नये, तशी त्यांना इच्छा होऊ नये. आजही काही देशांमध्ये बलात्कारासारख्या गुन्ह्याला भरचौकात सर्वांसमोर फाशी देणे, गैरकृत्य करणाऱ्याला चाबकाचे फटके मारणे या शिक्षा केल्या जातात यामागेही तेच कारण आहे. समाजात कायदा, सुव्यवस्था असली तरीही त्यातून पळवाटा शोधल्या जातात. यासाठी व्यक्तीचे स्वतःवरच बंधन रहावे, भीती, दहशत रहावी व गुन्ह्यांचा प्रतिबंध व्हावा.

ब) प्रतिबंधात्मक सिद्धान्त (Preventive Theory)

या सिद्धान्त पद्धतीत गुन्हेगाराला त्याने गुन्हा केला म्हणून जास्तीत जास्त कडक शिक्षा व्हावी असा अर्थ अभिप्रेत आहे; कारण गुन्हा करूनही त्याला मोकळे सोडले तर पुन्हा तो समाजाला त्रास देईल; तसेच एकदा गुन्हेगाराला गुन्हे करण्याची चटक लागली तर समाज काहीही करू शकत नाही; म्हणून गुन्हेगाराला शासन करण्यामागे त्याने केलेल्या गुन्ह्याकरता त्याच्याकडून नुकसानभरपाई करून घेणे व गुन्हा घडू नये म्हणून प्रतिबंध करणे हे दोन महत्त्वाचे मुद्दे लक्षात घेतले पाहिजेत.

तसेच या शिक्षापद्धतीतून शिक्षेच्या बाबतीत दुसरा विचारप्रवाह पुढे आला की, कैद्याला किंवा गुन्हेगाराला कायमचे तडीपार करणे किंवा बदला घेणे अशा शिक्षा देण्याइतपत त्याने गंभीर गुन्हा केला नसेल किंवा इतक्या कडक शिक्षा देणे योग्य नसेल तर त्याला समाजापासून अलग पण मोकळे सोडू नये व त्याची रवानगी

कारागृहात करावी; म्हणजेच त्याला बंदिस्त करून ठेवणे व समाजापासून दूर ठेवणे असा दुहेरी हेतू साध्य होतो.

आताप्रमाणे पूर्वीच्याकाळी भारतात तसेच इतर देशातही मोठमोठ्या राजवाड्यांमधून व किल्ल्यांतून अंधारकोठड्या व भूमिगत कोंदट निवासस्थाने कैदी वा गुन्हेगारांसाठी मुद्दाम बांधलेली असत. तेव्हा गुन्हेगाराचे हातपाय तोडणे, भिंतीत चिणून मारणे, हत्तीच्या पायदळी तुडवणे, डोळे काढणे, लोखंडी तापलेल्या सळयांनी चटका देणे इ.स्वरूपाच्या शिक्षा कारागृहात दिल्या जात असत व याच किल्ल्यांचे रूपांतर पुढे 'तुरुंगात' होऊन गुन्हेगारांना शिक्षा देण्यासाठी त्यांची तेथे व्यवस्था करण्यात आली. अशाप्रकारे आज हेच तुरुंग प्रत्येक देशात अस्तित्वात आहेत. तसेच कठोरशिक्षाही अस्तित्वात आहेत.

क) सुधारात्मक सिद्धान्त (Reformation Theory)

या सिद्धान्तात गुन्हेगाराला सुधारण्याचा कल दिसतो; म्हणजेच गुन्हेगार व्यक्तीसुद्धा समाजातील एक घटक आहे. इतरांसारख्याच त्याला भावभावना, प्रेमाची माणसे आहेत.आयुष्यात केव्हातरी त्याने इतरांसाठी त्याग केला असतो; म्हणून त्याने समाजात राहून समाजाचे वाईट केले असेल असे म्हणता येत नाही; कारण व्यक्तीच्या हातून एखादा गुन्हा घडला असेल तर त्याला समजावून घेणे आवश्यक असते. काही न करता वा काही न समजावून घेता जर त्याला समजातून उठवावयाचे ठरवले तर ते योग्य दिसत नाही म्हणजेच माणूस म्हणून जगण्याचा प्रत्येकाला हक्क आहे. या गुन्हेगाराला शिक्षा व्हावी व शिक्षा भोगत असतानाच तो पूर्ववत सुधारावा ही दुहेरी कल्पना या सिद्धान्ताशी निगडित आहे. सुधारण्यासाठी योग्य संस्कार घडवणे, शिक्षण व धंदाशिक्षण देऊन परत त्याला त्याची शिक्षा संपल्यावर त्याचे सामाजिक स्थान मिळावे ही अपेक्षा असते.

सुधारात्मक सिद्धान्त हा सर्वत्र जगमान्यता मिळवीत आहे. तसेच गुन्हेगाराला माणूस म्हणून समजावून घेण्याची प्रवृत्ती बळावत आहे. पशूसारखी क्रूर शिक्षा देऊन काहीही साध्य होणार नाही. हे सत्य पटत असल्यामुळे वाइटातून चांगले मिळवायचे असेल तर त्यासाठी गुन्हेगारावर योग्य संस्कार घडवणे आवश्यक आहे; नाही तर शिक्षा भोगून आलेली गुन्हेगार व्यक्ती पुन्हा गुन्हा करणार नाही ह्याची खात्री देता येत नाही. एकदा क्रूर स्वरूपाची शिक्षा भोगली की गुन्हेगार कैद्याला इतरांबद्दल आपुलकी वाटेनाशी होते. गुन्हा करून समाजात बदनामी झालेली असते; तशी तुरुंगातही गुन्हेगार म्हणून वागणूक मिळालेली असते. तेव्हा ही व्यक्ती मनाने खचून जाते.

तसेच समाजातून उठते. समाजाच्या विश्वासाला अपात्र ठरते; त्यामुळे समाज त्याला वाळीत टाकतो, त्या व्यक्तीशी कोणत्याही प्रकारचा संपर्क न ठेवण्याच्या प्रयत्न करतो. अशा प्रकारे, सामाजिक व आर्थिक कोंडीत ही व्यक्ती सापडली की निराश बनते. जीवनातल्या चांगल्या-वाईट कल्पनांवरचा विश्वास पुन्हा उडून जातो व समाज आपला व आपण समाजाचे कोणीही लागत नाही असा ठाम विचार निर्माण होतो.

तसेच सुधारात्मक सिद्धान्ताच्या विविध कल्पनांचा जवळपास सारखाच उद्देश असतो. समाजातून उठलेला माणूस पुन्हा समाजात यायला पाहिजे, त्याच्याकडून योग्य प्रकारचे कौटुंबिक व सामाजिक कार्य व्हायला पाहिजेत. त्याच्या मनातील दुष्ट कल्पनांची हकालपट्टी करण्यासाठी त्याच्या मनावर योग्य प्रकारचे संस्कार घडवले पाहिजेत आणि गुन्हा हे निर्दय स्वरूपाचे कृत्य आहे हे त्याला त्याच्यावर केलेल्या संस्कारांमुळे पटले पाहिजे असा सर्वसाधारण या सिद्धान्ताचा मूळ हेतू आहे; तसेच गुन्हेगार सुधारला नाही तर समाजात हा भयंकर रोग अधिक फोफावल्याशिवाय राहणार नाही. त्याला सुधरविणे ही आजच्या काळाची गरज आहे; कारण गुन्हा केला म्हणजे त्याला तुरुंगाच्या गजाआड करून समाजातून उठवणे हे एक वाईट लक्षण आहे; म्हणून म. गांधींच्या मताप्रमाणे तुरुंगाचे रूपांतर हे रुग्णालयात व्हावयास पाहिजे; तसेच गुन्हेगाराला शत्रू न मानता मित्र म्हणून त्याच्यावर उपचार करावेत, अशी म. गांधींची विचारसरणी होती. तुरुंगवास म्हणजे नरकवास असू नये. तुरुंगाचे रूपांतरही सुधारगृहात व्हावे. गुन्हेगारांच्या मनाचा विचार करावा. तसेच त्यांच्या वैयक्तिक अडीअडचणींकडे लक्ष द्यावे; म्हणजेच हे सगळे करत असताना त्यांना परत समाजात मानाचे स्थान कसे मिळेल याचा विचार करावा.

सराव प्रश्न

१) सुधारात्मक सिद्धान्ताचा हेतू स्पष्ट करा.

२) पारंपरिक समाजातील दहशत सिद्धान्त व सुधारात्मक सिद्धान्त यांच्या उद्देशातील फरक स्पष्ट करा.

३) शिक्षाविषयक सिद्धान्ताचे बदलते स्वरूप लिहा.

८ गुन्ह्यांचा प्रतिबंध : उपाय आणि बदलते दृष्टिकोन

Prevention of Crime : Measures and Changing Perspectives

अ) सुधारात्मक यंत्रणा (Correction of Criminals)

ब) शिक्षा, तुरुंग आणि वैकल्पिक तुरुंगवास
   (Punishment, Prison and Alternative Imprisonment)

क) कैद्यांचे पुनर्वसन (Rehabilitation of Prisoners)

ड) सामाजिक जबाबदारी, जागरूकता, कल्याण, नियोजन आणि विकास
   (Social Responsibility, Awareness, Welfarism, Planning and
   Development)

फ) मानवी हक्कविषयक दृष्टिकोन (Attitude towards Human Rights)

अ) सुधारात्मक यंत्रणा (Correction of Criminals)

वास्तवत: कारागृहाची निर्मिती ही गुन्हेगारांना शिक्षा म्हणून कष्टाची वागणूक देण्यासाठी करण्यात आली होती. जे गुन्हेगार समाजाला कमालीचे त्रासदायक असत, त्यांना जास्तीत जास्त शिक्षा देण्याची व्यवस्था कारागृहात करण्यात आलेली होती. या व्यवस्थेमध्ये गुन्हेगारांना त्यांच्या समाजापासून जाणीवपूर्वक दूर ठेवण्याची कल्पना आकाराला आली की, त्यामुळे समाजाला या गुन्हेगारांपासून होणारा त्रास कमी होण्यास मदत झाली वा होत असते. तेवढेच नाही, तर लोकांनीसुद्धा गुन्हेगारी वर्तन करू नये यासाठी गुन्हेगारांना कडक शिक्षा दिली जात असे, ती वेळेच्या माध्यमातून; कारागृहाची निर्मिती का करण्यात आली? गुन्हेगारांना शिक्षा तरी का व्हावी आणि जेलमध्ये ती कोणत्या प्रकारची असावी? तसेच काही सुधारात्मक कार्यक्रम कोणते आहेत, हे जाणून घेणे आवश्यक आहे.

भारतातील कारागृह व्यवस्था/कोठडी : भारतातील कारागृह व्यवस्था ब्रिटिश पद्धतीप्रमाणेच केलेली आहे. स्वतंत्रपणे एकेका कोठडीत ठेवून बंद करण्याइतके सर्वच कैदी त्रासदायक आणि क्रूर नसतात; म्हणून एकाच मोठ्या बराकीमध्ये (हॉल-मोठे दालन) अनेक कैद्यांना ठेवण्यात येते. जे कैदी सांभाळण्यासाठी अवघड असतील आणि ज्यांच्यापासून अन्य कैद्यांना धोका असेल अशांनाच स्वतंत्र कोठडीत बंद करण्याची व्यवस्था केली जाते. सर्व बराकींभोवती भिंती असतात आणि कारागृहाभोवती चारी बाजूंनी मोठ्या भिंती असतात; त्यामुळे सहजासहजी बराकीतून कैद्यांना पळून जाता येत नाही. दिवसभर कैदी एकत्रच कामे करतात, शिकतात आणि जेवतात. तसेच बराकीमध्ये प्रत्येकाला सतरंजी, घोंगडी, थाळी, वाटी व पाण्यासाठी मग दिलेला असतो. अंगात जाडे-भरडे कपडे, डोक्यावर टोपी असते. कारागृहातील सर्वांनाच एकाच प्रकारचे कपडे वापरावे लागतात. त्याचप्रमाणे त्यांच्यातील जन्मठेपेची शिक्षा झालेल्यांपैकी मोजक्या कैद्यांची शिस्तशीर वागणूक पाहून गटनायक (वार्डर) बनवले जाते. तसेच शस्त्रधारी अधिकारी कारागृहातील सर्वच बराकींवर आणि मुख्य दरवाजावर पहारा ठेवीत असतात; ते कारागृहात येताना व जाताना प्रत्येक माणसाची मोजदाद करतात, स्वाक्षरी घेतात त्यामुळे बंदी कोण व इतर कोण, हे लक्षात येते.

परंतु, आजच्या कारागृहात महत्त्वाची बाब दिसून येते ती म्हणजे वर्गीकरण पद्धत होय. सर्व कैद्यांचे तुरुंगात आल्यापासून दोन महिन्यांच्या कालावधीत सामाजिक स्थिती, आर्थिक स्थिती, कौटुंबिक वातावरण, आरोग्य, शिक्षण, व्यवसाय कौशल्य आणि व्यावसायिक कल इ. सर्व दृष्टींनी वर्गीकरण केले जाते. हे वर्गीकरण करण्यासाठी कैद्यांच्या मुलाखती शास्त्रज्ञ, मानसशास्त्रज्ञ, मानसोपचारतज्ज्ञ आणि डॉक्टर्स अशा विविध क्षेत्रातील तज्ज्ञांकडून करून घेतले जाते. त्यानुसार कैद्यांना सोयी असतात. याशिवाय कार्यालयात लिपिक आणि आता संगणकीय कर्मचारी यांचा समावेश असतो.

याशिवाय कैद्यांचे पूर्वइतिहास अहवाल, शिक्षा कालाच्या नोंदी त्यातील सूट इत्यादी, रजा तसेच सुट्ट्या यांची आखणी व त्यानुसार अंमलबजावणी, कैद्यांना पुरवण्याचे कपडे-खाद्यपदार्थ, अन्न, भांडी, पांघरुणे, औषधे या सर्वांची खरेदी असा फार मोठा प्रशासकीय व्याप कारागृहात सांभाळावा लागतो. औषधोपचार आणि दैनंदिन स्वच्छता यासाठी तज्ज्ञ, वैद्य, दाई, परिचारिका, सफाईकामगार तसेच सुरक्षा अधिकारी आणि त्यांच्या हाताखालील प्रशिक्षित रक्षक यांचाही समावेश असतो. अधीक्षकापासून साध्या रक्षकापर्यंत सर्वांनाच आवश्यक प्रशिक्षण दिले जाते. जेव्हा कारागृहातील प्रशासन पुरेसे कडक आणि कैद्यांना नियमांचे पालन करून वागायला लावणारे असते, तेव्हा कारागृहाच्या दैनंदिन कामात अडचणी निर्माण होत नाहीत.

परंतु प्रशासन ढिले पडले, कर्मचारी गाफील राहिले व रक्षकांचे दुर्लक्ष झाले तर सुरक्षाव्यवस्था धोक्यात येते. तसेच अन्न, खाद्यपदार्थ आणि पाणी, वीज अशा दैनंदिन सोयींमध्ये प्रशासन करणाऱ्यांकडून भेसळ झाली, दुरुपयोग झाला किंवा हेळसांड झाली तर कैद्यांवर अन्याय होतो आणि त्यांच्यातील असंतोष वाढतो व त्यामुळे कारागृहातील वातावरण बिघडून जाते. त्याचप्रमाणे जर काही कैद्यांना आरोग्य सेवा वेळेवर पोचल्या नाहीत किंवा कैद्यांवर अतिरेक होऊन त्यांच्या जीविताला धोका निर्माण झाला तर कारागृहाच्या ज्येष्ठ अधिकाऱ्यापासून संबंधित जबाबदार अधिकाऱ्यांपर्यंत सर्वांवरच प्रशासकीय बेजबाबदारपणा किंवा दुर्व्यस्थेबद्दल ठपका ठेवण्यात येतो.

कारागृहातील प्रशासनाचे यश अधिकारी आणि अन्य कर्मचारी वर्ग यांच्या गुणवत्तेवर आणि कार्यक्षमतेवर अवलंबून असते. त्यामुळे कैद्यांना कडक शिस्त जरूर पाहिजे पण त्याचबरोबर त्यांच्या कारागृहातील वास्तव्याचा उपयोग ही त्यांच्यातील माणूस म्हणून असलेल्या स्वभावगुणांचा विकास कसा साधला जाईल आणि त्यांच्या न्यायालयाने हिरावून घेतलेल्या स्वातंत्र्याच्या बदल्यात त्यांना माणुसकीची वागणूक, योग्य प्रशिक्षण, मनःशांतीसाठी प्रार्थना, ध्यानधारणा, नैतिक शिक्षण कारागृहाने द्यावयास पाहिजे. त्याचप्रमाणे कारागृहाच्या अधिकाऱ्यांना सामाजिक आणि मानवीदृष्टीही असावी लागते; तसेच समाजकार्य आणि समाजसेवा याही मार्गाचा अंतर्भाव त्यांच्या वर्तनामध्ये असावा. अशा प्रकारे प्रशासनामध्ये उच्च कोटीची शिस्त, ऐक्याची आणि सामूहिक जबाबदारीची जाणीव आणि त्यासाठी परस्पर सहकार्याची गरज असावी.

कैद्यांची दैनंदिन जीवनराहणी आणि इतर पैलू

प्रशासनामध्ये कैद्यांना कारागृहातील दैनंदिन जीवन हे आखीव-रेखीव, कालबद्ध आणि शिस्तबद्ध असावे. काही मोठ्या जिल्ह्यांच्या कारागृहात २ ते ७-८ हजार कैदी एकावेळी असतात. त्यामुळे अशावेळी वेळेप्रमाणे आणि ठरवल्याप्रमाणे सर्व व्यवहार व्हावेत.

१९४६ च्या तुरुंग सुधारणा समितीच्या शिफारशीनुसार अन्न व जाडे भरडे कपडे देण्याची प्रथा बंद करण्यात आली. तसेच रोजच्या जेवणात भरपूर कडधान्यांची उसळ, डाळ, आमटी व छोट्या चांगल्या चपात्या, अधिक वेळा भात, तूप यांचा समावेश करण्यात आला.

दैनंदिन कामात पहाटे उठणे, प्रातर्विधी उरकणे, प्रार्थना, शारीरिक व्यायाम, कसरती इत्यादींमध्ये एक-दोन तास जातात. ८ ते १२ आणि २ ते ६ नेमून दिलेले काम करणे आणि प्रशिक्षण घेणे, उत्पादक वस्तू तयार करणे, शेतीकाम इत्यादींमध्ये

वेळ जावा अशी आखणी केलेली असते. तसेच रात्रीच्या जेवणानंतर बराकींमध्ये भजने, मनोरंजन अशा सारख्या कार्यक्रमांची सवलत असते. याशिवाय कारागृहाभोवती शेती, बागकाम आणि अन्य प्रशासकीय स्वरूपाची कामे आळीपाळीने करावी लागतात. अशा प्रकारे, या कारणांमुळे त्यांचा वेळ चांगला जातो आणि कारागृहाची प्रचंड प्रशासनव्यवस्था नेटकीच सांभाळली जाते.

शिस्त व कारागृहातील शिक्षा

शिस्तीशिवाय कारागृहाची व्यवस्था चालत नाही; त्यासाठी कारागृहात कैद्यांना आत घेण्यापूर्वी कैद्यांची अंगझडती घ्यावी लागते. त्यावेळेस त्यांच्याजवळच्या वस्तू काढून घेतल्या जातात. त्यांच्या वाट्याचे सामान त्यांना देण्यात येते व त्यांना आत घेतले जाते आणि तुरुंगाचे नियम सांगितले जातात. दोन-तीन दिवसांनी वर्गीकरणासाठी मुलाखत घेतली जाते आणि कारागृहातील यथायोग्य व्यवस्थेमध्ये त्याला बसवले जाते.

त्याचप्रमाणे नियम मोडले तर शिक्षा दिली जाते. देऊनही बदल झाले नाही तर मोठी शिक्षा दिली जाते. उदा. भत्त्यामध्ये कपात, शिक्षेमध्ये सूट मिळणाऱ्या 'सूट' काळाची कपात, कँटीनसारख्या सवलतीवर बंदी किंवा सुट्टीचा काळ कमी करणे यांसारख्या शिक्षा दिल्या जातात.

तसेच कैदी रागाच्या भरात भांडले, मारहाण केली, पळून जाण्याचा प्रयत्न केला तर अशा कैद्यांना शारीरिक शिक्षा दिल्या जातात. कारण अशा शिक्षांमुळे कारागृहातील वातावरण शिस्त आणि नियमांचे पालन यांचे महत्त्व कायम टिकून राहते व नवीन येणाऱ्या कैद्यांना वचक किंवा जरब बसतो.

कारागृहात येणाऱ्या कैद्यांमध्ये- १) अल्पकाळाकरता राहणारे कैदी. २) आजन्म राहणारे कैदी (किमान दहा वर्षे). ३)तीन ते पाच वर्षे राहणारे कैदी. ४) वैयक्तिक कारणांवरून गुन्हे केलेले कैदी. ५) टोळ्यांमध्ये संघटित गुन्हेगारीत अडकून गुन्हा केलेले कैदी. ६) सराईत गुन्हेगारी करणारे कैदी असे वेगवेगळ्या प्रकारचे कैदी असतात. सर्वांना एकाच प्रकारची शिस्त लावणे अवघड असते आणि एकाच प्रकारचे नियम या सर्वांवर सारख्याच प्रकारे नियंत्रण करू शकत नाही; म्हणून नियमांची काटेकोर अंमलबजावणी जितकी अधिक असते तितकी कैद्यांमध्ये शिस्त अधिक आढळते. अशा रीतीने त्यांना कारागृहात खूप वर्षे राहावे लागते; त्यामुळे अशा कैद्यांमुळे कारागृहातील शिस्त बिघडते. अधिकाऱ्यांना असुरक्षित वाटले तर ते सूडभावनेने वागण्याची भीती असते; तसेच कैद्यांना सुटकेसाठी गैरमार्गाने जावेसे वाटू लागते. समाजात बदफैली माजू शकते. अशा प्रकारे, क्वचितपणे घडलेल्या प्रसंगाची

इतिहासात नोंद आढळते. परंतु भारतीय कारागृहव्यवस्था मात्र अजूनही चांगल्या स्थितीत आहे असे म्हणता येईल.

शिक्षणकार्यक्रम

१) बहुतेक कैदी निरक्षर असल्यामुळे त्यांच्यासाठी साक्षरतेचे वर्ग चालवले जातात.

२) तसेच ज्या कैद्यांचे शालेय वा उच्च शिक्षण अर्धवट राहिलेले असते त्यांच्यासाठी ग्रंथालयातून पुस्तके, परीक्षांना बसण्याची परवानगी आणि मार्गदर्शन पुरवण्यात येते; त्यामुळे असे कैदी पदवीधर होऊनच बाहेर पडतात.

३) मध्यम व दीर्घ मुदतीच्या कैद्यांना त्यांची क्षमता लक्षात घेऊन सुतारकाम, वेतकाम, लोखंडी जाळ्यांचे काम, विणकाम, धोबीकाम, उत्तम बागकाम आणि शेतीतील आधुनिक प्रयोगांबाबतचे प्रशिक्षण दिले जाते; तसेच सतरंजीचे विणकाम, चादरी इत्यादींचे यंत्रावरील विणकाम यांचेही प्रशिक्षण दिले जाते.

४) असे प्रशिक्षण देता देता कारागृहात अशा वस्तूंचे उत्पादनही केले जाते. त्यामुळे त्यांना खूप सराव होतो, अनुभव मिळतो आणि कैदी उत्पादक व्यवसायात तरबेज होतात. तशाच प्रकारे शेती, बागकाम यात कैद्यांकडून भरपूर उत्पादन काढले जाते व कैद्यांना माळीकाम, शेतीकाम यांचे प्रशिक्षण मिळते; तसेच काही कारागृहांमध्ये दुग्धव्यवसायाचे प्रशिक्षण दिले जाते व दुधाची विक्री करून कारागृहाला भरपूर उत्पन्न होते.

५) कारागृहात ज्या त्या प्रदेशांमध्ये होणाऱ्या कच्च्या मालापासून दर्जेदार फर्निचर तयार करण्याचे काम कैदी करतात.

६) अशाचप्रकारे कारागृहात शिलाईचे काम मोठ्या प्रमाणावर होते. हजारो गणवेशांचे शिवणकाम कैदी करतात.

उदा. टपालखाते, दवाखाने, रेल्वे, तहसील इ. कर्मचाऱ्यांना कारागृहातील कैदी गणवेश पुरवतात. तसेच पोलीस खात्यातील गरम कोट, गणवेश उत्तम दर्जाचे शिवण्याचे कामही कैद्यांमार्फत होते.

परंतु या सर्व प्रशिक्षणात एक उणीव असते. ती म्हणजे कैदी एकेक कपडा, एकेक वस्तू संपूर्णपणे करू शकत नाही; कारण याबाबतीत कैद्यांना कारागृहात परिपूर्ण प्रशिक्षण दिलेले नसते; पण आजकाल या सर्व कैद्यांना व्यवस्थितरीत्या प्रशिक्षण दिले जाते. त्यामुळे अलीकडे बरेच कैदी शिक्षा संपल्यावर स्वतंत्रपणे व्यवसाय करून आपल्या जीवनाला योग्य दिशा देऊ शकतात.

अशा प्रकारे, कारागृहपद्धतीचा उद्देशच 'सुधारण्याचा' असल्यामुळे कैद्यांना

योग्य दिशेने जीवन जगण्यासाठी आर्थिक सामर्थ्य येणे आवश्यक असते. त्यादृष्टीने कारागृहात मिळणारे व्यावसायिक प्रशिक्षण हा महत्त्वाचा घटक आहे.

तसेच आता कारागृहांचे रंगरूप बदलले आहे. राहण्याच्या जागा स्वच्छ झाल्या आहे. जेवणाचा दर्जा सुधारला आहे आणि कैद्यांची दिनचर्या तापदायक होण्याऐवजी सुसह्य आणि माणुसकीचा स्पर्श असणारी झाली आहे. त्याचबरोबर प्रशिक्षण, करमणूक, नैतिक शिक्षण, व्याख्याने, उपदेश, खेळ-स्पर्धा यांसारख्या दैनंदिन कार्यक्रमांमुळे त्यांचे कारागृहातील जीवन बरेचसे समूहजन्य झाले आहे. त्यामुळे शिक्षेचा काळही योग्यरीत्या पार पडतो तसेच व्यावसायिक प्रशिक्षणामुळे कारागृहानंतरच्या जीवनालाही योग्य वळण लागले आहे; म्हणून 'कारागृहामार्फत शिक्षा भोगणे म्हणजे शिक्षेनंतर व्यतीत करण्याच्या सुधारलेल्या जीवनाची तयारी करणे.' यादृष्टीने प्रशिक्षणाची व्यवस्था अधिकाअधिक उपयुक्त, आधुनिक काळास योग्य आणि समाजाच्यादृष्टीने फायदेशीर व्हावी असे प्रयत्न करणे आवश्यक झाले आहे.

ब) शिक्षा, तुरुंग आणि वैकल्पिक तुरुंगवास
(Punishment, Prison and Alternative Imprisonment)

खुले कारागृह (Open Prision)

कैद्याला कैदी म्हणून किंवा गुन्हेगाराला गुन्हेगार म्हणून वागणूक न देता, त्याचा कोणाताही तिरस्कार न करता, गुन्हेगारांमध्ये सुधारणा घडवून आणाव्यात हे आधुनिक समाजाचे प्रमुख सुधारणातत्त्व आहे. गुन्हेगारात सुधारणा करणे आणि त्याने पुढील भावी आयुष्यात गुन्हेगार म्हणून जगू नये, यासाठी त्याचे पुनर्वसन करणे हे या सिद्धांताचे प्रमुख सूत्र आहे; कारण गुन्हेगाराला कायम गुन्हेगार म्हणूनच जर वागविले तर तो कोडगा बनेल. पुनर्वसनाचा विचार अलीकडच्या काळात महत्त्वाचा बनत चाललेला आहे. पुनर्वसनामध्ये गुन्हेगाराला सुधारण्याची संधी देणे, तसेच कारागृहातील त्याच्या वास्तव्याच्या काळात जर त्याला प्रशिक्षण दिले गेले तर शिक्षण संपल्यानंतर तो लहान-मोठा उद्योग-व्यवसाय करू शकेल व स्वावलंबी बनू शकेल.

गुन्हेगाराला संपवणे हे समाजाचे उद्दिष्ट असू नये तर गुन्ह्याला संपविणे हे समाजाचे उद्दिष्ट असावे असे मूलभूत तत्त्व सुधारणासिद्धांतांतर्गत मान्य करण्यात आलेले आहे.

भारतामध्ये वेगवेगळ्या योजनांच्या माध्यमातून सुधारणावादी व पुनर्वसनवादी विचारांचा प्रभाव पडत चाललेला आहे, असे दिसून येते.

कैद्याला किंवा गुन्हेगाराला चार भिंतींच्या आत डांबून ठेवणे, त्याचा समाजाशी संपर्क येऊ न देणे, एकान्तवासात ठेवणे हे शिक्षा देण्याचे प्रकार आता कालबाह्य वाटू लागतानाच खुल्या कारागृहाची संकल्पना एक प्रयोग म्हणून समोर आली आहे. इंग्लंडमध्ये खुल्या कारागृहाची संकल्पना १९३३ मध्ये प्रथम अंमलात आणली गेली. आपल्याकडे व्ही. शांताराम यांनी याच संकल्पनेवर १९५९ मध्ये 'दो आँखे बारह हाथ' हा चित्रपट निर्माण केलेला होता.

गुन्हेगाराला एक कैदी म्हणून वागणूक न देता एक माणूस म्हणून वागणूक मिळाली पाहिजे, हा खुल्या कारागृहाचा महत्त्वाचा निकष आहे. खुल्या कारागृहामध्ये पारंपरिक कारागृहासारख्या भिंती, गज हे प्रकार नसतात. येथे कैद्याला गजाआड केले जात नाही तर मोकळे सोडले जाते. प्रचंड जागेत खुले कारागृह पसरलेले असते. आसपासच्या आजूबाजूला संरक्षणासाठी म्हणून नाममात्र प्रमाणात काटेरी जाळ्यांचे कुंपण केलेले असते. कैद्यांमधील सुप्तगुणांचा विकास करणे, हेदेखील खुल्या कारागृहाचे एक उद्दिष्ट असते. येथे कैद्याच्या आवडीच्या कामाप्रमाणे कारागृहाचे वेगळे विभाग पाडलेले असतात. उदाहरणार्थ, सुतार विभाग, सतरंजी विणण्याचा विभाग, कलाकुसरीच्या वस्तूंचा विभाग, शेती विभाग, स्वयंपाक विभाग इत्यादी. कैदी आपल्या सेवा या विभागांना देतात.

महाराष्ट्रात पैठण येथे जवळपास २५० एकर परिसरात खुले कारागृह उभारण्यात आलेले आहे. येथे कैदी अगदी घरच्यासारखे वास्तव्य करतात. शेतीत उत्पादन घेतात, विविध वस्तू निर्माण करतात. येथील कारागृहाच्या नुकत्याच एका अहवालात म्हटल्याप्रमाणे कैद्यांनी बनविलेली विविध उत्पादने विकून दरवर्षी २० ते २२ लाख रुपये नफा होतो. कैद्याला चार भिंतींआड बंद करून मानवी श्रम वाया घालवण्यापेक्षा मानवी श्रमाचा विचार करून, वापर करून त्यातून या कैद्यांनाही मजुरी मिळेल व कारागृहाचाही फायदा होईल अशी व्यवस्था करण्यात आलेली आहे. हे कैदी प्रसंगी आपल्या घरी व यात्रेच्या वेळी गावातदेखील फेरफटका मारून येऊ शकतात. येथे गुन्हेगार राहत नसून सहलीसाठी आलेल्या लोकांचा समुदाय आहे, असे वाटते.

अर्थात, खुल्या कारागृहात कोणाला ठेवावे, याविषयी काही निकष आहेत. ज्यांची बंदिस्त कारागृहात सात वर्षांपर्यंत शिक्षा पूर्ण झाली आहे, ज्यांना लांब पल्ल्याची शिक्षा झालेली आहे व ज्यांचे कारागृहाच्या काळातील चारित्र्य व विश्वासार्हता चांगली आहे, अशाच कैद्यांची निवड या खुल्या कारागृहात ठेवण्यासाठी केली जाते.

आत्तापर्यंतच्या पैठण खुल्या कारागृहातून एकही कैदी बाहेर पळून गेला नाही, हे अशा प्रकारच्या प्रयोगाचे यश मानले पाहिजे.

थोडक्यात, गुन्हेगारांना मिळणाऱ्या शिक्षांची, विविध सिद्धांतांची आपण चर्चा

केली. यावरून हे लक्षात घेणे महत्त्वाचे आहे, की कोणतीही व्यक्ती जन्मजात गुन्हेगार नसते, तर एखाद्या सामाजिक परिस्थितीच्या फेऱ्यामध्ये सापडून व्यक्ती गुन्हेगार बनतात. एरवी ते आपल्यासारखेच सर्वसामान्य व्यक्तिमत्त्वाचे असतात. चित्रपटात गुन्हेगारांचे जे भडक चित्रण केले जाते ते अवास्तव आहे. आपण सर्वसामान्य लोक आपल्या भावनांना आवर घालतो, परिस्थितीशी जुळवून घेतो. शक्यतो परिस्थिती आवाक्याबाहेर जाणार नाही याची काळजी घेतो; म्हणूनच केवळ आपण गुन्हेगार बनत नाही, हे लक्षात ठेवणे आवश्यक आहे.

विविध प्रकारच्या सर्वेक्षणांतून असे सिद्ध झालेले आहे, की काही लोकांच्या रागा-लोभाच्या भावना या सर्वसामान्य व्यक्तीपेक्षा जास्त टोकाच्या असतात. अशा वेळी परिस्थिती आवाक्याबाहेर गेली, की ते भावनेच्या आहारी जाऊन गुन्हा करतात. हातून गुन्हा घडल्यानंतर त्यांना आपण केलेल्या कृत्याचा पश्चात्ताप होतो. परंतु, तोपर्यंत वेळ निघून गेलेली असते व कपाळावर 'गुन्हेगार' असा शिक्काही मारला गेलेला असतो. एकदा व्यक्ती गुन्हेगार ठरल्यानंतर समाजातील सर्वांची अगदी त्याच्या घरातल्या व्यक्तींचीसुद्धा त्याच्याकडे पाहण्याचीदृष्टी बदलते. महर्षी वाल्मीकींच्या उदाहरणानुसार गुन्हेगारांची पापे स्वीकारण्यास त्यांचे कुटुंबीयही तयार होत नाहीत. अशा वेळी पापाची शिक्षा त्याला एकट्यालाच भोगावी लागते. काही प्रमाणात समाजस्वास्थ्यासाठी ते आवश्यकही आहे; पण एकदा केलेल्या कृत्याची शिक्षा भोगल्यानंतर गुन्हेगाराला गुन्हेगार न म्हणता त्याचा सामान्य माणूस म्हणूनच स्वीकार समाजाने केला पाहिजे; हीच बाब समाजस्वास्थ्यासाठीही आवश्यक आहे; अन्यथा तो पुन्हापुन्हा गुन्हे करून कारागृह हेच त्याचे घर मानेल व मनाने कोडगा होईल.

एक आणखी महत्त्वाचा मुद्दा या ठिकाणी मांडणे आवश्यक आहे, की आपल्या देशात कारागृहाच्या क्षमतेपेक्षा कितीतरी जास्त कैदी त्यात कोंबलेले असतात. मी व माझ्या विद्यार्थ्यांनी कारागृहाच्या ज्या विविध पाहण्या केल्या त्यात असे आढळून आले, की कारागृहात 'कच्चेकैदी' व 'पक्केकैदी' असे दोन प्रकार असतात. ज्यांना न्यायालयामार्फत गुन्हा सिद्ध होऊन शिक्षा झालेली आहे, ते पक्केकैदी व ज्यांच्यावर अजून चार्जशिट दाखल व्हायचे आहे, तसेच ज्यांनी गुन्हा केला की नाही हे ठरायचे आहे, ज्यांना न्यायालयाने अजूनपर्यंत गुन्हेगार म्हणून घोषित केलेले नाही, अशा सगळ्यांचा समावेश 'कच्चेकैदी' म्हणून करता येतो; प्रत्येक कारागृहात असे असंख्य कच्चेकैदी वर्षानुवर्षे सडत पडलेले आहेत. हे दृश्य लोकांच न्यायालयीन व्यवस्थेवरील विश्वास उडविणारे आहे.

आपल्या देशाची लोकसंख्या ११० कोटींच्या वर आहे व गुन्हेगार जेमतेम वीस ते पंचवीस लाख असतील. याचाच अर्थ सामाजिक नियंत्रण मानणारे व संघर्ष न

करता जगणारेच लोक जास्त आहेत. प्रत्यक्ष गुन्हा करणारे फार कमी आहेत; त्यामुळे कैद्यांचे पुनर्वसन करणे हा आजच्या काळातील ज्वलंत प्रश्न आहे. कैद्यांना समाजाने स्वीकारणे, त्यांच्या मताचा आदर करणे व सुधारणावादी सिद्धान्तानुसार त्यांना स्वावलंबी बनविणे आवश्यक आहे. कैद्यांच्या पुनर्वसनासाठी खालील काही मुद्दे महत्त्वाचे वाटतात.

१) कैद्यांना कारागृह काळात प्रशिक्षण देणे.

२) त्यांच्या सुप्त गुणांचा विकास करणे.

३) कैद्यांची संगत चांगली राहील यावर देखरेख ठेवणे.

४) कैदी तुरुंगातून सुटल्यानंतर त्याला त्याच्या घरी सन्मानाने पोहोचवणे व घरातल्या लोकांनी त्याला स्वीकारावे यासाठी प्रयत्न करणे.

५) कैदी निरक्षर असेल तर त्याच्या साक्षरतेसाठी प्रयत्न करणे.

६) कैद्याच्या पुनर्वसनासाठी त्याला एखादा धंदा सुरू करावयाचा असल्यास स्थानिक स्वराज्य संस्थांनी त्याला सर्वतोपरी मदत करणे.

७) सुरुवातीला कच्च्या कैद्यांच्या केसेस न्यायालयाच्या पटलावर त्वरित येतील, याची सरकारने काळजी घेणे.

८) कच्च्या कैद्यांना पक्क्या कैद्यांबरोबर ठेवू नये.

श्रीमती किरण बेदी तिहारच्या तुरुंग अधीक्षक असताना त्यांनी कैद्यांमध्ये आत्मविश्वास वाढावा यासाठी योग, प्राणायाम यांसारख्या गोष्टींची व्यवस्था केलेली होती.

परिवीक्षा (Probation)

परिवीक्षा म्हणजे काय?

गुन्हेगारी शास्त्रात गुन्हेगाराला सुधारण्यासाठी त्याची चाचणी घेणे या संदर्भाने परिवीक्षा शब्दाचा वापर केला जातो. कायद्याने दोषी ठरलेल्या गुन्हेगारावर उपचार करणारी परिवीक्षा ही पद्धत आहे. न्यायालय अथवा त्या दर्जाच्या अधिकाऱ्यांनी घातलेल्या अटींच्या आधीन राहून गुन्हेगार असलेली व्यक्ती समुदायात राहत असते. या काळात त्या व्यक्तीवर परिवीक्षा अधिकारी देखरेख करीत असतो; त्यामुळे याची व्यवस्था करताना 'चांगल्या वागणुकीच्या अटीवर गुन्हेगाराची शिक्षा तात्पुरती स्थगित करून त्याला मोकळे सोडणे म्हणजे परिवीक्षा होय. या काळात गुन्हेगारावर वैयक्तिक देखरेख ठेवून त्याला चांगले वागता यावे म्हणून राज्यसरकार मदत करीत असते.' या

मागे गुन्हेगारसुद्धा माणूस आहे व त्याला कठोर शिक्षा दिली, तर तो पुन्हा गुन्हेगारीकडे वळण्याची शक्यता असते. हे टाळण्यासाठी त्याला सुधारण्याची संधी दिली, तर तो समाजाला साहाय्यभूत होईल, असे वर्तन करेल व त्याचा विकास होईल अशी शासनाची भूमिका असते.

भारतातील परिवीक्षा पद्धत

भारतात सर्वप्रथम फौजदारी कार्यप्रणाली संहिता १८९८ च्या कलम ५६२ नुसार परिवीक्षेला कायदेशीर मान्यता प्राप्त झाली. सुरुवातीला भारतीय दंडविधान संहितेनुसार ज्या गुन्ह्यांच्यासाठी दोन वर्षांची शिक्षा होऊ शकते, अशा गुन्ह्यातील प्रथम गुन्हेगार परिवीक्षेवर सोडण्याचे न्यायालयीन अधिकार देण्यात आले. १९५८ पासून अपराध्यांचा परिवीक्षा कायदा अस्तित्वात आला. या कायद्याने गुन्हेगारांना सुधारण्याची संधी प्राप्त झाली.

याचा उद्देश असा, की हे गुन्हेगार निर्ढावलेले नसतात, त्यांनी जाणूनबुजून गुन्हा केलेला नसतो आणि असे गुन्हेगार जर तुरुंगात गेले, तर त्यांना सुधारण्याची संधी मिळत नाही. त्याचे समाज, कुटुंब यांच्याशी संबंध सुधारणे आवश्यक असते; हे संबंध दृढ असले पाहिजेत. त्याला समाजात पुन्हा प्रतिष्ठा मिळाली पाहिजे. त्याचा विकास झाला पाहिजे. परंतु अशा शिक्षेसाठी गुन्हेगाराची निवड करताना काळजीपूर्वक करावी लागते.

प्रोबेशन ऑफ ऑफेंडर्स ॲक्ट १९५८ नुसार एकवीस वर्षांखालील कोणत्याही व्यक्तीने कारावास शिक्षा प्राप्त गुन्हा केला असेल, तर न्यायालय त्याला कारावासाची शिक्षा ठोठावणार नाही. परंतु जन्मठेप व देहदंड यांसारख्या शिक्षा पात्र गुन्हे केल्यास गुन्हेगाराला परिवीक्षेचा लाभ मिळत नाही. तरीही न्यायालयाने कारावासाची शिक्षा ठोठावली तर त्याला कारणे द्यावी लागतात.

यातील अटींमध्ये गुन्हेगाराला सक्त ताकीद दिली जाते, चांगल्या वर्तणुकीची हमी द्यावी लागते. अन्यायग्रस्त व्यक्तीला नुकसानभरपाई देणे, खटल्याचा खर्च देणे, परिवीक्षेवर मुक्त करताना त्याने केलेल्या गुन्ह्याचेस्वरूप व प्रकार, ज्या परिस्थितीत गुन्हा घडला ती परिस्थिती यांचा विचार करावा लागतो.

परिवीक्षेवर सोडल्यावर गुन्हेगाराने त्यातील अटींप्रमाणे वागायचे असते. या दरम्यानच्या काळात जर त्याच्या हातून गुन्हा घडला, तर न्यायालय त्याला शिक्षा देऊ शकते. त्याला तात्पुरते किंवा कायमस्वरूपाचे स्थलांतर करायचे असेल, तर परिवीक्षा अधिकाऱ्याला सूचना देऊन जावे लागते. अशा व्यक्तीला परिवीक्षा अधिकाऱ्यासमोर हजेरी द्यावी लागते. एकवीस वर्षांवरील प्रौढ गुन्हेगाराला परिवीक्षेवर सोडायचे असेल,

तर परिवीक्षा अधिकाऱ्याकडून त्यांच्या पूर्वशिक्षेबद्दलचा अहवाल मागवून त्याचा विचार करून जर न्यायालयाला योग्य वाटत असेल, तर ते गुन्हेगाराला परिवीक्षेवर मुक्त करून सुधारण्याची संधी उपलब्ध करून देऊ शकते.

परिवीक्षा पद्धतीचे महत्त्व

व्यक्तीला न्यायालयाने गुन्हेगार ठरविल्यानंतर त्याला शिक्षा होऊ शकते. समाज अशा व्यक्तीचा स्वीकार करत नाही. परंतु या पद्धतीने मात्र त्याला माणूस म्हणून जगण्याची संधी मिळते.

१) तुरुंगापासून दूर

तुरुंगात गेलेली व्यक्ती गुन्हेगारांच्या सहवासात राहते व त्यातून तिचे जीवन उद्ध्वस्त होण्याची शक्यता असते. परंतु परिवीक्षेमुळे गुन्हेगारी जगापासून दूर राहिल्याने तिच्यात सुधारणा होते. न्यायाधीशांचे नियम पाळण्याचे त्या व्यक्तिवर बंधन असते.

२) मानसिक दडपण

ज्या अटींवर तुरुंगातून मुक्त केले त्या अटी पाळल्या नाहीत किंवा त्या काळात हातून गुन्हा घडला, तर तुरुंगात जावे लागेल, ही भीती असते; सतत मानसिक दडपण असते; अशा वेळी हातून पुन्हा गुन्हा घडण्याची शक्यता कमी असते; कारण तुरुंगात जावे लागेल हे दडपण असते.

३) सामाजिकीकरण

परिवीक्षेमुळे गुन्हेगाराचे सामाजिकीकरण घडून येत असते. आपण आदर्शवत् जीवन जगावे असे त्यांना वाटते.

४) कौटुंबिक संबंध

परिवीक्षेमुळे गुन्हेगाराचे आपल्या कुटुंबीयांशी असलेले संबंध अबाधित असतात. त्यामुळे कुटुंबातील व्यक्तींनी स्वीकार न करणे, हा प्रश्नच उद्भवत नाही.

५) स्वयंसुधारणेला संधी

या पद्धतीमुळे गुन्हेगाराला स्वयंसुधारणेला भरपूर वाव, संधी मिळते; कारण त्याला आपल्या मनाप्रमाणे काम करता येते. जीवनोपयोगी व्यवसाय, काम तो करू शकतो.

६) सामाजिक स्वास्थ्य

परिवीक्षा पद्धतीमुळे गुन्हेगार व्यक्ती सामाजिक स्वास्थ्य टिकविण्याचा प्रयत्न करते; कारण गुन्हेगारांमुळे समाजाचे स्वास्थ्य बिघडते याची त्यांना कल्पना असते.

परिवीक्षा अधिकाऱ्यांना काही कामे नेमून दिलेली असतात. त्यात नियंत्रण प्रमुख अन्वेषण निर्णय इ. असतात. ज्यात परिवीक्षा अधिकाऱ्याने ज्याला परिवीक्षेवर मुक्त करायचे असते त्याचे चारित्र्य, पूर्व इतिहास यांचे अन्वेषण करावे लागते; तसेच परिवीक्षा अधिकाऱ्याने गुन्हेगाराचे प्रोबेशन रद्द करणे, गैरवर्तनाचा अहवाल संबंधित प्रशासनाकडे पाठविणे, गुन्हेगारांच्या घरी भेटी देणे, नियमभंग केल्यास शिक्षा देण्याची शिफारस करणे यांचा समावेश असतो. परिवीक्षा अधिकाऱ्याच्या निर्णयाची भूमिका महत्त्वाची असते कारण त्यामुळे गुन्हेगार व्यक्तीच्या स्वातंत्र्यावर बंधने घालणे व समाजाला सुरक्षितता मिळवून देणे ही कामे साध्य होतात म्हणून त्याचा निर्णय महत्त्वाचा असतो.

अभिवचन (Parole)

'गुन्हेगाराने आपल्या शिक्षेचा अधिकाधिक भाग पूर्ण केल्यानंतर राज्याने पुरस्कारिलेल्या एखाद्या संस्थेमार्फत चांगल्या वर्तनाची हमी देऊन अंतिम सुटका होईपर्यंत त्याला मुक्त करण्याच्या पद्धतीला 'अभिवचन पद्धती' असे म्हटले जाते.'

कैद्याने शिक्षेचा काही भाग पूर्ण केल्यानंतर त्याला काही विशिष्ट अटींवर मुक्त करण्यात येते. अभिवचनावर मुक्त करण्याचे काम 'अभिवचन कार्यकारी मंडळ' किंवा 'कारावास सुधार समिती' करीत असते. अभिवचनावर सुटका झालेल्या कैद्यांवर शासकीय अधिकारी लक्ष ठेवतात. या पद्धतीने सुटका होते पण स्वातंत्र्य असत नाही. तुरुंगाच्या गजाआड न राहता तुरुंगाच्या भिंतीबाहेर फिरण्याची परवानगी असते. बाहेरच्या जगातच शिक्षेचा काही काळ सशर्त पद्धतीने संपवायचा असतो. कैद्याची वागणूक चांगली असेल व तो पुन्हा गुन्हा करणार नाही अशी खात्री पटली, तर राज्यसरकार अशा स्वरूपाच्या कैद्याला अभिवचनावर सोडण्यास तयार असते.

अभिवचनाचा उद्देश

परिवीक्षा व अभिवचन या दोन्ही पद्धती गुन्हेगारांचे पुनर्वसन करण्याच्या अभिनव पद्धती समजल्या जातात.

१) **सुधारण्याची संधी** – या पद्धतीत कैद्याला कारागृहाबाहेर राहण्याची संधी मिळते. काही काळ का होईना व्यक्ती आपल्या जवळच्या माणसांत राहू शकते. या काळात त्याने आणखी चांगल्या पद्धतीने जगावे हा हेतू आहे.

२) **समाजसमायोजन** – सर्व शिक्षा भोगून बाहेर आलेला कैदी परत आपल्या कुटुंबात, समूहात किंवा समाजात गेला तर तेथे त्याचे मनापासून स्वागत केले जात नाही; म्हणून अंतिम सुटका होण्याआधीपासूनच त्याला त्याच्या समाजात राहता येत असल्याने त्याचा स्वीकार होईल की नाही, हा प्रश्न राहत नाही.

३) लैंगिक संबंधास संधी न मिळाल्याने कैद्यांचे मानसिक संतुलन बिघडण्याची शक्यता असते; यातून विकृतीही जन्माला येण्याची शक्यता असते. विवाहित व्यक्ती स्त्री असो किंवा पुरुष हे आपल्या नैसर्गिक भावनांचा निचरा करू शकतात.

४) काही अटींवर बाहेर आलेल्या कैद्यांना ही जाणीव असल्याने ते आपले वर्तन जास्तीत जास्त चांगले ठेवण्याचा प्रयत्न करतात व पुन्हा तुरुंगात गेल्यावर आपले अनुभव इतरांना सांगतात. याचा प्रभाव इतरांवर पडतो, तसेच कुटुंबावर लक्ष राहते.

भारतातील अभिवचन पद्धती

इंग्रजांच्या काळात तयार करण्यात आलेल्या १८९४ च्या तुरुंग कायद्यात १९५३ साली काही सुधारणा करण्यात आल्या. यानुसार दीर्घ काळ शिक्षा भोगणाऱ्या कैद्यांना काही काळ त्यांच्या कुटुंबीयांसोबत राहण्याची संधी मिळते. यात ज्या गुन्हेगारांनी त्यांच्या शिक्षेतील म्हणजे ज्यांनी जवळपास तिसरा हिस्सा शिक्षा भोगली असेल अशांच्या मुक्ततेसाठी विचार केला जातो; तसेच त्याची पुन्हा अपराध करण्याची क्षमता, त्याच्या रोजगाराचा प्रश्न, अशा अनेक प्रश्नांचा विचार करून त्या गुन्हेगाराला मुक्त करायचे की नाही, याचा विचार केला जातो. अभिवचनामधील अटी अभिवचन समिती म्हणजे पॅरोल बोर्ड ठरवते. त्यात अशा गुन्हेगाराने कोणत्याही परिस्थितीत व्यसने, अंमली पदार्थांपासून दूर राहिलेच पाहिजे, नाहीतर ते कृत्य गुन्हा समजले जाते.

या काळात व्यक्तीने स्वतःजवळ शस्त्रास्त्र न बाळगणे कारण यातून सुडाची भावना निर्माण होऊ शकते. अभिवचनावर बाहेर पडलेल्या कैद्याने तुरुंगातील कैद्यांबरोबर लेखी वा इतर प्रकारे संपर्क ठेवायचा नाही. अशा कैद्याने घरी केव्हा पोहोचावे याविषयीही निर्बंध आहेत. त्याने रात्री दहाला घरी पोहोचावे. वैद्यकीय इलाज करायचा आदेश असेल तर करून घ्यावा. या कैद्याने दारू पिणे, जुगाराच्या अड्ड्यावर जाणे टाळावे लागते. हे कृत्य गुन्हापात्र होऊ शकते. तसेच त्याने परवानगीशिवाय प्रवास वा राज्याबाहेर जाऊ नये, अशीही बंधने त्यांवर असतात.

यातही अलीकडे सुधारणा केली आहे. त्याची मर्यादा वाढवली आहे व अशा कैद्यांवर पर्यवेक्षक सतत लक्ष ठेवून असतात. यासंबंधीचा अहवाल अभिवचन समितीला सादर करत असतो; यातून अभिवचन समिती, अभिवचन सुपरवायझर व सामाजिक अन्वेषक पुनर्वसनाचे कार्य करीत असतात आणि अशी व्यक्ती जर पुन्हा गुन्ह्यात सापडली तर तिला अटक करून तुरुंगात पाठवले जाते.

या पुनर्वसन व सुधारणापद्धती चांगल्या असल्या तरीही वाढत्या गुन्हेगारीच्या काळात याचा गैरफायदा घेतला जातोय असे दिसते. अभिवचन (Parole) मिळावे, यासाठी वेगवेगळ्या दबावतंत्राचा वापर करणे, गंभीर स्वरूपाच्या काही गुन्ह्यांसाठी याचा वापर केला जातो. मुलींना फसवून वेश्याव्यवसाय करण्यास भाग पाडण्यासारख्या गुन्ह्यात अभिवचन मिळाल्यावर व्यक्ती पुन्हा तसेच काही करत नाही ना याकडे बारीक लक्ष दिले गेले पाहिजे. कारण शहरांचा पसारा वाढत आहे; त्यामुळे व्यक्ती वेगवेगळ्या ठिकाणी जाऊन परत तेच करण्याची शक्यता असते.

धमकी देणे, खंडणी मागणे अशा गुन्ह्यांतही समज देऊन सोडलेला गुन्हेगार परत त्याच गुन्ह्यात सापडण्याची शक्यताही नाकारता येत नाही; त्यामुळे यातील नियमांचे काटेकोर पालन झाले पाहिजे.

कारण अभिवचन ही पद्धती किचकट आहे. गुन्हेगारांना रजा देणे ही अभिनव पद्धतही निघाली आहे. काही कैदी असे असतात, की ज्यांना काही काळ रजेवर सोडले तर ते समाजाला घातक ठरणार नाहीत. अशांना रजेवर सोडले जाते. परंतु प्रत्यक्षात मात्र यांतील सर्व कैदी रजेचा काळ संपल्यावर परत येत नाहीत, असे निदर्शनास येते. या पद्धतीद्वारे कैद्यांना सुधारण्याची संधी द्यावी असा दृष्टिकोन आहे.

क) कैद्यांचे पुनर्वसन (Rehabilitation of Prisoners)

कैद्यांचे पुनर्वसन म्हणजे त्याच्या जीवनासाठी आवश्यक असणाऱ्या सर्व बाबी उपलब्ध होऊन त्याला गुन्हा करण्याकडे प्रवृत्त न होण्याच्या अवस्थेत राहता येणे. अशी अवस्था येण्यासाठी गुन्हेगाराकडे बघण्याचा समाजाचा व त्याच्या मित्रमंडळींचा दृष्टिकोन बदलावा लागतो आणि सर्व बाबी म्हणजे घर, अन्नवस्त्र, थोडे बहु उत्पादक काम आणि समाजमान्यता पुरवण्याची क्षमता जवळच्या कुटुंबीयांमध्ये असावी लागते. आज तरी या दोन्ही बाबी आपल्या देशात अवघड होऊन बसल्या आहेत; त्यामुळे प्रत्यक्ष गुन्हेगारीचे नियंत्रण तर दूरच पण एकदा शिक्षा भोगून आलेला कैदी पुन्हा पूर्ववत सामान्य होतो.

कारागृहातून किंवा सुधारगृहातून बाहेर आल्यानंतर स्थिरस्थावर होईपर्यंतचा काळ म्हणजे किमान एक-दोन दिवसांपासून ते एखाद्या वर्षापर्यंतचा असतो. ओळखीची माणसे भेटणे, लग्न जमणे किंवा होणे, पोटापुरते मिळवण्याइतके काम मिळणे आणि आजूबाजूला राहण्याची संमती मिळणे आवश्यक असते. त्यासाठी वसतिगृहे, तात्पुरता निवारा देणाऱ्या संस्था यांची गरज असते. हे कार्य ज्याप्रमाणे शासनाचे आहे. त्याचप्रमाणे समाजाचे देखील आहे. अशा प्रकारे 'गुन्हेगार सुधारून चांगल्या वर्तणुकीने समाजात

जगण्याची हमी देतो आहे.' ही बाब त्यादृष्टीने सकारात्मक आहे. त्याला संधी देण्याची व्यवस्था म्हणजेच नंतरची जपणूक होय.

नवजीवन मंडळ (मुक्त कैद्यांच्या पुनर्वसनासाठी) आणि अन्य संस्था

'सुटकेनंतरची जपणूक'ही गुन्हेगारी न्याय पद्धतीतील महत्त्वाची अवस्था आहे. गुन्हेगारांना न्यायालयाने शिक्षा ठोठावल्यामुळे ते दीर्घ काळ कारागृहात राहतात. अशा वेळी पुष्काळांचा त्यांच्या घराशी असलेला संपर्क तुटतो आणि शिक्षेचा काळ संपल्यानंतर लगेचच कोठे जावे, हा प्रश्न निर्माण होतो. काहींना नातेवाईक वा मित्रमंडळी कोणी नसते व स्वतःच जाऊन नवीन जीवन सुरू करावयाचे असते; त्यांना मदत हवी असते. त्यासाठी शेल्टर होम्स समाजकल्याण खात्यामार्फत मोठ्या तुरुंगाच्या/जिल्ह्याच्या गावी असतात. तेथे २-३ दिवस राहून ते आपल्या राहत्या गावी जातात.

कित्येक कैदी दीर्घ काळापर्यंत कारागृहात राहतात. त्यांची जमीन बळकावलेली असते. विवाहसंबंध विस्कळीत झालेला असतो. अशा वेळी त्यांना कायदेशीर सल्ल्याची गरज असते. तेव्हा समाजकल्याण खात्यातर्फे परिवीक्षा अधिकारी त्यांना 'नवजीवन मंडळ' नावाने ओळखल्या जाणाऱ्या संस्थेशी संपर्क साधून देतो; त्यासाठी-
१) नवजीवन मंडळ यासारख्या संस्था ह्या पुनर्वसनाचे कार्य करणाऱ्या संस्था आहेत. या संस्था मुक्त होणाऱ्या कैद्यांशी परिवीक्षा अधिकाऱ्यांमार्फत कारागृहात असतानाच संपर्क ठेवतात. अशा प्रकारे जर कैद्याची माहिती व मदतीची गरज खरोखरच योग्य असेल तर मंडळातर्फे त्याला मदत देण्याचा निर्णय घेतला जातो. त्या कैद्यासाठी-
१) नोकरी पाहून ठेवली जाते. २) व्यवसायाला उपयोगी असे साहित्य देण्याची तरतूद केली जाते. कैदी सुटल्यानंतर नवजीवन मंडळाकडे आल्यास त्याला ती मदत दिली जाते. ३) कैद्याच्या कुटुंबीयांशी संपर्क साधून ते त्याचा स्वीकार करतील असे वातावरण तयार केले जाते. ४) वकिलांशी बोलून 'कमीत कमी फी' मध्ये त्याचे काम करण्याची तरतूद केली जाते. ५) व्यवसाय कोठे करता येईल व पोटापुरते काम कसे मिळेल हे पाहिले जाते. यांपैकी ज्या कैद्याला जी मदत हवी असेल ती दिली जाते, जेणेकरून त्याला समाजामध्ये स्थिरता मिळेल, काम मिळेल तसेच उपजीविकेचे साधन मिळेल व आजूबाजूचे लोकही "तो एक स्वाभिमानी व स्वावलंबी मनुष्य आहे आणि गुन्हा न करता प्रामाणिकपणे जीवन जगण्याची तयारी असलेला एक नागरिक म्हणून राहणार आहे, ही वस्तुस्थिती मानण्यास तयार होईल." असे झाले तरच कैद्याच्या पुनर्वसनाच्या दृष्टीने अनुकूल वातावरण निर्माण होईल आणि पुनर्वसनाची प्रक्रिया सुरू होईल. परंतु कैद्यांचे पुनर्वसन नीट झाले नाही, समाजाने त्याला स्वीकारले

नाही तर चिडून जाऊन तो पुन्हा सुडाच्या भावनेने वा मोहात सापडून गुन्हा करण्याची शक्यता निर्माण होते; असे होऊ नये म्हणून कारागृहातून आल्याबरोबर शक्य तितक्या लवकर त्याच्या दैनंदिन जीवनाची चाकोरी नीट मार्गी लागली पाहिजे. यादृष्टीने त्याने कारागृहात मिळवलेले कौशल्य त्याला काम करून पोट भरण्यासाठी उपयोगी पडते आणि तेच त्याला समाजात स्थिर होण्यासाठीही कामी पडते. हेच पुनर्वसनाचे उद्दिष्ट आणि महत्त्वाचे कार्य समजले जाते.

अनुरक्षण सेवा (After Care Service)

गुन्हेगारांचे पुनर्वसन करण्याच्या दृष्टिकोनातून ही व्यवस्था अमलात आणली गेली आहे. तुरुंगातून शिक्षा भोगून आल्यानंतर व्यक्तीने नेमके काय करावे, असा प्रश्न त्याच्यासमोर उभा राहतो. एकदा गुन्हेगार म्हणून व्यक्ती कारागृहात आल्यावर त्याचे आपल्या नातेवाइकांशी संबंध दुरावतात. समाजातही त्याच्याकडे हेटाळणीच्या भावनेने पाहिले जाते. व्यक्ती म्हणून जीवन जगण्याचा त्याचा अधिकार अप्रत्यक्षपणे हिरावून घेतला जातो. अशा परिस्थितीत तो पुन:पुन्हा गुन्हे करून कारागृहात जाण्याची शक्यता अधिक असते. त्यासाठी तुरुंगातून सुटून आल्यानंतर व्यक्तीला मार्गदर्शनाची नितांत आवश्यकता असते.

अलीकडच्या काळात दिल्ली, मुंबई, कोलकाता येथे अनुरक्षण सेवा केंद्रे सुरू करण्यात आली आहेत, जी कैद्याच्या सुटकेनंतर त्याला मार्गदर्शन करतात.

बालगुन्हेगारांचे पुनर्वसन

मुलांना जर योग्य शिक्षण व मार्गदर्शन करण्यात आले तर ती सुधारू शकतात, ही गोष्ट आज सर्वत्र मान्य झालेली आहे. १८५० पूर्वी बालगुन्हेगारांना प्रौढ गुन्हेगारांप्रमाणे वागणूक दिली जात असे; परंतु त्यानंतर बालगुन्हेगारांना वेगळी वागणूक दिली जाऊ लागली. बालगुन्हेगारांची चौकशी स्वतंत्र न्यायालयामार्फत होऊ लागली. यावरून एक गोष्ट स्पष्ट झाली, ती म्हणजे मुलांच्या गुन्हेगारी वर्तनाला बऱ्याच वेळा प्रौढ गुन्हेगार व परिस्थिती या गोष्टी कारणीभूत असतात; त्यामुळे मुलांना शिक्षा करण्याऐवजी त्यांच्यात सुधारणा घडवून आणण्याचे महत्त्व पटू लागले व त्यादृष्टीने अनेक कायदेशीर तरतुदी करण्यात आल्या.

१) **शिकाऊ उमेदवारांचा कायदा १८५०** (Apprentices Act 1850) : या कायद्यानुसार १० ते १८ वयाच्या मुलांना शिक्षणासाठी कामावर घेण्याची तरतूद करण्यात आली. याचा मुख्य उद्देश ज्यांना शालेय शिक्षण घेता येणे शक्य नाही, अशा गरीब मुलांना निरनिराळ्या व्यवसायांचे शिक्षण मिळावे व त्याचबरोबर उदरनिर्वाह करण्यासाठी किमान मोबदला मिळावा हा आहे.

अशा तऱ्हेने कामावर घेतलेल्या मुलांची पिळवणूक होऊ नये म्हणूनदेखील अनेक तरतुदी या कायद्यात करण्यात आलेल्या आहेत.

बालगुन्हेगारांना सुधारण्याची संधी देण्याच्या उद्देशाने पुढीलप्रमाणे विविध संस्था अस्तित्वात आलेल्या आहेत.

१) **बालअभिरक्षक गृह (Observation) :** १९७५ च्या कायद्यानुसार बालरक्षा गृहास (Remand Home) आता 'बालअभिरक्षण गृह' असे म्हटले जाते. एखाद्या अपप्रवृत्तीच्या मुलास पोलिसांनी पकडून आणल्यानंतर न्यायाधीशांसमोर नेले जाते व त्यांच्या आदेशाने त्या मुलास बालअभिरक्षण गृहात ठेवतात. मुला-मुलींचे अभिरक्षण गृह वेगळे असते. तेथे त्यांचा व्यष्टी अध्ययन पद्धतीने (Case Study Method) अभ्यास केला जातो. त्याच्या आधारे व परिवीक्षा अधिकाऱ्यांच्या मदतीने न्यायाधीश योग्य तो निर्णय घेतात. या गृहात मुलांच्या राहण्याची व खाण्याची व्यवस्था असते.

२) **बाल न्यायालय (Juvenile Court) :** बालगुन्हेगारांचे खटले वेगळे चालविण्यासाठी बालन्यायालये सुरू करण्यात आलेली आहेत. १९२२ मध्ये पहिले बालन्यायालय कोलकाता येथे स्थापन करण्यात आले. बाल अधिनियम १९६० नुसार बालन्यायालयात कालांतराने अनेक सुधारणा करण्यात आल्या. भारत सरकारने बालन्यायालय कायदा १९८६ मध्ये पास केला असून तो २ ऑक्टोबर १९८७ पासून अमलात आलेला आहे. या न्यायालयाचे न्यायाधीश असतात. बाल शिक्षणगृह प्रमुख आणि परिवीक्षा अधिकाऱ्याने दिलेला अहवाल लक्षात घेऊन बालकास त्याच्या मात्या-पित्याकडे सोपविले जाते किंवा सुधारणागृहात पाठविण्यात येते. या न्यायालयातील वकील, पोलीस हे सामान्य पोशाखात असतात; सगळी चर्चा अनौपचारिकरीत्या केली जाते. शिक्षा करण्याऐवजी बालगुन्हेगारात सुधारणा करण्याचा विधायक हेतू बालन्यायालयामार्फत राबविला जातो.

३) **प्रमाणित शाळा (Certified Schools) :** बालन्यायालयाच्या निर्णयानुसार बालगुन्हेगारास प्रमाणित शाळांमध्ये पाठविण्याचा निर्णय न्यायाधीश देतात. भारतात कनिष्ठ प्रमाणित शाळा १२ वर्षांपर्यंतच्या मुलांसाठी आणि वरिष्ठ प्रमाणित शाळा १२ ते १६ वर्षांपर्यंतच्या मुलांसाठी आहेत.

या शाळांमध्ये मुलांचा निवास, भोजन व कपड्यांची व्यवस्था असते; तसेच त्यांना शिवणकाम, वेतकाम, सुतारकाम व अन्य व्यावसायिक शिक्षण दिले जाते. या शाळांमध्ये बालगुन्हेगाराला समाजसंमत वर्तनाचे धडे दिले जातात.

४) **सुधारशाळा (Reformatory School) :** बालगुन्हेगारांना सुधारण्याची संधी देण्याच्या उद्देशाने इ.स.१८९७ मध्ये 'भारतीय सुधारशाळा कायदा' संमत करण्यात आला. त्यानुसार मुंबई राज्यात १६ वर्षांखालील मुलांना या शाळेमध्ये पाठविण्याची तरतूद करण्यात आली. जी मुले ७ ते १६ या वयोगटातील असून त्यांनी जर गंभीर गुन्हे केलेले असतील, तर त्यांना कमीत कमी ३ वर्षे व जास्तीत जास्त ७ वर्षांपर्यंत या शाळांमध्ये ठेवण्यात येते. सुधार शाळा या निवासी शाळा असतात. येथे मुलांना धंदेवाईक शिक्षण देण्यात येते. तसेच त्यांचा सर्वांगीण विकास कसा साधेल, याचा प्रयत्न करण्यात येतो. मुंबई येथील ससून औद्योगिक शाळा, येरवडा येथील सुधारशाळा, नाशिकचे सेवासदन या महाराष्ट्रातील काही प्रसिद्ध सुधार शाळा आहेत.

५) **किशोर सुधारालय (Borstal School) :** या संस्थेत १५ ते २१ वर्षांपर्यंतचे किशोर गुन्हेगार ठेवण्यात येतात. त्यांना कमीतकमी दोन आणि जास्तीत जास्त ५ वर्षांपर्यंत येथे ठेवले जाते. येथे या किशोरांना औद्योगिक शिक्षण देण्यात येते. या शाळेचे स्वरूप निवासी असते. मुलींसाठी वेगळ्या शाळा असतात. तसेच त्यांना देण्यात येणारे शिक्षण वेगळ्या प्रकारचे असते. किशोर सुधार शाळेतून बाहेर पडणाऱ्या मुलांच्या पुनर्वसनासाठी शासकीय मदत केली जाते.

६) **बालग्राम योजना (Save Our Children) :** ही योजना ऑस्ट्रेलिया या देशातील डॉ. हरमन मायनर यांनी १९६४ सालापासून सुरू केली. 'Save Our Children' हे या योजनेचे सूत्र आहे.

आपल्या देशात बालग्राम योजना कार्यान्वित नाही; परंतु अमेरिका व इंग्लंडमध्ये ती आहे.

अशा प्रकारे बालगुन्हेगारांना सुधारण्याच्या हेतूने विविध योजना राबविलेल्या आढळतात.

सध्या बालगुन्हेगारीविषयक जे उपाय योजले जातात त्यांच्यात अपुरेपणा आहे, ही गोष्ट स्पष्ट आहे. अशा परिस्थितीत बालगुन्हेगारी वाढू द्यावयाची नसेल तर खालील काही सूचना त्या संदर्भात लक्षणीय ठरू शकतील.

१) सुधार संस्थांतून मुलांची सुटका झाल्यानंतर त्यांच्यावर लक्ष ठेवण्यात आले पाहिजे. अन्यथा ही मुले पुन्हा वाममार्गाला जाण्याची शक्यता असते.

२) कित्येकदा मुले शारीरिक अथवा मानसिक विकृतीमुळे गुन्हेगारीस प्रवृत्त होतात. तेव्हा त्यांची परिस्थिती विचारात घेऊन योग्य उपाय योजण्यात आले पाहिजेत.

तसेच मुला-मुलींच्या समस्याही वेगवेगळ्या असतात; त्यामुळे त्यांना वेगवेगळी वागणूक मिळणे आवश्यक आहे.

३) सुधारगृहातून मुले बाहेर पडल्यानंतर त्यांना व्यवसाय, नोकरीबद्दल मार्गदर्शन केले पाहिजे.

४) बालगुन्हेगारीच्या संदर्भात गलिच्छ वस्त्यांकडे जास्त लक्ष पुरविले गेले पाहिजे.

५) वारंवार शाळा चुकविणाऱ्या मुलांवर अधिक लक्ष देणे आवश्यक आहे.

६) मुलांना शाळेत टाकावे यासाठी पालकांवर सक्ती करण्यात यावी.

७) बालमजुरी प्रथा बंद करावी. त्या संदर्भात कायदा आहे; पण कठोर अंमलबजावणी नाही.

ड) सामाजिक जबाबदारी, जागरूकता, कल्याण, नियोजन आणि विकास (Social Responsibility, Awareness, Welfarism, Planning and Development)

सामाजिक जबाबदारी आणि जागरूकता (Social Responsibility, Awareness)

समाज ज्या वेळी आकाराने लहान होते आणि व्यवहारही प्रत्यक्ष देव-घेव स्वरूपात होते. त्या वेळी सामाजिक नियंत्रणाचे कार्य समूहामध्ये सर्वांच्या माहितीच्या लोकाचार, रूढी आणि परंपरा या माध्यमांद्वारे होत असे.

समाजातील कायद्याच्या वेगवेगळ्या व्याख्या आहेत. त्या पुढीलप्रमाणे-

१) राज्यशास्त्रज्ञ ऑस्टिन यांच्या मते, 'कृतीची आवश्यकता व्यक्त करणारा, कृती करणारा हाच पर्याय आहे, असे सांगणारा नियम म्हणजे कायदा.'

२) समाजशास्त्रज्ञ मॅकूआयव्हर यांच्या मते, ' राज्याच्या न्यायालयांनी मान्य केलेल्या, अर्थ लावलेल्या आणि विशिष्ट स्थितींना लागू केलेल्या विशिष्ट नियमांचा संच म्हणजे कायदा होय.'

३) कायदेमंडळाने तयार केलेल्या, कार्यकारी मंडळ अमलात आणीत असलेल्या आणि न्यायमंडळाने न्याय देण्यासाठी आधार धरलेल्या नियमास 'कायदा' म्हणतात.

४) सर्वसामान्यत: निश्चित स्वरूपाची, एकाच तऱ्हेची आणि सर्व व्यक्तींकडून पालन केली जाणारी अशी जी तत्त्वे असतात व ज्यांचा भंग केल्यास कोणत्या ना कोणत्या स्वरूपाची शिक्षा होते त्यांना 'कायदा' म्हणतात.

अशा प्रकारे, कायद्याच्या निरनिराळ्या व्याख्या आहेत. व्याख्यांप्रमाणेच कायद्याचे प्रकारही निरनिराळे आहेत. नागरी कायदे, व्यापारविषयक कायदे, आदर्शात्मक कायदे इत्यादी कायदे आहेत.

निसर्गातील हालचालींमुळे उद्भवणारे प्रसंग, व्यापारातील उलाढालींमुळे उद्भवणारे प्रश्न, दैनंदिन जीवनात दळणवळणापासून ते रस्त्यावरील रहदारीपर्यंत इत्यादी बाबींबाबत केलेले नियम म्हणजे 'नागरी कायदे' होय.

कर भरणे, सारा भरणे, पाणी-वीज यांची बिले भरणे, घरपट्टी-पाणीपट्टी, यांचा भरणा करणे, दुकाने थाटण्यासाठी, घरे बांधण्यासाठी आगाऊ परवानगी घेणे इत्यादी वर्तनाबाबत जे नियम असतात. त्यांना 'व्यापारविषयक कायदे' म्हणतात.

याशिवाय व्यक्तींना स्वातंत्र्य, समता, बंधुता, धर्मनिरपेक्षता इत्यादी मूल्यांनुसार वागायचे झाल्यास बरीच बंधने पाळावी लागतात; कारण व्यक्तींनी बंधने पाळली नाहीत तर अन्याय होतो आणि ज्याच्यावर अन्याय झालेला असतो, तो त्या विरुद्ध दाद मागतो; त्यामुळे व्यक्ती कायद्याप्रमाणे वागतात किंवा नाही हे सामाजिक न्यायासाठी पाहावे लागते. यालाच 'आदर्शात्मक कायदे' म्हणतात. उदा. 'अस्पृश्यतानिर्मूलन कायदा.'

समाजाचा आकार वाढत राहिला, लोकसंख्या वाढली, व्यापार देशोदेशी पसरला आणि सामाजिक नियंत्रणाचे एकमेव प्रभावी साधन 'कायदा' ठरले. कायद्यामागे सरकारची सार्वभौम शक्ती असते. ज्यायोगे कायदा न पाळणाऱ्याला शिक्षा होते, दंड होतो आणि काही काळ त्याचे हक्क हिरावून घेतले जातात.

सरंजामशाही व्यवस्थेतही बलुतेदारी, खेड्यांची स्वायत्तता, दळणवळणाची मर्यादित साधने यामुळे रीती, रूढी, परंपरा आणि जातपंचायती यांच्यामार्फत सामाजिक नियमन चालत राहिले. भुताखेतांवरील आणि दुष्ट आत्म्यांनी जिवंत व्यक्तींवर केलेल्या करणीवर विश्वास ठेवणारा छळ सिद्धान्त हा सुडाने पेटलेल्या व्यक्तींकडून होणाऱ्या गुन्हेगारीचे स्पष्टीकरण देण्यासाठी सांगितला जात असे. गुन्ह्यासाठी अति मानवी शक्ती कारणीभूत होतात. हा समज केवळ भावना आणि गैरसमज यांच्यावर आधारलेला असे. परंतु कालांतराने हा जुना सिद्धान्त मागे पडला. अठराव्या शतकापासून पाश्चिमात्य देशांमध्ये नवीन विचारांनी सर्वच क्षेत्रांतील व्यवहारांना स्पर्श केला. त्याच विचारानुसार 'मतस्वातंत्र्याचा सिद्धान्त' गुन्हेगारांबद्दल मांडला गेला. समाजाचे स्वरूप औद्योगिकी- करणामुळे गुंतागुंतीचे होत गेले, लोकसंख्या वाढत राहिली आणि सामाजिक नियंत्रणासाठी रूढी, परंपरा आणि लोकाचार अपुरे पडू लागल्यामुळे कायदा अस्तित्वात आला. अशा प्रकारे, सर्व माणसांना आचारस्वातंत्र्य आहे आणि प्रत्येकाचे स्वातंत्र्य अबाधित राहून समाजातील इतरांना त्रास होऊ नये म्हणून कायद्याचे बंधन आवश्यक

ठरले. प्रत्येक व्यक्तीने स्वतःला पाहिजे तेवढे शिस्तीत ठेवले नाही तर समाजामध्ये अपायकारक कृत्ये म्हणजेच अपराध घडतात. 'गुन्हेगाराला अद्दल घडविली पाहिजे.' असाच दृष्टिकोन समाजाचा असल्यामुळे त्या वेळचे कायदे 'जशास तसे' स्वरूपाचे होते. क्रूर शिक्षा, अमानुष वागणूक आणि अंधारकोठडी असलेले तुरुंग अशीच शिक्षेतून जरब बसवण्याची न्यायव्यवस्था होती. गुन्हेगारांचे वय, लिंग किंवा अडचणीत टाकणारी परिस्थिती यांचा विचार न करता लहान मुले, स्त्रिया, अपंग अशांनाही कठोर शिक्षा दिल्या जात. एकोणिसाव्या शतकात मात्र गुन्हेगारीच्या कृत्याच्यामागची परिस्थिती आणि त्या परिस्थितीत सापडलेला माणूस यांचा विचार वेगळ्यावाटेने होऊ लागला. याच शतकामध्ये मानवाच्या वर्तनाचा अभ्यास करणारी जीवशास्त्र, शरीरशास्त्र, रोगजंतुशास्त्र, मानसशास्त्र आणि समाजशास्त्रेही उदयास आली. परंतु यांपैकी कोणालाच दैवी आणि आध्यात्मिक मीमांसेने केलेली गुन्हेगारीची कारणमीमांसा पटणारी नव्हती. यामुळेच कायदा आहे तेथे गुन्हेगारी आहे आणि गुन्हेगाराला आळा घालून समाजात सुरक्षितता आणि स्वास्थ्य टिकवून धरण्यासाठी कायदा आवश्यक आहे ही बाब स्पष्ट झाली.

तसेच प्रत्येक समाजातही व्यक्तींनी घरामध्ये, नातेवाइकांशी, रस्त्यावर, कामाच्या ठिकाणी, प्रवासात, सार्वजनिक ठिकाणी कसे वागावे, या बाबत कायदे केलेले असतात. देशाची सर्वोत्तम आणि सर्वश्रेष्ठ अशी राज्यघटना असते. तो एक सर्वांत मूलभूत कायदा असतो. स्वातंत्र्य आंदोलनातच स्वतंत्र भारत कसा असावा, त्यात सामाजिक, राजकीय आणि आर्थिक परिवर्तनाच्या दिशा कशा असाव्यात, हे संविधानात स्पष्ट केले आहे. स्वातंत्र्य, समता, बंधुता या मूल्यांबरोबरच सामाजिक न्याय या मूल्यांचाही आविष्कार आहे; म्हणूनच या मूल्यांनुसार आपल्या देशात व्यवस्था आणि व्यवहार कसे असावेत याबाबत मार्गदर्शन करण्याबाबत कायदे केलेले आहेत. आज आपल्या देशातील सर्व कायदे हे संविधानातील मूलभूत पाया प्रमाण म्हणून केलेले आहेत. निवडणुकांपासून सरकार कसे चालावे, औद्योगिक, कृषी, शैक्षणिक, दळणवळणविषयक इ. क्षेत्रांतील विकास कसा व्हावा याबाबत कायदे आहेत. जगात अन्यायाविरुद्ध कसे लढावे, न्याय कसा मिळवावा आणि इतरांनाही कसे जगू द्यावे यादृष्टीने कोणती कर्तव्ये पार पाडावीत यादृष्टीने कायदे आहेत. अशा प्रकारे कायदे समाजाचा मार्ग सर्वांसाठी सुकर करतात. कायदा पाळून हजारो-लाखो लोक वागत राहिले तर समाजातील दैनंदिन आणि प्रासंगिक व्यवहार सुरळीत चालू राहतील. परंतु जर कायदे अपुरे पडले तर बेकायदेशीरपणा वाढेल; गुन्हेगारी, गुंडगिरी, भ्रष्टाचार, फसवेगिरी आणि सर्वत्र असुरक्षितता वाढेल व समाजात अंदाधुंदी निर्माण होईल.

गुन्हेगाराची कल्पना सर्वसामान्य माणसालाही असते. बालगुन्हेगाराच्या बाबतीत असंख्य लोकांनाही माहीत असते. परंतु मुलांचे हे वाईट कृत्य गुन्हा आहे किंवा नाही याची त्यांना कायदेशीर कल्पना नसते. लहान मुले वाईट गोष्टी का करतात, त्यासाठी कोणती कारणे असतात, कोणत्या स्तरातील मुले असे गुन्हेगारी वर्तन करतात या नि अशा बाबतीत अशिक्षितच काय, परंतु शिक्षित लोकसुद्धा अज्ञानी असतात म्हणजे बालकाने केलेले गुन्हा वर्तन हे अनेकांना माहीत नसते. यासंबंधी अनेक प्रकारच्या गैरसमजुती लोकांच्या मनात असतात; हा काही गुन्हा नसतो. परंतु ते एक अज्ञान असते. वाईट गोष्टींबद्दल अज्ञानी असणे कमालीचे धोकादायक असते. पंधरा-सोळा वर्षांच्या मुलाने जर बलात्कार केला तर त्याला कायद्याच्या स्वाधीन केले जात नाही. फार तर मारझोड करून सोडून दिले जाते. मारणाऱ्या लोकांबद्दल या मार खाणाऱ्या मुलांच्या मनात सुडाची भावना निर्माण होते. कदाचित मारणाऱ्याच्या मुलीवरच तो पुन्हा बलात्कार करू शकतो; हे असे प्रकार सर्वत्र घडत असतात. घडलेल्या घटना लोक विसरून जातात. परंतु ज्याचे नुकसान होते वा मानहानी होते ते लोक अपमानित जीवन जगत असतात. तेव्हा बालगुन्हेगारांचा वेळीच प्रतिबंध केला गेला पाहिजे. त्या दृष्टीने शोधमोहीम आखली पाहिजे. परंतु हे सर्व प्रकार करणाऱ्यास वेळ नसतो. तो काढावा लागतो. यासाठी वर्तमानपत्रे, नियतकालिके, सभा-चर्चासत्रे, रेडिओ, चित्रपट यांसारख्या प्रचारमाध्यमांचा प्रभावी वापर केला गेला पाहिजे. रोगाची साथ आल्यानंतर जसा प्रचार केला जातो तसा प्रचार बालगुन्हेगारीबाबत केला गेला पाहिजे. आजूबाजूच्या मुलांना गैरवर्तनापासून अलिप्त राहण्यासाठी मार्गदर्शन केले पाहिजे. बालगुन्हेगारीच्या विविध बाजूंची ओळख करून दिली पाहिजे. ते जे काही करतात ते वाईट असते, याविषयी त्यांना कल्पना नसते. ती संबंधितांनी निर्माण करायला पाहिजे म्हणजे सहज बोलण्यातूनसुद्धा गुन्हेगारी वर्तनाचे स्पष्टीकरण करता येऊ शकते. अर्थात, कोणत्याही मार्गाने बालगुन्हेगारीबाबत प्रभावी प्रचार केला पाहिजे. लोकांत यासंबंधी जागृती करायला पाहिजे. आपला मुलगा किंवा मुलगी काय करते याची घरात बसून पालकांना कल्पना करता येत नसते; त्यासाठी आपली मुले कोठे जातात, कशासाठी जातात, कोणाबरोबर त्यांचे संबंध आहेत, संबंध असणाऱ्या व्यक्ती चांगल्या आहेत की वाईट वर्तनाच्या आहेत याबाबतीत खुला संवाद, माहिती, प्रचार आणि प्रसारमाध्यमांद्वारे दिली पाहिजे.

समाजातील सर्वसामान्य व्यक्तींमध्ये सामाजिक समस्यांबद्दल उदासीनता दिसून येते. बरेचदा आपण समस्याग्रस्त नाही ही गोष्ट व्यक्तीला भूषणावह वाटते; कारण आपण समस्याग्रस्त आहोत आणि ती दूर करण्यास असमर्थ आहोत, ही गोष्ट व्यक्तीच्या दृष्टीने भूषणावह नक्कीच नसते; परंतु ज्याप्रमाणे डॉक्टरांपासून

आजार लपविणे म्हणजे आपल्याच आजारात भर पाडून घेणे होय, त्याचप्रमाणे समाजातील समस्या जर समोर आल्याच नाहीत तर त्यांच्यावर इलाज करता येणे शक्य होत नाही. बरेचदा व्यक्तीच्या समस्यांशी तिचा संबंधही येत नाही त्याबद्दल बोलण्याचे टाळतात. यातून आपली सामाजिक समस्यांबद्दलची उदासीनता स्पष्ट होते. ज्या समाजात आपण वावरतो त्याच समाजामध्ये आपल्या आजूबाजूला कित्येक पांढरपेशे गुन्हेगारही वावरत असतात. अमुक व्यक्तीने एखादा गुन्हा केलेला आहे, हे त्या समाजातील सर्वांनाच माहीत असते; परंतु केवळ उदासीनतेमुळे किंवा भीतीमुळे आपण त्या व्यक्तीबद्दल बोलायचे टाळतो. 'गुन्हेगारी प्रवृत्तीच्या व्यक्तीशी मैत्रीही नको व शत्रुत्वही नको,' अशी आपली भावना वाढते. परिणामी, सामाजिक समस्यांमध्ये वाढ होत जाते.

समाजकल्याण

समाजातील दुर्बल व कमकुवत घटकांच्या राहणीमानात सुधारणा करून त्यांना आर्थिक विकासाचा लाभ मिळण्यासाठी केले जाणारे सामाजिक प्रयत्न म्हणजे समाजकल्याण होय. समाजातील वंचित, दुर्बल व मागासवर्गीय जनतेला पूरक व पोषक साहाय्य करणे; वृद्ध, बालके, स्त्रिया, अपंग, दलित, गरीब अशा व्यक्तींना सक्षम बनवणे.

पारंपरिक भारतीय समाजात वैयक्तिक व सामाजिक समस्यांवर उपाय शोधण्यासाठी एकत्र कुटुंब, जातपंचायत, ग्रामसभा, धर्मादाय संस्था इ. प्रयत्न करीत असत. भारतात मिशनरींनी सुरुवातीच्या काळात समाजकल्याणाचे काम केले. त्यांनी धर्मप्रसाराबरोबर अनाथ मुले, भिकारी, कुष्ठरोगी यांच्यासाठी मदतकार्य केले. शिक्षण, आरोग्य या सुविधाही निर्माण केल्या.

एकोणिसाव्या शतकानंतर मानवतावादाचा प्रसार झाला आणि सामाजिक समस्यांवर उपाय शोधण्यासाठी बुद्धिवादी तत्त्वांचा प्रसार झाला. कल्याणकारी योजनांविषयी वैज्ञानिक दृष्टिकोन निर्माण झाला. समाजातील परिस्थितीचा अभ्यास करून योजनापूर्वक कल्याणाची धोरणे आखणे गरजेचे झाले. मानवी हक्कांविषयी समाजात जागरूकता निर्माण झाली. समाजकल्याणाची जबाबदारी शासनाने उचलावी असा लोकाग्रह झाला. या पार्श्वभूमीवर १९४७ मध्ये भारतीय समाजकल्याण मंडळाची स्थापना झाली. महात्मा गांधींनी केलेल्या समाजप्रबोधनाविषयीच्या कार्यातून समाजकल्याण कार्याला मार्गदर्शन मिळाले.

स्वातंत्र्यप्राप्तीनंतरच्या काळात त्यातही फाळणीनंतर समाजात अशांतता आणि अस्थिरता निर्माण झाली. त्याचप्रमाणे दारिद्र्य, स्थलांतरितांचे पुनर्वसन आणि सामाजिक

स्थैर्यावर भर दिला गेला. संपूर्ण जगभरात या काळात आर्थिक, सामाजिक आणि राजकीय उलथापालथ झाली. वाढणारी लोकसंख्या, औद्योगिकीकरण व त्याचा परिणाम म्हणून शेतीक्षेत्रातून कामगारांचे औद्योगिक केंद्रांकडे होणारे स्थलांतर, शहरांची होत असलेली वाढ, कौटुंबिक जीवनात होणारा बदल या सर्वांचा परिणाम मानवी जीवनावर झाला. उद्योगधंदे वाढले, उत्पादन वाढले परंतु याचा परिणाम समाजातील सर्व स्तरांना एकसारखा झाला नाही. त्यातही सर्वसामान्य जनतेला, ग्रामीण भागातील एकनिष्ठ आर्थिक वर्गातील घटकांना याचा फायदा मिळाला नाही; त्यामुळे त्यांच्यासाठी निवारा, शिक्षण इ. मूलभूत सुविधा पुरवणे अपरिहार्य ठरले. आर्थिक परिस्थिती सुधारण्यासाठी संधी उपलब्ध करून देणे, हे शासनामार्फत केले जाते.

केंद्र व राज्यशासनामार्फत विविध कल्याणकारी व पुनर्वसनाच्या योजना राबवल्या जातात. यात देवदासी, शरीरविक्रय करणाऱ्या स्त्रिया यांच्यासाठी योजना तयार केल्या आहेत, ज्यात त्यांच्या आर्थिक स्वावलंबनावर भर दिला आहे. तसेच त्यांच्या मुलांना शिक्षणाच्या संधी उपलब्ध करून दिल्या जातात. अन्न, वस्त्र, निवारा या मूलभूत गरजा कशा भागतील यावर भर दिला जातो.

विद्यार्थ्यांनी व्यसनाधीनतेपासून दूर रहावे म्हणून विद्यार्थ्यांसाठी पथनाट्य, भित्तिपत्रे इ. माध्यमातून शिक्षण दिले जाते. एड्ससारख्या रोगांविषयी माहिती दिली जाते. शासनाच्या समाजकल्याण विभागाकडून यासाठी तरतूद केली जाते.

नियोजन आणि विकास

समाजाचे स्वास्थ्य नीट रहावे तसेच सर्व व्यक्ती आणि समूह यांना आपले हक्क आणि कर्तव्ये नीट पार पाडता यावीत म्हणून नियम व कायदे केलेले असतात. परंतु काही व्यक्ती हे कायदे पाळत नाहीत. बेकायदेशीर वर्तन करतात व यातून गुन्हेगारी निर्माण होते. समाजात आर्थिकदृष्ट्या कनिष्ठ वर्गातील व्यक्तींमध्ये गुन्हेगारीची प्रवृत्ती जास्त प्रमाणात दिसून येते. वयाचा विचार करता व्यक्ती बाल्यावस्थेतून तारुण्यात, तारुण्यातून प्रौढावस्थेत प्रवेश करते तसे गुन्ह्याचे प्रमाण वाढते. समाजातील बेकारी, व्यसनाधीनता, विवाहबाह्य संबंध, घटस्फोटाचे वाढते प्रमाण, माध्यमांमधून जीवनाचे उभे केले जाणारे फसवे चित्रण यांमुळे गुन्हेगारी वाढते.

बालगुन्हेगारीचा विचार करता कुटुंबात जास्त असलेली मुलांची संख्या त्यामुळे आई-वडिलांचे प्रेम न मिळणे, चांगले संस्कार न होणे, विघटित कुटुंब तसेच कुटुंबाचा आकार मोठा असल्याने मुलांच्या शिक्षण, आरोग्य या सेवांबाबत हेळसांड होणे, त्याशिवाय कुटुंबात मुलांवर अतिनियंत्रण असले तरीही किंवा नियंत्रण नसले तरीही मुले गुन्हेगारीकडे वळतात.

शारीरिक अपंगत्व, मानसिक आजार अशा कारणांमुळे ही व्यक्ती गुन्हेगार बनते. गुन्हेगारीला आळा बसावा. समाजस्वास्थ्य रहावे यासाठी कल्याणकारी योजनांमध्ये काम केले जाते. यातील प्रतिबंधक सेवांची आधुनिक काळात गरज आहे. समाजात होणारे बदल, बदलते नातेसंबंध, ताण, हिंसाचार, असुरक्षितता यांमुळे कौटुंबिक जीवन विघटित होते. ताणतणावांचा व्यक्तीच्या जीवनावर विपरीत परिणाम होतो, यासाठी तज्ज्ञांकडून समुपदेशन, कार्यशाळांचे आयोजन केले जाते. नैतिक शिक्षण, मनोरंजनाचे उपक्रम केले जातात. आरोग्यविषयक शिक्षण यांमुळे समाजविघातक प्रवृत्तींना आळा बसतो.

भारतात या कार्यात स्वयंसेवी संस्थांचाही मोठा सहभाग आहे. समाजविकास साधण्यासाठी शासनामार्फत पंचवार्षिक योजना राबविल्या जातात. या योजनांमध्ये दारिद्र्य, बेकारी व शिक्षण या समस्यांवर लक्ष केंद्रित केले आहे. आरोग्य आणि शैक्षणिक सेवांमध्ये कुटुंबनियोजनाचा प्रचार व प्रसार, व्यावसायिक व अनौपचारिक शिक्षण, रोजगार उपलब्ध करून देणे हे मुख्य कार्य केले जाते. उपचाराच्या सेवा पुरवल्या जातात. त्यांत बालकामगारांचे पुनर्वसन, रोजगार हमी योजना राबविणे, हे कार्य केले जाते.

ग्रामीण भागात समूह विकास योजना करताना विकास हा केवळ आर्थिक क्षेत्रापुरता मर्यादित न ठेवता सामाजिक, आरोग्यविषयक, राजकीय व सांस्कृतिक अशा सर्व प्रकारचा विकास असला पाहिजे, यावर भर दिला गेला. तसेच हा कार्यक्रम जनतेने नियोजित करून पार पाडला पाहिजे. लोकसंख्येच्या वाढीने निर्माण झालेली श्रमशक्ती वाया न घालवता त्याचा उपयोग करणे. सामूहिक विकासात शेती, पशुपालन, दुग्धव्यवसाय, कुक्कुटपालन, पाणीपुरवठा, दळणवळण आणि वाहतूक, शिक्षण, आरोग्य काम, गृहनिर्माण, सहकारी चळवळ, समाजकल्याण, पंचायत अशा अनेक कार्यक्रमांचा समावेश होतो, ज्यातून व्यक्तीला रोजगार उपलब्ध होणे, शिक्षण मिळणे, स्वत:च्या कौशल्यांना वाव मिळण्यासाठी संधी उपलब्ध होणे हे साध्य केले जाते.

शाळांमधून मूल्यशिक्षण दिले जाते तसेच शालेय जीवनातच श्रमाचे महत्त्व व्यक्तीला कळावे यासाठी श्रमाचे शिक्षण देणे. स्त्री-पुरुष समानता भावी आयुष्यात जपावी यासाठी किशोरवयातच त्याविषयी जाणीव आणि जागृती निर्माण केली जाते.

माध्यमांमधून सामाजिक जागृती निर्माण केली जाते त्यासाठी लोकशिक्षणाचे विविध प्रकार वापरले जातात; तसेच या माध्यमांतूनही मूल्यशिक्षण देण्याचा प्रयत्न केला जातो.

फ) मानवी हक्कविषयक दृष्टिकोन (Attitude towards Human Rights)

प्रत्येक जण जन्मत:च काही हक्क बरोबर घेऊन जन्माला येत असतो. बऱ्याच सामाजिक व राजकीय गटांकडून मानवी हक्क ही संकल्पना वापरली जाते. अशा मानवी हक्कांशिवाय व्यक्ती अस्तित्वातच राहू शकणार नाही. या अधिकारांची राज्याकडून पायमल्ली होऊ नये. उदा. प्रत्येक व्यक्तीला काम करण्याचा अधिकार आहे, अन्नाचा हक्क आहे परंतु बहुसंख्य लोकांना उपासमार सहन करावी लागते, बेकारांची संख्याही कमी नाही.

कायदा

भारतातल्या 'मानवी हक्क संरक्षण कायदा १९९३'च्या नुसार मानवी हक्क म्हणजे 'स्वातंत्र्य, समानता, जीवन व व्यक्तीचा सन्मानाने जगण्याचा अधिकार होय.' घटनेने हा हक्क भारतीय नागरिकाला प्रदान केला आहे. या हक्कांचे आंतरराष्ट्रीय पातळीवर मूल्य राखले जाते. मानवी हक्कांचे संरक्षण करणे ही जागतिक स्तरावरची जबाबदारी आहे. या हक्कांना भारतात कायद्याने संरक्षण दिले जाते. यात अभिव्यक्तिस्वातंत्र्य, धर्माचरणाचे स्वातंत्र्य, समूहाचे स्वातंत्र्य, कायद्यासमोर समानता इ. चा अंतर्भाव असलेले नागरिकांचे मूलभूत हक्क व शिक्षणाचा अधिकार, समान वेतनाचा अधिकार, व्यक्तीच्या आत्मसन्मानाचा अधिकार, कायद्याकडे दाद मागण्याचा अधिकार इ. चा समावेश घटनेच्या मार्गदर्शक तत्त्वांमध्ये करण्यात आला आहे. अन्न, वस्त्र व निवारा या मूलभूत गरजांचा समावेश घटनेतील २१ व्या अनुच्छेदात केला आहे. तो जीवन जगण्याच्या अधिकारातून केला आहे. जीवन जगण्याच्या अधिकारामध्ये सन्मानाने जीवन जगणे आणि त्यासाठी आवश्यक त्या सर्व गोष्टींचा समावेश करावा लागतो. या आवश्यक गोष्टींमध्ये पुरेसा आहार, लज्जारक्षणापुरते वस्त्र व निवारा यांचा समावेश आहे.

स्वातंत्र्यपूर्व काळात सुमाजसुधारणेच्या चळवळी आणि विविध गटांच्या राजकीय चळवळींबरोबर 'मानवी हक्कां'च्या मागणीसाठी काँग्रेसने उपलब्ध करून दिलेले देशव्यापी व्यासपीठ याच प्रेरणेतून उभे राहिले. यात समाजसुधारकांचा, कायद्यासमोर सर्व समान असल्याच्या मागणीसाठी ब्रिटिशांशी भांडणारे उदारमतवादी राजकीय नेतृत्व व आर्थिक कारणातून उदयाला आलेल्या नेतृत्वाचा समावेश होता. समाजसुधारकांनी समाजातल्या स्त्रिया व दलित वर्गाच्या उद्धारासाठी रूढी व परंपरा यांच्यात सुधारणा घडवून आणण्याचे काम या चळवळींमधून केले.

सीताराम काकराला यांनी याविषयी म्हटले आहे की, मूलभूत मानवी हक्कांची जाणीव समाजातल्या कष्टकरी आणि मध्यमवर्गाच्या अस्तित्वाबरोबरच वाढीला लागली.

तोपर्यंत ‘नागरी स्वातंत्र्य’ ही संकल्पना समाजातल्या केवळ पुढारलेल्या वर्गापुरतीच मर्यादित होती. दुसऱ्या शब्दांत ‘अधिकार’ म्हणजे भारतातल्या पुढारलेल्या वर्गावर वसाहत राज्याने केलेली उपकारांची खैरात होती. याच दृष्टिकोनाचा पाठपुरावा भारतीय राष्ट्रीय काँग्रेसच्या नेतृत्वाने आपल्या पहिल्या तीन वर्षांच्या कार्यकाळात केला.

स्वातंत्र्यानंतरची मूलभूत हक्कांसाठीची चळवळ प्रामुख्याने दोन भागांत विभागली गेली. आणीबाणीपूर्वीचा आणि आणीबाणीनंतरचा कालखंड. मूलभूत हक्कांची चळवळ १९६० च्या उत्तरार्धात खऱ्या अर्थाने सुरू झाली. समाजातल्या दलित गटाच्या न्याय आणि समानतेच्या मागणीतून निर्माण झालेल्या ‘लोकशाही हक्कांचा’ पुरस्कार या चळवळीने सातत्याने केला.

संस्था, संघटनांचे कार्य

देशात सध्या मानवी हक्कांसंदर्भात कार्यरत असणाऱ्या अनेक संस्था व संघटना आहेत. त्यांपैकी ‘पीपल्स युनियन फॉर सिव्हिल लिबर्टीज’ आणि ‘पीपल्स युनियन फॉर डेमॉक्रेटिक राइट्स’ या त्यातल्या महत्त्वाच्या संस्था आहेत. बऱ्याच राज्यांमध्ये यांच्या शाखा व उपशाखा आहेत. त्यांचे कार्य मात्र स्वतंत्रपणे चालते. महाराष्ट्रातील ‘कमिटी फॉर द प्रोटेक्शन ऑफ डेमोक्रॅटिक राइट’ ही त्यांपैकीच एक आहे; तर दिल्ली, मुंबईसारख्या ठिकाणी ‘सिटीझन्स फॉर डेमोक्रसी’ ही संस्था कार्यरत आहे. अशा संघटनांमध्ये बरेचदा शिक्षक, पत्रकार, साहित्यिक, कलाकार व कायदेपंडित अशा व्यक्ती असतात.

१९७६ मध्ये जयप्रकाश नारायण यांच्या नेतृत्वाखाली ‘पीपल्स युनियन फॉर सिव्हिल लिबर्टीज अ‍ॅण्ड डेमोक्रॅटिक राइट्स’ या संघटनेची स्थापना झाली. सामाजिक, आर्थिक व राजकीय हक्क वेगळे करता येत नाहीत असे या संघटनेचे म्हणणे आहे. सामाजिकदृष्ट्या पददलितांशी संबंधित विषयांवर चळवळ घडवून आणत असताना यांची आवश्यकता असते.

मानवी हक्क दडपले जाऊ नयेत म्हणून चळवळीतल्या कार्यकर्त्यांना करावा लागणारा संघर्ष व दुसऱ्या बाजूला राज्याकडून दिली जाणारी हीन वागणूक अशी परिस्थिती या चळवळीची असते. परंतु आजही लोकांच्या हक्काची पायमल्ली होत असते. याविषयी या संघटना उपोषण, मोर्चे काढून, पत्रके वाटून लोकांना जाणीव करून देत असतात. यात काहीजण वर्षानुवर्षे न्यायालयीन लढाया देतात व न्याय मिळवतात. सरकार अशा चळवळींचे मानसिक खच्चीकरण करत असते. अशा लढाया, संघर्ष होऊ नयेत म्हणून सरकार अशा लढायांमध्ये फूट पाडण्याचा प्रयत्न करते.

याविषयी ए. आर. देसाई यांनी १९६० ते १९८० या काळातील गरिबांच्या विरोधातील मानवी हक्कांच्या उल्लंघनाविषयीच्या काही घटनांचा अभ्यास केला; तर काहींनी मानवी हक्कांच्या पायमल्लीच्या बाबतीत घडलेल्या घटनांचे विश्लेषण केले. यात शेतजमीन व शेतमजुरांमधील वाद, पोलिसांकडून कायद्याचा-बळाचा वापर, अभिव्यक्तीवरील बंधने, शहरातील घरबांधणी, शैक्षणिक स्वातंत्र्य, जातीय किंवा प्रादेशिक संघर्ष, महिलांना दिली जाणारी वागणूक इ.

नंदिता हक्सर यांनी मानवी हक्कांची चार प्रकारांत विभागणी करून ते खालीलप्रमाणे मांडले आहेत ह्न

१) कैद्यांशी संबंधित विषय. यात कच्च्या कैद्यांचा चुकीच्या पद्धतीने तपास आणि तुरुंगातल्या वातावरणाचा अंतर्भाव आहे.

२) पोलिंसांकडून करण्यात येणारी हिंसा ज्यात लॉकअपमधील छळ, बेकायदेशीर गोळीबार, घडवून आणलेल्या बनावट चकमकी यांचा समावेश आहे.

३) व्यक्तीविरोधातील कायदे, एखाद्या भूभागात प्रवेशबंदी, टाडा / मिसा / पोटा व शोषितांच्या विरोधात वापरले जाणारे कायदे जसे वन कायदा.

१९९३ मध्ये भारतीय संसदेने मानवी हक्क विधेयक मांडले. १९९४ मध्ये याचे रूपांतर कायद्यात झाले व या कायद्यामुळे राष्ट्रीय मानवी हक्क आयोग अस्तित्वात आला. शोषित व मानवी हक्क संघटनांकडून आयोगाकडे तक्रारी दाखल केल्या जातात. त्याचप्रमाणे वृत्तपत्रांतील बातम्यांच्या आधारे स्वत: आयोग पुढाकार घेऊन तक्रार दाखल करून घेतो. सध्या दृश्यमाध्यमेही याबाबत महत्त्वाची भूमिका बजावत आहेत. त्यांवर दाखवलेल्या वृत्ताच्या आधारेही काही तक्रारी दाखल करून घेतल्या जातात. यात त्यांच्या वार्ताहरांकडून जाति-जातींमधील संघर्ष, अस्पृश्यतेची प्रथा, नक्षलवाद्यांकडून पोलिसांचा खबऱ्या म्हणून होणारे अत्याचार, शासनाकडे मदतीसाठी केलेल्या अर्जाची दखल घेतली न जाणे, महिलांवरचे अत्याचार, बालमजुरी अशा अनेक विषयांचा समावेश असतो. माणसाच्या मूलभूत हक्कांचे उल्लंघन केले जाणे, हे प्रकार सतत घडत असतात. अस्पृश्यता पाळणे, त्यांच्यावर अन्याय करणे, सक्तीने दंड आकारणे, वसुली करणे इ. कित्येक प्रकरणे अशीही आहेत की ज्यांबाबत दादही मागितली जात नाही. चिपको आंदोलन, नर्मदा आंदोलन या केवळ पर्यावरणवादी चळवळी नाहीत तर यात मानवी हक्कांचाही समावेश आहे.

सराव प्रश्न

१) खुले कारागृह ही संकल्पना स्पष्ट करा.

२) कैद्यांच्या पुनर्वसनाची गरज स्पष्ट करा.

३) समाजकल्याणाचा हेतू व त्यात कार्य करत असलेल्या विविध घटकांच्या भूमिका स्पष्ट करा.

टिपा लिहा.

अ) मानवी हक्कविषयक दृष्टिकोन.

ब) परिवीक्षा.

क) बाल गुन्हेगारांचे पुनर्वसन.

संदर्भसूची

१) गुन्हेगारीचे समाजशास्त्र, डॉ. सुधा काळदाते, डॉ. शुभांगी मोरे-गव्हाणे

२) गुन्हेगारीचे समाजशास्त्र, डॉ. पी. के. कुलकर्णी

३) औद्योगिक समाजशास्त्र, प्रा. सु. दा. गोरे, प्रा. शिल्पा कुलकर्णी

४) डायमंड समाजकार्य कोश, डॉ. नीलम ताटके

५) पर्यावरण आणि समाज, प्रा. शैलजा सांगळे, डॉ. नीलम ताटके